வேளிர் வரலாறு

சங்க கால அரசியல்

ஆசிரியர்

ர. பூங்குன்றன்

தடாகம்

வேளிர் வரலாறு

- ஆசிரியர்: ர. பூங்குன்றன்
- முதற்பதிப்பு: ஜனவரி 2021 • அட்டை ஓவியம்: டிராட்ஸ்கி மருது
- வடிவமைப்பு: வெ. பாலாஜி

Velir Varalaru

- *Author : R.Poongundran*
- *© Author* • First Edition: January 2021

Published by Thadagam, 112,Thiruvalluvar Salai,
Thiruvanmiyur, Chennai 600041
Phone : +91- 44 - 4310 0442 | +91 - 98400 70870
www.thadagam.com • info@thadagam.com

ISBN: 978-93-88627-17-7
INR : 220

தந்ததுன்றன்னை கொண்ட தென்றன்னை
சங்கரா யார் கொலோ சதுரர்
அந்த மொன்றில்லாத ஆனந்தம் கொண்டேன்
யாது பெற்றதென்பால்

- திருவாசகம்

மேனாள் தமிழ்நாடு அரசு
தொல்லியல் துறை
இயக்குநர் இரா. நாகசாமி
அவர்களுக்குக் காணிக்கை

ஆசிரியர் குறிப்பு

ர.பூங்குன்றன் அவர்கள் திருவண்ணாமலை மாவட்டம் திரு மலையில் 1947 ஆம் ஆண்டு பிறந்தார். பெற்றோர் திரு. ரங்கநாதன், திருமதி. கமலம் ஆவர். அண்ணாமலைப் பல்கலைக்கழகத்தில் தமிழ் இளங்கலை மற்றும் முதுகலையில் பட்டம் பயின்றவர். கோவை பாரதியார் பல்கலைக் கழகத்தில் ஆய்வியல் நிறைஞர் பட்டமும், தஞ்சை தமிழ்ப் பல்கலைக் கழகத்தில் முனைவர் பட்டமும் பெற்றவர். தமிழ்நாடு அரசு தொல்லியல் துறையில் மேனாள் இயக்குநர் திரு. நாகசாமி அவர்களிடம் கல்வெட்டு மற்றும் தொல்லியலில் முதுகலை பட்டயப் படிப்பை முடித்து, அத்துறையிலேயே 29 ஆண்டுகள் சிறப்பாகப் பணியாற்றி உதவி இயக்குநராகப் பணி நிறைவு பெற்றவர்.

வேளிர், நடுகற்கள், பண்டைய தமிழகத்தில் அரசு உருவாக்கம் ஆகியவற்றைப் பற்றிய இவரது ஆய்வுகள் குறிப்பிடத்தக்கவை. தொல்லியல், கல்வெட்டுகள், சங்க இலக்கியம், தத்துவமரபு, நடுகல் ஆகிய தலைப்புகளில் 200க்கும் மேற்பட்ட கட்டுரைகள் எழுதியுள் ளார். தொல்குடி – வேளிர் அரசியல், நடுகல் கல்வெட்டுகள், தொல்குடி – வேளிர் வேந்தர் ஆகிய ஆய்வு நூல்களையும் படைத் துள்ளார். மேலும் தொல்லியல் சார்ந்த தமிழ், வரலாற்று ஆய்வு மாணவர்களுக்கு வழிகாட்டியாகத் திகழ்ந்து வருகிறார்.

முன்னுரை

வேளிர் வரலாறு பற்றி ஒரு நூற்றாண்டு காலமாக சிந்திக்கப் பெற்று வருகின்றது. தொடக்கக்கால ஆய்வாளர்கள் அன்றைய ஆய்வு நிலையில் சில முடிவுகளை உருவாக்கினர். புராணக் கதைகளை வரலாறாகக் கருதி வேளிர் வரலாற்றை ஆய்வுச் செய்தனர். அதனால் பல தவறான முடிவுகளுக்கு வந்தனர், அப்போது சங்க காலத் தொல்லியல் சான்றுகள் கிடைக்கவில்லை. தவறான முடிவுகளுக்கு அதுவும் ஒரு காரணம். முதுபெரும் புலவர் மு. இராகவையங்கார் அவர்கள் இலக்கியச் சான்றுகளை மட்டும் வைத்து வேளிர் வரலாறு பற்றி சில முடிவுகளைக் கூறினார். வேள் என்ற சொல்லை வேள்வியுடன் தொடர்புபடுத்தி எழுதியது குறைபாடுடையது. வேள் என்ற சொல் பல பொருள்களில் வழங்கப் பெற்றுள்ளது குடித்தலைவர்களைக் குறிக்கும் வேள் என்ற சொல் வெள், வெண்மை, வெளிச்சம் ஆகியவற்றிலிருந்து உருவான சொல். இந்த உண்மையைக் கண்டறிந்து கூறியவர் மொ.அ.துரைரங்கசாமி அவர்கள்.

வெள், வெண்மை ஆகிய சொற்களுக்கு ஒளி என்ற சொல் இணையாகக் கருதப்பெறுகிறது. திருக்குறளில் பயின்றுவரும் ஒளி என்ற சொல்லை சான்று காட்டி வேள் என்ற சொல்லும் ஒளி என்ற சொல்லும் ஒரு பொருள் முதலிய சொற்கள் என்பதை எடுத்துக் காட்டியவர் அவர் மட்டுமே. இந்தக் கண்டுபிடிப்பானது வேளிர் வரலாற்றில் ஒரு திருப்புமுனையைக் கொண்டு வந்தது. தொல்லியல் சான்றுகளும், வரலாற்று ஆய்வு நெறிகளும் மேன்மை பெறாத நிலையில் அவருடைய முடிவு வியப்பை அளிக்கிறது அரிட்டாப்பட்டி தமிழ்ப் பிராமிக் கல்வெட்டு ஒன்றில் வொளியன் (ஒளியன்) என்ற சொல் பயின்று வருகின்றது. இச்சொல் பயின்று வரும் கல்வெட்டு கி.மு

முதல் நூற்றாண்டைச் சேர்ந்தது. கீழடியில் கிடைத்த ஓர் ஓட்டில் ஒளியன் என்ற சொல் பயின்று வரக் காணலாம். இந்த ஓடு கி.மு இரண்டாம் நூற்றாண்டைச் சேர்ந்தது.

வைடூரியம் என்ற வட சொல்லும் வேள் என்ற சொல்லின் அடியாகப் பிறந்த சொல்லாகலாம் என்பது பியாஸ் என்ற ஆய்வாளரின் கருத்து. வேளூரியா என்ற சொல்லே வைடூரியா என்ற சொல்லின் திரிபு என்று பாணினி என்ற இலக்கண நூலில் கூறப்பெற்றிருப்பதாகக் கூறுகிறார். இந்த நூல் கி.மு நான்காம் நூற்றாண்டைச் சேர்ந்த நூல். மேலும் பெரில் என்ற கல்லால் செய்யப் பெற்ற மணிகள் தட்ச சீலத்தில் கண்டெடுக்கப் பெற்றன. அவை மௌரியர் காலத்திற்கு முற்பட்ட பாளநிலையில் கிடைக்கின்றன. அது கொண்டு இந்த மணிக்கற்கள் கி.மு நான்காம் நூற்றாண்டு என்று கொள்ளலாம். இந்தச் சான்று கொங்கு நாட்டினர் கி.மு நான்காம் நூற்றாண்டிற்கு முன்பிருந்தே பெரில் கற்களை வெட்டி அதிலிருந்து மணிகள் ஆக்கினர் என்பது உறுதிப்படுகின்றது.

அண்மையில் பேராசிரியர் செண்பகலட்சுமி அவர்களும், ஐராவதம் மகாதேவன் அவர்களும் தொல்லியல் சான்றுகள் அடிப்படையில் வேளிர் வடக்கிலிருந்து வந்தவர்கள் என்பதை உறுதிப்படுத்த முயன்றுள்ளனர். பேராசிரியர் செண்பகலட்சுமி அவர்கள் சோட்டா நாக்பூர் பகுதியில் கிடைக்கும் பெருங்கற் சின்னங்கள் கி.மு. 7ஆம் நூற்றாண்டைச் சேர்ந்தவை என்றும், தெற்கில் வர வர பெருகற் சின்னங்களின் காலம் குறைந்து கொண்டே வருவதால் பெருங்கற்சின்ன மரபினர் சோட்டா நாக்பூர் பகுதியிலிருந்து தெற்கு நோக்கி வந்திருக்க வேண்டும் என்று கூறுவது வரலாற்று முரண். எந்த ஒரு பன்பாட்டுப் பரவலுக்கும் அந்தப் பண்பாட்டுக்குரிய மக்களே கொண்டு வரவேண்டும் என்றில்லை. அந்தப் பண்பாட்டைப் பின்பற்றுவது *(adopt)* என்ற நிலை இன்றைய தொல்லியலாளர்களால் உறுதிப்படுத்தப்பட்டுள்ளது.

மகாதேவன் அவர்கள் சிந்துவெளி அழிவுக்குப் பின் வேளிர்கள் தெற்கு நோக்கிக் குடி பெயர்ந்து விட்டார்கள் என்ற கருத்தினை முன்வைத்துள்ளார். சிந்துவெளி எழுத்துகள் முழுமையாக வாசிக்கப் பெறாத நிலையில் இந்த முடிவு உறுதியான நிலையில் உருவாக்கப் பெறவில்லை என்பதே உண்மை. முருகு பற்றிய அவருடைய ஆய்வும் முருக வழிபாடும் சிந்துவெளியில் நிலை பெற்றிருந்தது என்ற முடிவு மேலும் ஆய்வுக்குட்படுத்தப் பெறவேண்டும். பகுத்தறிவுக்குட்படாத ஊகங்களை ஒப்புக் கொள்வதில் தயக்கம் ஏற்படுகின்றது.

அண்மைக் காலங்களில் வேளிர் வரலாறு பற்றி நூல்கள், நாவல்கள் வெளியிடப்பட்டு வருகின்றன. இவை பெரும்பாலும் மு. இராகவையங்கார் அவர்களைப் பின்பற்றியே அமைந்துள்ளன. முன்னோர் முடிவுகளை ஏற்றுக்கொள்வதில் தவறில்லை. ஆனால் இன்றைய ஆய்வில் பல்துறை ஞானம் பயன்படுத்தப் பெறுகின்றன. இந்த அடிப்படையில் மானுடவியல், தொல்லியல், மொழியியல், சமூகவியல் ஆகியவற்றோடு சுற்றுச் சூழலியல் துறையையும் பயன்படுத்த வேண்டும். ஆனால் இந்தத் துறைகள் அனைத்தும் பேரளவிற்குப் பயன்படுத்தப் பெறவில்லை. அங்கொன்றும் இங்கொன்றும் என்ற நிலையில் முயற்சிகள் மேற்கொள்ளப் பெற்று வருகின்றன. இந்த முயற்சிகள் விரிவடையும் போது வேளிர் வரலாறு மேலும் துலக்கமடையும்.

இந்த நூல் வெளிவர வேண்டும் என்று பெருமுயற்சி எடுத்துக் கொண்டவர் முனைவர். கோ. சசிகலா அவர்களே. இன்னும் செழுமை பெறவேண்டும் என்ற எண்ணத்தில் இருந்தேன். இதற்கு மாறாக இந்நூல் உடனடியாக வரவேண்டும் என்று அவர்தான் முனைந்து நின்றார். அவருக்கு நன்றி. நூலில் உள்ள படங்கள் கருவூரில் வாழும் தொல்லியல் ஆர்வலர்கள் பாலுச்சாமி, ஜயப்பன். ஓவியர் ராஜா, சரவணன், அனக்குடி ஆறுமுகம் சீத்தாராமன் ஆகியோர் பல புகைப்படங்களை கொடுத்துதவினர், அவர்களுக்கு நன்றி. இந்நூலை அழகிய முறையில் அச்சிட்டு வெளியிட்ட தடாகம் பதிப்பகத்தார்க்கு நன்றி. வெள்ளலூர் அணிகலன்கள் சென்னை அருங்காட்சியகம் மூலம் கிடைத்தவை – அருங்காட்சியக இயக்குனருக்கு நன்றி.

உள்ளடக்கம்

1. வேளிர் எழுச்சியும் தொல்லியல் சான்றுகளும் — 17
2. சீறூர் மன்னர், மூதூர் மன்னர் — 27
3. சங்ககால வீரர்குழு — 43
4. சேர நாட்டு வேளிர் — 73
5. சோழ நாட்டு வேளிர் — 91
6. பாண்டிய நாட்டு வேளிர் — 109
7. தொண்டை நாட்டு வேளிர் — 128
8. கொங்கத்து வேளிர் — 175
9. மகட்பாற் காஞ்சி ஒரு பழங்குடி மரபு — 186

தொல்லியல் சான்றுகள்

கருவூரில் கிடைத்த மோதிரம்

கீழடி பொறி

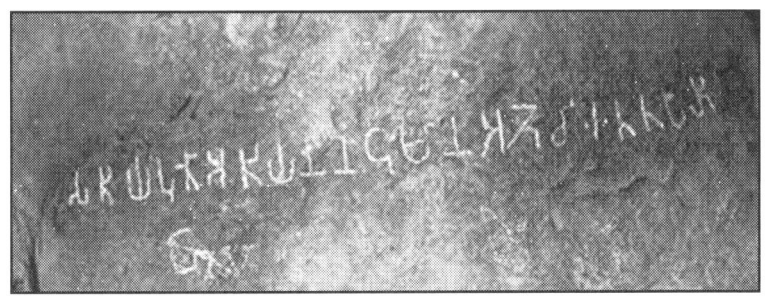

அதியமான் கல்வெட்டு, ஜம்பை

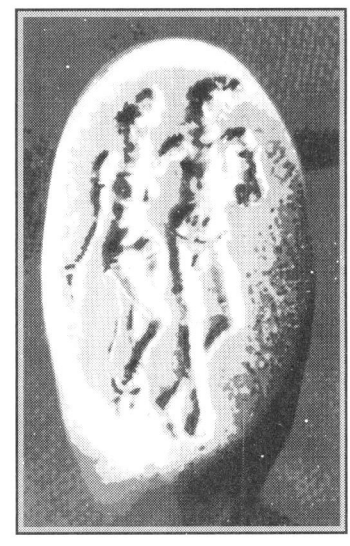

கருவூரில் கிடைத்த மோதிரம்

கைலாசநாதர் கோயில் முருகன்

கொடுமணல் கல்பதுக்கை

பொருந்தல் கற்பதுக்கை இடுதுளை

பொருந்தல் பானையோட்டில் மயில் உருவம்

மாமல்லபுரம் பல்லவ இளவரசன் மற்றும் அரசகுல இளம் பெண்கள்

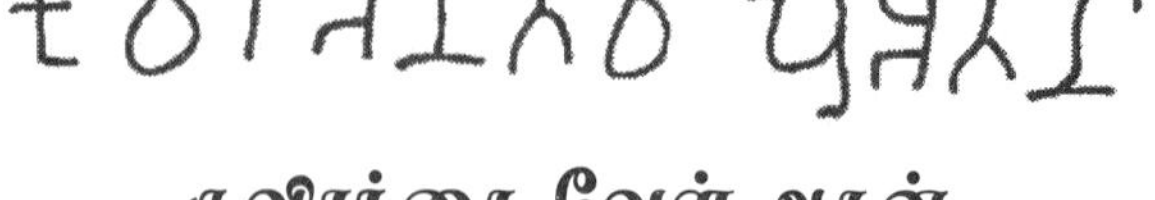

குவிரந்தை வேள் அதன்

மேட்டுப்பட்டி குகைத்தளம்

கொடுமணல் நெடுங்கல்

பொருந்தல் முதுமக்கள் தாழி

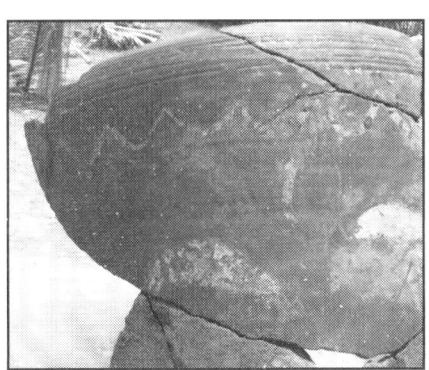

பொருந்தல் பானையோட்டில் மீன் ஆமை உருவம்

மாமல்லபுரம் முருகன்

1
வேளிர் எழுச்சியும் தொல்லியல் சான்றுகளும்

வேளிர்

வேளிர், வேள் ஆகிய பொருள் பற்றி ஆய்வுகள் நடந்த வண்ணம் உள்ளன. வேள் என்பது பற்றி தாம் யாத்த வேளிர் வரலாற்றில் இராகவ அய்யங்கார் விரிவாக ஆய்வு செய்துள்ளார். இராகவ அய்யங்கார் காலத்திலேயே இவர் கருத்துக்களை மறுத்து எழுதியவர்களும் உண்டு. இன்று வரை வேளிர் வரலாற்றில் அய்யங்கார் அவர்களின் கருத்தே போற்றப் பெறுகின்றது. அவர் கருத்துப்படி வேளிர்கள் வடக்கிலிருந்து வந்த யாதவர்கள். அங்கு ஏற்பட்ட அரசியல் நெருக்கடியில் குடி பெயர்ந்து தென்னகம் வந்தவர்கள். இவ்வேளிர்களே தென்னகத்து வேளாளர்களின் முன்னோடிகள். வேளிர்கள், குடி பெயர்ந்த யாதவர்கள் என்பதற்குப் புறநானூற்றுப் பாடலே (201) அவருக்குச் சிறந்த சான்றாக அமைந்தது. மேலும் பின்னாளில் தென்னிந்தியாவில் அரசை உருவாக்கி ஆண்ட அரசர்களும், வடபான்முனிவன் தடவினுள் தோன்றியவர்கள் என்பதை வலியுறுத்த கதைகளைப் படைத்துக் கொண்டனர். அதனால் அரசு உருவாக்கத்தின் போது படைத்துக் கொள்ளப் பெற்ற புராணக் கதைகள் ஒரே மூலத்திலிருந்து உருவாயிற்று என்று கருத வேண்டியுள்ளது.

வேளிர் வேள் என்பதன் பன்மைச் சொல். வேள்-என்பதற்குப் பேராசிரியர் இராகவ அய்யங்கார், மொ. அ. துரை அரங்கசாமி ஆகி யோர் பொருள் காண முயன்றுள்ளனர். அய்யங்கார் கூற்றுப்படி வேள், வேளாளர் ஆகிய சொற்கள் வேளாண்மையுடன் தொடர்புடைய சொற்கள் என்றும், வேளிர் வேளாளர்களின் முன்னோடி என்றும்

கருதலாம். ஆனால் அரங்கசாமி வேள் என்ற சொல், வெள், வெளிச்சம் ஆகியவற்றிலிருந்து உருவான சொல் என்று கூறுவார். மேலும் வேள் என்பது ஒளி என்ற பொருளைத் தந்தது என்று கூறும் அவர் ஆய்வினை மேற்கோள் காட்டுவது பயனுடையது.

''இனி வேள் என்ற சொல்லின் பொருள் யாதெனில், வெளியன், வெளிமான் போன்ற சொற்கள், வேளிர் என்ற சொல்லைப் பற்றி ஆராயும்போது குறிக்கப்பட்டன. ஒளியரே வெளியர் என்றால், ஒளி, வெளி என்பன ஒரே பொருளைக் குறிப்பனவாகும். தற்காலத்துப் பேச்சு வழக்கில் வெளிச்சம் என்னும் சொல் ஒளி என்னும் பொருளிலேயே வழங்குகிறது. வெள்ளை, வெண்மை, வெள்ளி என்ற சொற்கள் எல்லாம் வெண்மை நிறம் அல்லது ஒளியுடைய என்ற பொருள் தரும் வெள் என்ற அடிச்சொல்லின் அடியாகப் பிறந்தன எனலாம். வேள் என்ற சொல்லும் இதனடியாகப் பிறந்தது எனக் கொண்டால் அச்சொல் புகழ் பெற்ற ஒளியராய் விளங்குவோர் என்ற பொருளைத் தருவதாலும் அல்லது பழங்காலத்தில் அரசர்களைப் பற்றிப் பொதுவாக நிலவிய நம்பிக்கையின்படி வேளிரிடத்துள்ள ஒளி அல்லது கடவுள் தன்மை என்ற பொருளைத் தருவதாகலாம்.''

அரங்கசாமியின் ஆய்வு முடிவுகள் வேள் என்ற சொல்லின் உண்மைப் பொருளை விளங்கிக் கொள்ளப் பெரிதும் துணை நிற்பது. வேள், ஒளி ஆகிய சொற்கள் ஒரு பொருள் நுதலியவை என்பதைக் கூறி மேற்கோளுடன் அவர் விளக்குவார்.

இளையர் இன முறையர் என்றிகழார் நின்ற
ஒளியோ டொழுகப் படும். **(698)**

இக்குறளுக்குப் பொருள் அரசரை இளையர், தமக்கு இன்ன முறையையுடையவர் என்ற அமைதியானது அவரிடத்தில் உள்ள ஒளியோடு பொருந்த ஒழுக்க வேண்டும் என்பதே. ஈண்டு பரிமேலழகர் ஒளியானது அரசர் உறங்கா நிற்கவும் தாம் உலகம் காக்கின்ற அவர் கடவுள் தன்மை என்று கூறுவார்.

பட்டினப்பாலையில் 'பல்ஒளியர் பணி பொடுங்க' என்று பயின்று வரும் அடி எடுத்துக்காட்டத்தக்கது. இவ்வடியில் பல ஒளியர் என்று கூறுவது வேளிர்களையே எனலாம். வேளிர்க்கு ஒளியர் என்ற சொல்லும் பயன்படுத்தப் பெற்றமை குறிப்பிடத்தக்கது. வேள், ஒளி

ஆகிய சொற்கள் ஒரு பொருள் நுதலிய சொற்கள். அவை ஒளியையும் தலைவனையும் குறித்து வந்தன. செந்தமிழ் சேர்ந்த பன்னிரண்டு கொடுந்தமிழ் நாடுகளைக் குறிப்பிடும் ஒரு பாடலில் வேணாடு என்று கூறப் பெறுகின்றது. அதே செய்தி பற்றி மற்றொரு பாடலில் வேணாடு என்பதற்குப் பதிலாக ஒளிநாடு எனக் கூறப் பெறுகின்றது.

ஆகையால் வேள், ஒளி ஆகிய சொற்கள் ஒரு பொருள் நுதலியன எனலாம். மேலும் வேளிரும், ஒளியரும் அவ்வாறே எடுத்துக் கொள்ளத்தக்க பொருளையே தரும் எனலாம். பாண்டியர் செப்பேட்டில் (வேள்விக்குடி செப்பேடு) ஒளிநகர் அழித்து என்று வருவது கூட வேள் நகரை அழித்து என்றும் பொருள் கொள்ளலாம். இதுவும் ஒளிக்கும், வேளிருக்கும் இடையிலுள்ள தொடர்பினை உறுதிப்படுத்துகின்றது. ஒளிக்கும் வேளுக்கும் இடையில் உள்ள தொடர்பினை வலியுறுத்த அண்மையில் கண்டுபிடிக்கப் பெற்ற தமிழ் பிராமிக் கல்வெட்டு சான்று பகர்கின்றது. அக்கல்வெட்டில் "நெல்வேலி சிழிவன் வொளியன் முழாகை செய்பிதோன்' என்று பயின்று வரும். கல்வெட்டில் வரும் ஒளியன் என்ற சொல் எடுத்துக் காட்டத்தக்கது. தலைவனை வொளியன் என்று கூறுவது. ஒளியன் என்று கூறும் மரபும் உண்டு என்பதை வலியுறுத்துகின்றது.

வடமொழியில் பயின்று வரும் ராஜா என்ற சொல் வேள் என்ற சொல் உருவான சமூகப் பின்னணியில் உருவாயிற்று என்பதை அண்மைக்கால ஆய்வுகள் வலியுறுத்துகின்றன. ராஜா என்ற சொல் ரஜ் என்ற வேர்ச்சொல்லிலிருந்து உருவான சொல் என்பர். மேலும் அந்த வேர்ச்சொல்லின் விரிந்த பொருளாகத் தலைவன் என்ற பொருள் உருவாகியிருக்க வேண்டும் என்பர். வடமொழி ராஜாவைப் போலவே தமிழ்மொழி வேள் என்ற சொல்லும் உருவாகியிருக்க வேண்டும் என்பதும் வரலாற்றறிஞர் ரோமிலா தாபர் அவர்கள் கருத்து. தமிழகத்தில் வேந்தராட்சி (சேர, சோழ, பாண்டியர்) உருவாகி நிலைபெறுவதற்கு முன் வேள் ஆட்சி உருவாகி நிலைபெற்றது. தொல்குடிகளின் இரத்த உறவினால் வேள் குடித்தலைவன் எழுச்சி பெற்றான். சங்க காலத்திற்கு முன்பே வேளிர் உருவாகி விட்டனர். ஒவ்வொரு தொல்குடிக்கும் ஒரு வேள் இருந்திருக்க வேண்டும். தொல்குடிகளில் இருந்த மக்களுக்கும் வேளுக்குமிடையிலான உறவு இரத்த உறவின் அடிப்படையில் உறுதிப்பட்டு நின்றது. ஆகோள் பூசலில்தான் முதலில் வேள் உருவானான். காலப்போக்கில் பூசல் காலங்கள் மட்டுமின்றி அமைதிக் காலங்களில் வேளாகவே நிலைபெற்றான் குடியாட்சி நிலையிலிருந்து வேள் ஆட்சி நிலைக்கு

மாறிய வரலாற்றினைக் கால அடைவில் வைத்துக் கூறுவது கடினமே. ஆனால் இன்றும் பல்வேறு பழங்குடிச் சமூகங்களில் வேளிர் உருவாகி வருவதைக் காண்கிறோம். வேளிர் அமைப்பின் படிமுறை வளர்ச்சிக்கான சான்றுகள் அச்சமூகங்களில் உயிரோட்டத்துடன் இன்றும் நிலை பெற்றுள்ளன. பசிபிக் கடலில் பரந்து விரிந்து கிடக்கும் தீவுக் கூட்டங்களில் வாழும் பாலினேசிய மக்களிடையில் தொல்குடி அமைப்பு, வேள் ஆட்சி இரண்டுக்கும் இடைப்பட்ட படி நிலைகள் ஆகியவை நிலை பெற்றுள்ளன. அது போலவே கிழக்கு ஆப்பிரிக்கா, தென் ஆப்பிரிக்கா ஆகிய பகுதிகளிலும் இந்தச் சமூக அமைப்புகளைக் காட்டும் நிலைகளைக் காணலாம். இவற்றில் கிடைக்கும் தரவுகளைக் கொண்டு தமிழக வேள் ஆட்சி எழுச்சி பற்றி ஆய்வு செய்யலாம். பசிபிக் சமுத்திரத்தில் உள்ள தீவுகளில் வாழும் பாலினேசியர்கள் தங்கள் (தலைவர்) அரசர்களை 'மன' என அழைப்பர். அதற்கு ஒளி, கடவுள் தன்மை என்று பொருள். 'மானா' என்ற பெயருக்கும் ஒளி, கடவுள் தன்மை என்ற இரு பொருள்கள் உண்டு. இதுபோல பல சான்றுகளைக் காட்டிச் சொல்லலாம். குடியில் ஒளிமிக்க ஒருவன் பிற மக்களால் தலைவனாக ஏற்றுக் கொள்ளப் பெற்றதையே வேள் என்ற சொல் கூறுகின்றது. காலகதியில் வேள் என்பது சிறந்து நிற்போருக்கு அளிக்கப் பெறும் விருதாக நின்றுவிட்டது. வேளாளரில் மகட்கொடைக்குரியோரைக் குறிக்கும்போது வேள் எனவும், அரசு எனவும் உரிமையெய்தினோரும் என்று நச்சினார்க்கினியர் கூறுவார். ஆகையால் குறிப்பிட்ட குடித்தலைவரை மட்டுமின்றி பிற தலைவர்களையும் வேள் என்று கூறுவதைக் காண்கின்றோம்.

வேள் என்பதன் பன்மை வேளிர் என்பதாகும். சங்ககாலத் தமிழகத்தில் வேள், ஆய்வேள், அழுத்தூர் வேள், அழும்பில் வேள், மையூர் கிழான் வேள் மான், வெளியன் வேள்மான், பிடவூர் வேள்மான், நெடுவேள் ஆதன், இருங்கோவேள் போன்றவை வேளிரைக் குறிக்கப் பெறுகின்றனர். அகநானூற்றில் பதினான்கு வேளிர் (135) பதினொரு வேளிர் (246) ஐம்பெரும் வேளிர் எனப் பன்மையிலும் வேளிர் கூறப் பெறுகின்றனர். வேளிருக்குள்ளும் போர்ப்பூசல் நடைபெற்றன என்பதற்குச் சான்றுகள் கிடைத்துள்ளன.

வேளிர் பூசல் தலைவர்கள்

வேளிர் பல்வேறு குடிகளைச் சேர்ந்தவர்கள். பெருவேள், நெடுவேள், மாவேள் என்று கூறுவது வேளிர்க்குள்ளும் அதிகார அடுக்கு உருவாகிவிட்டதையே காட்டுகின்றது. முருகன் பெருவேள் என்று பெருங்கதையில் குறிக்கப் பெறுகின்றான். வேளிர்களையும்,

கடவுளரையும் பெருவேள் என்று கூறும் மரபு உருவாகி விட்டதையே இது காட்டுகின்றது. தமிழ் இலக்கிய மரபில் மகன், பெருமகன், கோ நெடுமான் (நெடு மகன்) நெடுமிடல் போன்ற அடைமொழியும் சங்ககால அரசியலில் குறிப்பிட்ட வளர்ச்சிக் கட்டங்களையும், குடித் தலைவர்களையும் குறித்தன. குடிப்பெயர்களுடன் மகன், பெருமகன் அடைமொழி பயின்று வரக் காண்கிறோம். அண்டர்மகன் குறுவழுதி, அதியர் பெருமகன் போன்ற தலைமை நிலை வேள் ஆட்சி ஏற் படுவதற்கு முன் உருவான இனக்குழுத் தலைவர்களை மட்டும் குறிக்கவில்லை. கால அடைவில் மகன், பெருமகன் இரத்த உறவின் அடிப்படையில் அல்லாமல் வேறு தலைவர்களைக் குறிக்கவும் ஆளப் பெற்றன.

இளையர் பெருமகன் மழவர் பெருமகன் (புறம்) என்பன வீரர் கூட்டத்திற்குத் தலைவன் என்ற பொருளில் ஆளப்பட்டதே அன்றி இனக்குழு தலைவன் என்ற அடிப்படையில் ஆளப் பெறவில்லை. மகன் என்பது வழிமுறையில் வந்தவன் என்றும் குலத்தோன்றல் என்றும் கொள்ளலாம். மெசபடோமிய நாகரிகத்திலும் அரசரை பெருமகன் என்று பொருள்படும் சொற்களால் அழைக்கின்றனர்.

உலகம் முழுவதும் குடி ஆட்சியிலிருந்து வேள் ஆட்சிக்கு மாறும் போது வேள் ஆட்சியைப் புனிதம் என்று கருத வைப்பதற்கும், நிலை நிறுத்துவதற்கும் தொன்மை (மரபுத்தோற்றக் கதைகள்) படைத்துக் கொள்ளப் பெற்றன. தலைவன் ஆட்சியை நியாயப்படுத்துவதற்கும் பிறகுடிகளின் அங்கீகாரம் பெறுவதற்கும் மரபுத் தோற்றக் கதைகள் (தொன்மை) படைத்துக் கொள்ளப் பெற்றது. மேலும், வேள் (தலைவன்) கடவுள் சம்பந்தம் உடையவன் என்பதைக் காட்டவும் இக்கதைகள் உருவாக்கப் பெற்றன. தொன்மை தொல்காப்பியத்தில் ஓர் இலக்கிய வகையாகப் பேசப்படுகின்றது.

புகழ்மிக்க குடி மரபு தோற்றம் பற்றிய கதைகள் வேதம் (நாராசம் சிகள்) காதைகள், தானஸ்துதிகள், ஆக்யாணங்கள் போன்றவற்றில் பொதிந்து கிடக்கின்றன. இவற்றில் வேளின் குடிப்பிறப்பு வீரம், மானவிறல், கொடை மடம்படாமை ஆகியன சிறப்பித்துப் பேசப் படுகின்றன. இக்கதைகள் ஆரம்பத்தில் பிராகிருத மொழியிலும் பின்னாளில் சூதர்களிடமிருந்து பிராமணர் கைக்கு மாறிய போது சமஸ்கிருத மொழியிலும் பயின்று வரத் தொடங்கின.

பின்னாளில் படைத்துக் கொள்ளப் பெற்ற குலமரபு தோற்றக் கதைகள் சிலவற்றிற்கு கபிலர் புறநானூற்றுப் பாடலே மூலமாக இருந்துள்ளது.

.... நீயே
வடபான் முனிவன்த டவினுட் டோன்றிச்
செம்பு புனைந்தி யற்றிய சேணெடும்புரிசை
உவராவீகைத் து வரையாண்டு
நாற்பத்தொன்பது வழிமுறை வந்த
வேளிருள் வேளே.

இந்தப் பாடல் வேளிர் எழுச்சியின் போதே வேள்குடித் தோற்றம் பற்றிய புராணக் கதைகளும் தோன்றிவிட்டன என்பதை வலியுறுத்துகின்றது. இந்த இயல்பினை முதல் முதலில் கண்டு காட்டியவர் டி.என். சுப்பிரமணியம் ஆவார். இது பொன்றாப் புகழும், நீண்ட வரலாற்றுப் பின்னணியும் வேளிர் ஆளத் தகுதி உடையவர்கள் என்பதை வலியுறுத்தவே ஆகும். இந்த வகையில் படைக்கப் பெற்ற வேறு தொன்மைகளையும் எடுத்துக் காட்டலாம். அதியமான்கள் தேவலோகத்திலிருந்து கரும்பினைக் கொண்டு வந்த கதையும், தொண்டைமான் மாயோன் வழித்தோன்றல் என்று கூறும் கதையும், நல்லியக்கோடன் முருகனின் வழித்தோன்றல் என்றும் கூறப்பெறுவதும், முருகனிடமிருந்து வேலைப் பெற்று மாற்றாரைத் தோற்கடித்தான் என்ற கதையும் குலமரபுத் தோற்றம் பற்றிய கதைகளுக்குச் சங்கப்பாடல்களில் பயின்று வரும் சான்றுகள் எனலாம். இன்னும் பல சான்றுகள் உண்டு. இந்தத் தொன்மையை மானிடவியல் கண்ணோட்டத்தில் அணுகினால் பல வரலாற்று உண்மைகள் வெளிப்படும். சங்க இலக்கியத்தில் 300 பாடல்கள் வெளிப்படும். சங்க இலக்கியத்தில் 30 பாடல்கள் வேள், வேளிர் பற்றி குறிக்கின்றன. மேலும் பதிற்றுப்பத்து பதிகங்கள் இரண்டில் குறிக்கப்பெறுகின்றது. வேளிர் எழுச்சி பெற்றமைக்கு ஆகோட் பூசலும் காரணமாகும்.

சங்க காலத்திற்கு முன்பும், சங்க காலத்திலும் ஆகோள் பூசல் தொடர்ந்து நடைபெற்றது. ஆகோள் பூசலில் ஈடுபட்டு வீரங்காட்டிய மறவர் (மழவர்)களின் தலைவன் வேள் என்று கருதப் பெற்றான். ஆகோள் பூசலில் தலைமை தாங்கி நடத்திய தலைவன் வேள் என்று அழைக்கப்பட்டிருக்க வேண்டும். ஆகோள் பூசலின்போது பூசல் தலைவர்களைத் தேர்ந்தெடுக்கும் வழக்கம் ஆப்பிரிக்கக் கால்நடை வளர்ப்பர்களிடையிலும், வேதகால மேய்ப்பவர்களிடையிலும் காணப்பட்ட இயல்பாகும். பின்னர் அமைதிக் காலங்களிலும் அவர் கள் மக்கள் தலைவர்களாக ஏற்றுக் கொள்ளப்பட்டார்கள். உலகம் முழுவதிலுமுள்ள கால்நடை வளர்ப்புச் சமூகத்தில் காணப்பட்ட தலைவர் முறை வேளிர் வரலாற்றிலும் நிலைபெற்றிருக்க வேண்டும்.

வேளிர் ஆகோள் பூசலின் தொடர்பினை விளங்கிக் கொள்ள செங்கம்-தருமபுரி நடுகற்களே சிறந்த சான்றுகள். இப்பகுதியில் வேளிர்களே நிறைந்திருந்தார்கள். நன்னன், கங்கன், கட்டி, அதியன், பாணன் போன்ற தலைவர்கள் இப்பகுதியைச் சார்ந்தவர்கள் என்று கூறப் பெறுகின்றனர். சங்க காலத்திலும் இப்பகுதியில் நிரைகோடல் குறிப்பிடத்தக்க இடத்தைப் பெற்றிருந்தது. வேளிர்களுக்கிடையில் முரண்பாடுகளும், உடன்பாடுகளும் மாறிமாறியிருந்தன. மேலே கூறப்பெற்ற நன்னன் வேள் என்ற நிலையில் ஆட்சி செய்திருக்க வேண்டும். அந்த வேளின் கீழ் வாழ்ந்த குடிகள் ஒரு குறிப்பிட்ட குலத்தினைச் சேர்ந்தவர்கள். அவர்கள் உறவுமுறை இரத்த உறவினால் பிணைக்கப்பட்டிருந்தது.

வேளாண்மைக்கும், வேளிர்க்குமிடையில் உள்ள தொடர்பு பலபடி நிலைகளைக் கொண்டது. வேளிர்கள் உண்மையில் வேளாண்மையில் ஈடுபட்டது மிகவும் பிற்பட்ட வரலாறு. வேளிர்க்கும் கால்நடை வளர்ப்புச் சமூகத்திற்கும் இடையிலான தொடர்பு குறிப்பிடத்தக்கது. வேளிர் தொறுபூசலில் ஈடுபட்டனர். தொறுப்பூசல் வீரமிக்க வேளிர்கள் உருவாவதற்குக் காரணமாயிற்று. இந்த வேளிர்களே பின்னாளில் பல்வேறு தொழில் செய்யும் மக்கள் கூட்டத்திற்குத் தலைவனாக (வேள்)உருவானபோது பல்வேறு தொழிலில் கிடைத்த வருவாய் வேளிர்க்குக் கிடைத்தது. இந்தப் பின்னணியில் வேளிர், வேளாண்மைத் தொடர்பினை அணுகவேண்டும். வேளிர் இல்லங் களில் நெற்களஞ்சியம் இருந்தது என்று கூறுவது காணிக்கையாக வந்த நெல்லின் குவியலாகும். வேளிரே உழுது பயிர் செய்ததன்று.

அண்மையில் டாக்டர். செண்பகலட்சுமி அவர்கள் வேளிர்குடிப் பெயர்ச்சியினைத் தொல்லியல் சான்றுகளுடன் வலியுறுத்திப் பேசி யுள்ளார். வேளிர்கள் வடக்கிலிருந்து வந்தவர்கள் என்றும், அவர்கள் கொண்டு வந்ததே பெருங்கல் சின்னப் பண்பாடு என்றும் கூறுவார். பெருங்கற் சின்னங்களுக்கும் தமிழகத்தில் வாழ்ந்த புதிய கற்கால மக்களுக்குமிடையில் யாதொரு தொடர்பும் இல்லை என்பது அவர் கருத்து. ஆகையால் பெருங்கற் சின்னத்தை வெளியிலிருந்து கொண்டு வந்தவர்கள் வேளிர்கள் என்றும் அவர் கூறுவார். மேலும் பெருங்கற் சின்னத்தைக் கொண்டு வந்தவர்கள் வேளாண்மைத் தொழிலினர் என்றும், ஆகையால் தமிழகத்து வேளாளர்களின் முன்னோடிகள் வேளிரே என்றும் செண்பகலட்சுமி வலியுறுத்துவார். அதுமட்டுமின்றி சங்க இலக்கியத்தில் கூறப்படும் வேளிர் ஊர்களில் நெல் மிகுந்து காணப்பட்டதால் வேளிர் பெருங்கற் சின்னங்கள், நெல்விளைவு ஆகியவற்றிற்கிடையில் வரலாற்று ரீதியாக தொடர்புண்டு என்றும்

அவர் கருதுகின்றார். இக்கருத்து வரலாற்றுப் போக்கிற்கு மாறானது என்பதைப் பின்னர் விளக்குவோம்.

பெருங்கற்சின்னம் தமிழகத்திற்கு வெளியிலிருந்து கொண்டுவரப் பெற்றன. ஆனால் அவை இங்குள்ள தமிழ் மக்களால் ஏற்றுக் கொள்ளப் பெற்று மன்னர்களுக்கும், ஆகோள் பூசல்களிலும், போர் களிலும் வீரங்காட்டிய வீரர்களுக்கும் உருவாக்கப் பெற்ற நினைவுச் சின்னங்களாக அமைக்கப் பெற்றன.

வேளிர் பற்றிய தொல்லியல் சான்றுகள்

கல்வெட்டுகள் வேளிர் பற்றி குறிப்புக்களைத் தந்துள்ளன. தந்து வருகின்றன. தமிழகத்து முழைஞ்சுகளில் பொறிக்கப் பெற்ற (வேள்) அறை நிகம் என்றும், வேண்காசிபன் (வேள்காசிபன்) என்றும் தமிழ்ப் பிராமிக் கல்வெட்டுகளில் கூறப்பெறுகின்றது. அரிட்டாபட்டியில் ஒளியன் (வொளியன்) என்று ஒருவன் பெயரைக் கூறும் கல்வெட்டு ஒன்று கிடைத்துள்ளது. இது கி.மு. 2ஆம் நூற்றாண்டினைச் சேர்ந்தது. ஒளியன் என்பதும் வேளைக் குறிக்கும். கொடுமணலில் நடைபெற்ற அகழ்வாய்வில் நான்கு பானை ஓடுகளில் வேள் (வேளாதன்) என்று எழுதப் பெற்றிருந்தது. இவை கொடுமணல் வேள் ஆட்சியின் கீழ் இருந்தமையைச் சுட்டுகின்றன எனலாம். மேலும் அங்கு கிடைக்கின்ற பொறிப்புகள் சில வேளிரைக் குறிப்பதாகலாம் என்று கருதப் பெறுகின்றது.

அண்மைக்காலத்தில் நடைபெற்ற அகழாய்வுகளில் 'வேள்' என்று எழுத்துப் பொறித்த ஓடுகள், கணையாழிகள் மிகுதியும் கிடைத்து வருகின்றன. கொடுமணலில் வேளாத(ன்), தந்தை வேள், பூதன் வேண்ணீர்ராழி ஈத்த பூத்தடா, வேள் என்று எழுதப்பெற்ற ஓடுகள் கண்டுபிடிக்கப் பெற்றுள்ளன. தித்தன் வேளின் நகரமான வீரை அரிக்கமேட்டுடன் தொடர்புப்படுத்தப் பெறுகின்றது. அண்மையில் நடைபெற்ற பொருந்தில் அகழாய்வு பொதினி வேளிர் ஆவியர்களின் ஆட்சிக்குட்பட்டது. மலையமான் நகரத்திற்கருகில் நடைபெற்ற அகழாய்வில் காசுகளும், மணிகளும் கண்டெடுக்கப் பெற்றன. இன்றைய வெள்ளலூர் (கோவை) பண்டைநாளில் வேளிலூர் அழைக்கப் பெற்றது. கோவை மாவட்டத்து நன்னனூர், ஆனைமலை பண்டைநாளில் 'நன்னனூர்' என்றழைக்கப் பெற்றது. பெண் கொலை புரிந்த நன்னனின் ஆட்சி இங்கு நடை பெற்றுள்ளது. இங்கு உரோமானியக் காசுகள் மிகுதியும் கிடைத்துள்ளன. அவினாசிக்கு

'ஒளியூர்' என்ற பெயரும் உண்டு. சேரர் ஆட்சி கருவூரில் ஏற்படுவதற்கு முன் அங்கு வேளிர் ஆட்சியே நடைபெற்றது. கருவூரில் வேண்மாடம் இருந்தமை பற்றி குறிப்புகள் கிடைக்கின்றன. கருவூரில் இருபதுக்கும் மேற்பட்ட கணையாழிகள் கிடைத்துள்ளன. ஆயிரத்திற்கும் மேற்பட்ட உரோமானியக் காசுகள் கிடைத்துள்ளன. ஆய்வேளின் ஆட்சியில் 'நெல்கிண்டாக' என்ற வாணிகத்தலம் இருந்தமை பற்றி டாலமி குறிப்பிடுவார்.

தட்சசீல அகழாய்வில் கொங்கு நாட்டு மணிகள் கிடைத்துள்ளன. அவை கி.மு. நான்காம் நூற்றாண்டைச் சேர்ந்தவை. இது கொங்கு நாட்டு வேளிர் மணிகளை பிற பகுதிகளுக்கு ஏற்றுமதி செய்ததைக் குறிக்கிறது. வேளிர் மனை, மணி வணிகத்தால் பொன்வளம் கொழிக்கும் மனைகளாயின. முத்திரைக்காசுகளும், கிரேக்கக் காசுகளும், போனிசியன் காசுகளும் மிகுந்து காணப் பெற்றன. கி.மு. நான்காம் நூற்றாண்டுக்கு முன்பிருந்தே மணிகள் செய்யப் பெற்றன என்பது அண்மைக்கால அகழாய்வுகள் உறுதிப்படுத்துகின்றன. பொருந்தில் அகழ்வில் கிடைத்த 'வயிர' என்று எழுதப்பெற்ற தாங்கி ஒன்று கிடைத்துள்ளது. இது கி.மு. ஐந்தாம் நூற்றாண்டைச் சேர்ந்தது என்பது உறுதி செய்யப் பெற்றுள்ளது. பாணினி தம் இலக்கண நூலில் வைடூரியம் என்ற சொல்லே 'வேள்' என்ற வேர்ச் சொல்லிலிருந்து வந்ததென்பார். பாணினி உரையில் 'வேளூரியா' என்ற சொல் பயன் படுத்தப் பெற்றுள்ளது. இந்த வேளூரியா என்ற மணி 'கொங்கவாள' என்ற பகுதியிலிருந்து வந்ததாகவும் அந்நூலில் குறிக்கப் பெறுகின்றது. தட்சிணப்பதம் என்ற பண்டையப் பெருவழியில் வைடூர்ய சுரங்கங் கள் இருப்பதாகக் கௌடில்யர் கூறுவார். இது கொங்குநாட்டுப் படியூரி லிருந்த பெரில் வெட்டியெடுக்கப் பெற்ற சுரங்கங்கள் என்பது குறிப் பிடத்தக்கது.

பாடுசால் நன்கலன்கள்

சங்க இலக்கியத்தில் 'பாடுசால் நன்கல்' என்றும், 'ஈகை அரிய இழை' என்றும் கூறப்பெறுவது எடுத்துக் காட்டத்தக்கது. இச்சொற் றொடர்கள் மானிடவியலில் கூறப்பெறும் மதிப்புறு பண்டங்களைக் குறிக்கும். பாடுசால் நன்கலன்கள் மனிதன் பசியைப் போக்குபவை அல்ல. ஆனால் அவற்றை வைத்திருப்பவன் பெருமைக் குரியவனாகக் கருதப் பெற்றான். அதனால் அந்நாளைய வேளிர்கள் தங்கள் பிணம் புதைக்கப் பெறும் போது இத்தகையப் பொருட்களை உடன் புதைக்க ஏற்பாடு செய்தனர். ஒரு மன்னன் இறந்தபோது இத்தகைய பாடுசால்

நன்கலன்கள் கையிருப்பில் இல்லை. அதனால் இறந்தவரின் மக்கள் படையெடுத்துச் சென்று அவற்றை வேறு மன்னனிடமிருந்து கவர்ந்து வந்து தங்கள் தந்தையின் ஈமச்சின்னத்தில் வைத்துப் புதைத்தனர். ஒரு பெருங்கற் சின்னத்தில் 2500 மணிகள் ஒரு சட்டியில் வைக்கப் பெற்றிருந்தன. இரண்டாவது பெருங்கற் சின்னத்தில் 1000 மணிகளும், மற்றொன்றில் 800 மணிகளும் வைக்கப் பெற்றிருந்தன. 1996-ல் நடைபெற்ற அகழ்வில் ஒரு பெருங்கற்சின்னத்தில் 750 மணிகள் இருப்பது கண்டறியப்பெற்றது. இவ்வாறு கார்னீலியன் மணிகள் மட்டுமே ஈமச்சின்னங்களில் வைக்கப் பெற்றிருந்தன. தோண்டப் பெற்ற எல்லா ஈமச்சின்னங்களிலும் இவை வைக்கப் பெறவில்லை. ஒரு சில ஈமச்சின்னங்களில் மட்டுமே வைக்கப்பெற்றிருந்தன. இம் மணிக்கற்கள் குஜராத் பகுதியிலிருந்து கொண்டுவரப் பெற்றவை. வெகுதூரத்திலிருந்து கொண்டுவரப் பெற்ற பொருட்களை மதிப்புறு பொருட்களாகக் (Prestigious Goods) கருதப் பெற்றன.

குறிப்புதவி நூல்கள்

1. கா.ராஜன், கொடுமணல் அகழாய்வு ஓர் அறிமுகம், மனோ பதிப்பகம், தஞ்சை, 1994.
2. கா. ராஜன், பொருந்தில் அகழாய்வு.
3. Shereen Ratnagar, Encounters The Westerly Trade of the Harappa Civilization, Oxford University Press, Delhi, 1981.
4. ராம் சரண் சர்மா, பழங்கால இந்தியாவில் அரசியல் கொள்கைகள் நிலையங்கள், சில தோற்றங்கள், நியூ செஞ்சுரி புக் ஹவுஸ் பிரைவேட் லிமிடெட், சென்னை, 1989.
5. அகநானூறு, நற்றிணை (எட்டுத்தொகை நூல்கள்)

2
சீறூர் மன்னர், மூதூர் மன்னர்

புறநானூற்றில் வல்லாண் முல்லைத் துறையில் தொகுக்கப் பெற்ற பாடல்கள் சீறூர் மன்னர் பற்றியதாகவே அமைந்துள்ளன. ஒரு பாடல் அதியமானைப் பற்றி அவ்வையார் பாடியதாகவே அமைந்துள்ளது. மற்ற பாடல்கள் பெயர் சுட்டப்பெறாத 'சீறூர் மன்னர்' பற்றியதாகவே அமைந்துள்ளன. சீறூர் மன்னர்கள் இரத்த உறவுள்ள குடிமக்களுக்குத் தலைவர்கள். ஒவ்வொரு குடியும் ஒரு மன்னனைப் பெற்றிருந்தது. இவர்கள் முல்லை நிலத்தில் எழுச்சி பெற்ற மறக்குடித் தலைவர்கள். மன்னன், மன்றம், மன்று ஆகிய சொற்கள் மன் என்ற வேந்தர்ச் சொல்லிலிருந்து உருவாகியிருக்க வேண்டும். மன் என்பதற்கு நிலைபேறு என்று பொருள். மன்னனும் மன்றமும் நிலை பேறுடையவை என்பது சங்ககாலத் தொல் குடிகளின் நம்பிக்கை. எத்தனையோ தனி நபர்கள் மன்னன் என்ற தலைமைப் பொறுப்பில் இருந்திருக்கலாம். மன்னன் என்ற தலைமைப் பொறுப்பு நிலைபெற்றது. குடியும் மன்னும் தானே என்று கூறும் போது மன் என்பது மன்னன் என்ற பொருளிலேயே ஆளப்பட்டுள்ளது. மற்றொரு புறப்பாட்டு 'தொல்குடி மன்னன்' என்று கூறும். இந்தச் சொற்றொடரும் தொல்குடிக்கும் மன்னனுக்குமிடையில் உள்ள தொடர்பினை வலியுறுத்தும்.

முல்லை நிலத் தலைவர்கள்

வல்லாண் முல்லைப் பாடல்களில் குறிக்கப் பெறும் நிலம் முல்லை நிலம் என்பதற்குப் பல சான்றுகள் உள்ளன. புறம் 335 ஆம் பாடல் வாகைத்திணையிலும் முதில் முல்லைத்துறையிலும் அமைந்துள்ளது. அப்பாடலில் முல்லைத் திணைக்கே உரிய கருப் பொருள்கள்

கூறப் பெற்றன. தெய்வம், உணவு, பூ, குடிகள் ஆகியவை கூறப் பெற்றுள்ளன. பாடலைப் பாருங்கள்.

அடலருந்துப்பின் . . . .
. . . . குருந்தே முல்லையென்
றிந்நான் கல்லது பூவு மில்லை
கருங்கால் வரகே யிருங்கதிர்த் திணையே
சிறு கொடிக் கொள்ளே பொறிகிள ரவரையொ
டிந்நான் கல்ல துணாவு மில்லை
துடியன் பாணன் பறையன் கடம்பனென்
றிந்நான் கல்லது குடியு மில்லை
ஒன்னாத்தெவ்வர் முன்னின்று விலங்கி
ஒளிறேந்துமருப்பிற்களிறெந்துவீழ்ந் தெனக
கல்லே பரவி னல்லது
நெல்லுகுத்துப் பரவுங் கடவுளுமிலவே

(புறம் : 335)

இந்தப் பாடலில் வருகின்ற கருப்பொருள்கள் வல்லாண் முல்லைப் பாடல்களிலும் இடைப்பிறவரலாகப் பயின்று வரக் காணலாம்.

பூ

புறம் 242ஆம் பாடல் முல்லைத் திணைக்குரிய முல்லைப் பூவைச் சுட்டு கின்றது.

இளையோர் சூடார் வளையோர் கொய்யார்
நல்லியாழ் மருப்பின் மெல்ல வாங்கிப்
பாணன் சூடான் பாடினி யணியாள்
ஆண்மை தோன்ற வாடவர்க் கடந்த
வல்வேற் சாத்தன் மாய்ந்த பின்றை
முல்லையும் பூத்தியோ வொல்லையூர் நாட்டே

(புறம் :242)

ஒல்லையூர் கிழான் பெருஞ்சாத்தனைப் பற்றிக் குடவாயில் கீரத் தனார் பாடிய கையறு நிலைப் பாட்டு, முல்லை நிலத்தில் முல்லைப் பூ தலைமை சான்றது. கற்பிற்கு அடையாளப் பூவாகக் குறிக்கப் பெறுவது.

இந்தப் பூவின் சிறப்பு கருதி இதற்குத் தேர்ந்து புகழ் பெற்றான். குருந்து என்பது குருந்தம் என்றழைக்கப் பெறும். குருந்தொசித்த மாயவன் என்று ஆய்ச்சியர் குரவையில் கூறுவது குருந்த மரம் முல்லை நிலத்திற்குரியது என்பதை வலியுறுத்தும். அகப்பாடல் ஒன்று (64) 'தளவுப் பிணியவிழ்ந்த தண்பதப் பெருவழி' என்று கூறும். தளவ மரத்தைக் குறிக்க தளவு என்ற சொல் இங்குப் பயன்படுத்தப் பெற்றுள்ளது. அகநானூற்றில் பயின்று வரும் முல்லைத் திணைப் பாடல்களில் முல்லைக்குரிய காயம்பூ போன்ற பல பூக்கள் பயின்று வரக் காணலாம்.

உணவு

வரகு, தினை, கொள், அவரை ஆகிய உணவுப் பொருட்கள் வல்லாண் முல்லைப் பாடல்களில் பயின்று வருகின்றன.

படலை முன்றில் சிறுதினை யுணங்கல் *(புறம் : 319)*
மானதட் பெய்த யுணங்குதினை வல்சி *(புறம் : 320)*

இந்தப் பாடல்கள் அடிகள் சீறூர் மன்னர் முற்றங்களில் உலர்த்தப் பெறும் தினையைப் பற்றிக் கூறுகின்றன. இந்தப் பாடல்கள் வல்லாண் முல்லைத் துறையைச் சேர்ந்தவை. மற்றொரு வல்லாண் முல்லைப் பாடலில் வரகு கூறப் பெறுகின்றது.

கலியார் வரகின் பிறங்குபீ ளொளிக்கும்
வன்புல வைப்பி னதுவே

(புறம் : 321 : 6-7)

மற்றொரு புறப்பாடலில் (322) புதுவரகரிகால் கருப்பை பார்க்கும் என்று வரகு விளைச்சல் கூறப்பெறுகின்றது.

பாரியைப் பற்றிப் பாடிய கபிலர் வன்புல நாட்டில் நடைபெறும் வேளாண்மையைப் பற்றி அழகாகப் பாடியுள்ளார்.

வெப்புள் விளைந்த வேங்கைச் செஞ்சுவற்
கார்ப் பெயற் கலித்த பெரும்பாட் டீரத்துப்
பூழி மயங்கப் பலவுழுது வித்திப்
பல்லியமாடிய பல்கிளைச் செவ்வி
களைகால் கழாலிற் றொடொலி புநந்தி

மென்மயிற் புனிற்றுப் பெடை கடுப்ப நீடிக்
கருந்தாள் போகி யொருங்குபீள் விரிந்து
கீழு மேலு மெஞ்சாமைப் பல காய்த்து
வாலிதின் விளைந்த புதுவர கரிய
தினை கொய்யக் கவ்வை கறுப்ப வவரைக்
கொழுங் கொடி விளர்க்காய் கோட் பதமாக

(புறம் : 120 : 1-11)

இந்தப் பாடலில் வரகு, தினை, எள், அவரை ஆகியவை ஒருங்கே கூறப் பெறுகின்றன. பாரியைப் பற்றிய மற்றொரு பாட்டில்

பெய்யினும் பெய்யா தாயினும் மருவி
கொள்ளுழு வியன்புலத் துழைகா லாக

(புறம் : 105 : 4-5)

இந்தப் பாடலடிகள் கொள் விளைச்சலைப் பற்றிக் கூறுகின்றது. அதனால் பாரி நாடும் வன்புலம் என்றே கருதலாம். வன்புலமாகிய முல்லை நிலத்தில் விளைந்த வேறு சில செடி கொடிகளும், சங்கப் பாடல்களில் குறிக்கப் பெறுகின்றன. மேலே காட்டிய சான்றுகளில் வரகு, தினை, கொள், அவரை ஆகியவை மட்டும் எடுத்துக் காட்டப் பெற்றன.

வல்லாண் முல்லைப் பாடல்களில் கால் நடை வளர்க்கும் இடையர் பற்றிய செய்தியும், ஆயர் பற்றிய செய்தியும் குறிக்கப் பெறுகின்றது.

பருத்தி வேலிக் கருப்பை பார்க்கும்
புன்புலந் தழீஇய வங்குடிச் சீறூர்
குமிழுன் வெள்ளை பகுவாய் பெயர்த்த
வெண்காழ் தாய வண்காற் பந்தர்
இடையன் பொத்திய சிறுதீ விளக்கத்துப்
பாண ரொடிருந்த நாணுடை நெடுந்தகை
வலம் படு தானை வேந்தற்
குலந்துழி யுலக்கு நெஞ்சறி துணையே

(புறம் : 324 : 7-14)

வன்புலங்களில் (முல்லை) கால்நடை வளர்ப்பு மேலோங்கி நின்றதற்குப் பல அகப் பாடல்கள் சான்றாக உள்ளன. வல்லாண் முல்லைப் பாடல்களில் வரும் தலைவனின் இல்லம் எளிய முறையில் அமைந்துள்ளது.

கள்ளில் வாழ்த்திக் கள்ளில் வாழ்த்திக்
காட்டொடு மிடைந்த சீயா முன்றில்
நாட் செருக் கனந்தர்த் துஞ்சு வோனே
அவனெம் மிறைவன் யாமவன் பாணர்

(புறம் : 316 : 3-4)

இந்தப் பாடலில் தலைவன் இல்லம் குப்பை கூளங்களாக நிறைந் திருந்தன என்று கூறப் பெறுகின்றது. மற்றொரு பாடலும் இதே நிலை யைச் சுட்டுகின்றது.

பூவற் படுவிற் கூவற் றோண்டிய
செங்கட் சின்னீர் பெய்த சீறில்
முன்றி லிருந்த முதுவாய்ச் சாடி
யாங்கஃ டுண்டென வறிது மாசின்று
படலை முன்றில் சிறுதினை யுணங்கல்

(புறம் : 319 : 1-5)

இந்தப் பாடலில் அவன் சிற்றில் பற்றிச் கூறப் பெறுகின்றது.

கொடைத்திறம்

சீறூர் மன்னர்கள் கொடையளிப்பதில் மேன்மையுற்றிருந்தனர் என்பதற்கு வல்லாண் முல்லைப் பாடல்களே சிறந்த சான்று.

சீறூர் மன்ன னெருநை ஞாங்கர்
வேந்துவிடு தொழிலொடு சென்றனன் வந்து நின்
பாடினி மாலை யணிய
வாடாத் தாமரை சூட்டுவ னினக்கே

(புறம் : 319 : 12-15)

மற்றொரு வல்லாண் முல்லைப் பாட்டிலும் இந்தச் செய்தி கூறப் பெறுகின்றது.

தங்கினை சென்மோ பாண தங்காது
வேந்துரு விழுக் கூழ் பரிசிலர்க் கென்றும்
அருகா தீயும் வண்மை
உரைசா னெடுந்தகை யோம்பு மூரே

(புறம் : 320 : 15-18)

வேந்தன் வெற்றியின் பரிசிலாகத் தரும் பொருட்களை பாணர் களுக்கு குறைவின்றிக் கொடையாகக் கொடுக்கும் தலைவன் இருக்கும் இல்லது பாதுகாக்கும் ஊரில் பாணனே நீ தங்கியிருப் பாயாக என்று கூறப் பெறுகின்றது.

வேந்தர்களுக்கு இவர்களுடைய துணை வேண்டப்பெற்றது. இந்தச் செய்தியைக் கூறும் பாடல்,

மனைக்குவிளக் காகிய வாணுதல் கணவன்
முனைக்கு வரம்பாகிய வெனவே னெடுந்தகை
நடுகற் பிறங்கிய வுவலிடு பறந்தலைப்
புன்காழ் நெல்லி புன்புலச் சீறூர்
குடியும் மன்னுந் தானே கொடியெடுத்து
நிறையழிந் தெழூதரு தானைக்குச்
சிறையுந் தானே தன் னிறைவிழு முறினே

(புறம் : 314)

மாபெரு வேந்தரும் புன்புலச் சீறூர்த் தலைவனின் உதவியை நாடி நின்றார்கள் என்பதற்கு இந்தப் பாடலே சிறந்த சான்று. மேலும் பல பாடல்களில் வேந்தருக்குத் துணையாக நின்ற தன்மைக் காட்டப் பெறுகின்றது.

மாபெரு வேந்தரும் புன்புலச் சீறூர்த் தலைவனின் உதவியை நாடி நின்றார்கள் என்பதற்கு இந்தப் பாடலே சிறந்த சான்று. மேலும் பல பாடல்களில் வேந்தருக்குத் துணையாக நின்ற தன்மை சுட்டப் பெறுகின்றது.

உழுதூர் காளை யூழ்கோ டன்ன
கவைமுட் கள்ளிப் பொரியரைப் பொருந்திப்
புதுவத காற் கருப்பை பார்க்கும்
புன்றலைச் சிறாஅர் வில்லெடுத் தார்ப்பிற்
பெருங்கட் குறுமுயல் கருங்கலனுடைய
மன்றிற் பாயும் வன்புலத் ததுவே
கரும்பி னெந்திரஞ் சிலைப்பி னயல
திருஞ்சுவல் வாளை பிறழும் மாங்கட்
டண்பனை யாளும் வேந்தர்க்குக்
கண்படை யீயா வேலோ னூரே

(புறம் : 322)

இருவேறு நிலையிலிருந்த அரசியல் தலைவர்களைப் பற்றிய பாட்டு. இந்தப் பாட்டில் வறுமையும் சீறூர் மன்னனைப் பற்றியும், வளம்மிக்க மருத நிலத்து வேந்தனையும் பற்றியது. வேந்தர்கள் இவனை (சீறூர் மன்னனை) நினைத்தால் தூங்காமல் விழித்துக் கொண்டு கலங்கி நிற்பர்.

இங்கு வளமற்ற சீறூர் மன்னனைக் கண்டு தண்பணையாளும் வேந்தன் அஞ்சுவது வியப்பினை அளிக்கும். உலகம் முழுவதும் வாழும் வேளாண் குடிகளுக்கும் கால்நடை வளர்ப்பிலும், மாடுபிடி சண்டையிலும் ஈடுபாடு கொண்டு முல்லை நில மறவர்களுக்கும் இடையில் முரண்பாடும் உடன்பாடும் மாறி மாறி நிலை பெற்றிருந்தன. உடன்பாடே மேலோங்கி நின்றது. இது பற்றி விரிவாகப் பிறகு பார்ப் போம்.

நாடு - நாடன்

நாடு என்ற சொல் முல்லை நிலத்திலும், குறிஞ்சி நிலத்திலும் நிலை பெற்றிருந்த குடியிருப்புகளைக் குறிக்க வந்த சொல். இன்றும் மலைவாழ் மக்கள் குடியிருப்புகளை நாடு என்று அழைக்கின்றனர்.

அகப்பாடல் ஒன்று

குறுநரி உளம்பும் கூரிருள் நெடுவிளி
சிறுகட் பன்றிப் பெருநிரை கடிய
முதைப்புனம் காவலர் நினைத்திருந்து ஊதும்
கருங்கோட்டு ஓசையொடு ஒருங்கு வந்து இசைக்கும்
வன்புலக் காட்டுநாட் டதுவே . . . .

(அகம் : 94 : 8-12)

நாடு என்பது ஒரு குடியிருப்புக்கே என்ற நிலை மாறி பல ஊர்களைக் கொண்ட பகுதியாக விளங்கியது. காட்டில் குடியிருப்புகள் பல்கிப் பெருகி நின்ற நிலையைக் காண்கிறோம். புறப்பாடல் ஒன்றில் சீறூர் மன்னன் நாடு பற்றிக் கூறப் பெறுகின்றது.

அத்த நண்ணிய நாடு கெழு பெருவிறல்

(புறம் : 313:1)

வழிகள் பல சேர்ந்த நாட்டின் தலைவன், பல வழிகள் சீறூர்த் தலைவன் நாட்டில் நிறைந்திருந்தன. காரணம் கால்நடை வளர்ப்பும்,

மேய்ச்சல் நிலம் வேண்டி குடிபெயர்ந்தமையும் வழிகளும், பெரு வழிகளும் உருவாகக் காரணமாயின.

புறநானூற்றில் வல்லாண் முல்லைப் பாடல்களின் தலைவர் களுக்கும், அகநானூற்று முல்லைத்திணைப் பாடல் தலைவர்களுக்கு மிடையில் பல வேறுபாடுகள் உள்ளன. இரண்டு நூல்களில் கூறப் பெறும் பூசல் தலைவர்கள் வேந்தருக்கு உதவவே போர் முகம் செல்கின்றனர். வல்லாண் முல்லைத் தலைவன் தனியொருவனாகச் செல்கிறான். ஆனால் அகநானூற்று முல்லைத் திணைப் பாடல் தலைவன் வீரர்களுக்குத் தலைவனாகச் செல்கிறான். வல்லாண் முல்லைத் தலைவன் தேரில் சென்றான் என்பதற்கான குறிப்பு இல்லை. ஆனால் அகநானூற்று முல்லைத் தலைவன் தேரில் செல்வதாகக் கூறப்பெறுகிறான். வல்லாண் முல்லை வீடு காட்டுக் குப்பைகள் குவிந்து கிடக்கும் முற்றத்தையுடையது. ஆனால் அகநானூற்று முல்லைத் தலைவனின் வீடு மாட மோங்கிய மாளிகை, இவன் வீட்டைச் சுற்றி மதில்கள் உள்ளன. ஒரு வகையில் கோட்டை என்றே கூறலாம். கோட்டை வாயிலில் கொடி பறக்கும். வல்லாண்முல்லைத் தலைவன் வாயிலில் படலைச் சார்த்தி வைத்திருப்பர். இவன் இடையன் வைத்திருக்கும் விளக்கொளியில் பாணர்களோடு அமர்ந்திருப்பான். ஆனால் அகநானூற்று முல்லைத் தலைவன் மதிலில் நூற்றுக்கணக்கான நேரம் காட்டும் விளக்குகள் வானத்து மீன்களைப் போல் விளங்கும். இவன் வீட்டுப் படுக்கையறையில் மெத்தென்று படுக்கை இருக்கும். வல்லாண்முல்லைத் தலைவன் மான் தோலின் மீதோ அல்லது பாயின் மீதோ படுத்திருப்பான். சுருக்கமாகக் கூறினால் மலைக்கும் மடுவிற்கும் இடையில் உள்ள வேறுபாடு. இந்த நிலை எதைக் குறிக்கின்றது. வல்லாண்முல்லைப் பாடல் தலைவன் போரிடும் வீரனாக இருக்கலாம். அகநானூற்று முல்லைத் தலைவன் படைக்குத் தலைமை தாங்கிச் சென்றவனாக இருந்திருக்க வேண்டும். இருவர் வாழ்க்கையிலும் பாணர்கள் கலந்துள்ளனர். இவர்கள் முதின் முல்லைப் பாடலில் பயின்று வரும் நான்கு குடிகளுள் ஒன்றினைச் சேர்ந்தவர்களா?

வல்லாண் முல்லையில் பாணர்

வல்லாண்முல்லைத் தலைவர்களில் பாணர் சென்று தங்கியுள்ளனர் என்பதற்குச் சில புறநானூற்றுப் பாடல்கள் சான்றாக உள்ளன. அகநானூற்றுப் பாடல்கள் சான்றாக உள்ளன. அகநானூற்று முல்லைப்

பாடல்களில் வரும் பாணனுக்கும் வல்லாண்முல்லைப் பாணருக்குமிடையில் நிறைய வேறுபாடுகள் உள்ளன.

ஆர நெருப்பின் ஆர னார னாற
தடிவார்ந் திட்ட முழுவள் ளூரம்
இரும்பே ரொக்கலொ டொருங்கினி தருத்தித்
தங்கினை சென்மோ பாண தங்காது
வேந்துதரு விழுக்கூழ் பரிசிலர்க் கென்றும்
அருகா தீயும் வண்மை
உரைசா னெடுந்தகை யோம்பு மூரே.

(புறம்: 320: 13-18)

மற்றொரு பாடல் பாணனைப் பற்றிக் கூறுவது எடுத்துக் காட்டத் தக்கது.

ஈங்கிருக் தீமோ முதுவாய்ப் பாண
கொடுங்கோட் டாமா னடுங்கு தலைக் குழவி
புன்றலைச் சிறாஅர் கன்றெனப் பூட்டும்
சீறூர் மன்ன னெருநை ஞாங்கர்
வேந்துவிடு தொழிலொடு சென்றனன் வந்துநின்
பாடினி மாலை யணிய
வாடாத் தாமரை சூட்டுவ னினக்கே

(புறம்: 319: 9-15)

இன்னுமொரு பாடல் பாணரைப் பற்றி அமைந்துள்ளது.

வெண்காழ் தாய வண்காற் பந்தர்
இடையன் பொத்திய சிறுதீ விளக்கத்துப்
பாணரொ டிருந்த நாணுடை நெடுந்தகை
வலம்படு தானை வேந்தற்
குலந்துழி யுலக்கு நெஞ்சறி துணையே

(புறம்: 324: 1014)

மேலே காட்டிய பாடல்கள் சங்ககால சமுதாயத்தில் பாணர்களுக்கிருந்த உயர்ந்த மதிப்பைச் சுட்டுகின்றன.

மேலே காட்டிய புறபாடல்களில் ஒன்றில் (319) முதுவாய்ப் பாண என்று விளிக்கப் பெறுகிறான். முதுவாய் என்ற சொல் குறிப்பிடத்தக்கது.

முதுவாய் என்பது பழமையான அறிவு என்று பொருள் கொள்ளப் பெறுகின்றது.

"இச்சொல் அடிக்கடி செய்யுட்களில் இடம் பெறுகின்றது. இவ்வடை மொழி ஒரு பெயரெச்ச தொகையாகும். முது என்பது பழைய தொன்மையான எனப் பொருள்படுவது. வாய் என்பது நேர்ப் பொருளில் வாயென்னும் உடலுறுப்பைக் குறிப்பது. ஆனால் செய்யுளில் வாயிலிருந்து வரும் ஒலி வாய்ச்சொல் என்று பொருள் படுவது. முது என்னும் சொல் தன்மை குறித்த செப்பமுறாத பெயர்ச் சொல். இது தனித்தியங்கும் பெயர்ச் சொல்லான வாய் என்பதற்கு முன்னொட்டாக்கி அதன் வழியே பெயரெச்சத் தகுதி பெற்றுள்ளது. பொருண்மை விரிவாக்கத்தில் வாய் என்பது அறிவெனப் பொருள் பெறும்".

"அக்கால மரபுசார் அறிவுத்திறமெல்லாம் வாய்மொழியாலானதே என்பதை நினைத்துப் பார்க்க, இதனைப் புரிந்து கொள்வது கடின மாயிராது. இந்த அடைமொழியைப் பயன்படுத்துதல் புலவர்கள் பண்டைய அறிவைப் பெற்றிருந்த உரிமையைக் காட்டும்" கைலாசபதி அவர்களின் முதுவாய் பற்றிய விளக்கம் புலவர்களுக்கு மட்டுமின்றி பாணர்களுக்கும் பொருந்தும். முல்லை நிலத்தில் வாழ்ந்த சீறூர் மன்னர்களுக்குரிய பாணர்களும் பழமையான அறிவினைப் பெற்றிருந் தார்கள். அதனால் வருவதுரைக்கும் ஆற்றல் பெற்றவர்கள் என்று கருதப் பெற்றார்கள்.

வல்லாண் முல்லைத் தலைவர்கள் பாணர்களுடன் உடனமர்ந்து உண்டார்கள். புறம் 335ம் பாடலில் நான்கு குடிகளுள் ஒன்றாக பாணன் குடி குறிக்கப் பெறுகின்றது. இந்தப் பாடல்களில் வரும் பாணர்கள் முல்லைநிலத்தில் தோன்றிப் புகழ் பெற்றவராகலாம். பாழ் நாட்டிற்குரிய பாணன் என்ற சொல் பாழ்நன் என்பதன் திரிபாகலாம். பாழ்நாடு என்பது பாணாடு என்று திரிந்து வழங்குகின்றது (அகம்:122). பாணன் என்ற சிற்றரசு மரபு முல்லைநிலத்தில் உருவான குடித் தலைவன், இங்கு பாணன் என்ற சொல் ஒரு சிற்றரசு மரபினைச் சுட்டி நின்றது. இவர்கள் பின்னாளில் பெரும் பாணர் என்றும், வாணகோகள் என்று இரு பிரிவினர் உருவாகியிருந்தனர். அகநானூற்று முல்லைத்திணை தலைவன் வீட்டில் பாணன் தங்கி இருக்கிறான். வல்லாண்முல்லை பாடலில் வரும் பாணனைப் போல ஊர் சுற்றுபவன் அல்ல.

அகநானூற்று முல்லைத் திணைத் தலைவன்

மொத்தம் நாற்பது முல்லைத்திணைப் பாடல்கள் உள்ளன. இவற்றில் முப்பதுக்கும் மேற்பட்ட பாடல்களில் குறுநில மன்னன் வேந்தர்க்கு உதவியாகப் போருக்குச் சென்றவன் என்பதைக் குறிக்கின்றது. ஆனால் இவனும் வல்லாண்முல்லைத் தலைவனைப் போலவே போருக்குச் செல்கிறான். அவன் தேரில் செல்வதாகக் கூறப் பெறுகிறான். அவன் செல்லும் தேர் ஒன்றிற்கு மேற்பட்ட குதிரைகளைக் கொண்டது. பல முல்லைப்பாடல்களில் தேர் பற்றிய குறிப்புகள் பயின்று வருகின்றன.

விடுவிசைக் குதிரை விளங்கு பரிமுடுகக்
கல்பொரு திரங்கும் பல்லார் நேமிக்
கார்மழை முழக்கிசை கடுக்கும்
முனைநல் லூரன் புனைநெடுந் தேரே

(அகம் : 14 : 18-21)

வந்துவினை முடித்தனன் வேந்தனும் பகைவரும்
தந்திறை கொடுத்துத் தமரா யினரே
முரண் செறிந்திருந்த தானை யிரண்டும்
ஒன்றென அறைந்தன பணையே நின்தேர்
முன்னியங் கூர்தி பின்னிலை ஈயாது
ஊர்க பாக . . . .

(அகம் : 44 : 1-6)

தளவுப்பினி யவிழ்ந்த தண்பதப் பெருவழி
ஐநிலங் ககலிலை நெய்கனி நோன்காழ்
வென்வே விளையர் லிங்குபரி முடுகச்
செலவுநா மயர்ந்தனம் . . . .

(அகம் : 64 : 4-7)

வினைவலம் படுத்த வென்றியொடு மகிழ்சிறந்து
போர்வல் இளையர் தாள்வளம் வாழ்த்தத்
தண்பெயல் பொழிந்த பைதுறு காலைக்
குருதி உருவின் ஒண்செம் மூதாய்
பெருவழி மருங்கின் சிறுபல வரிப்பப்
பைங் கொடி முல்லை மென்பதப் புது வீ
வெண்களர் அரிமணல் நன் பல தாஅய்,
வண்டு போது அவிழ்க்கும் தண்கமழ் புறவில்

கருங் கோட்டு இரலைக் காமர் மடப்பிணை
மருண்ட மான் நோக்கம் காண்தொறும், நின் நினைந்து
திண்டேர் வலவ கடவெனக் கடை இ
இன்றே வருவர் . . . .

(அகம் : 74 : 1-11)

பாசறை வருத்தம் வீட நீயும்
மின்னு நிமிர்ந் தன்ன பொன்னியல் புனைபடைக்
கொய்சுவல் புரவிக் கைகவர் வயங்குபரி
வண் பெயற்கு அவிழ்ந்த பைங்கொடி முல்லை
வீகமழ் நெடுவழி ஊதுவண்டு இரியக்
காலை எய்தக் கடவுமதி மாலை
அந்திக் கோவலர் அம்பணை இமிழிசை
அரமிய வியலகத்து இயம்பும்
நிரைநிலை ஞாயில் நெடுமதி லூரே

(அகம் : 124 : 8-16)

காடுகவின் பெற்ற தண்பதப் பெருவழி
ஓடுபரி மெலியாக் கொய்சுவற் புரவித்
தாள்தாழ் தார்மணி தயங்குடி இயம்ப
ஊர்மதி வலவ. . . . . .

(அகம் : 154 : 10-13)

வேந்துறு தொழிலொடு வேறுபுலத் தல்கி
வந்துவினை முடித்தனம் ஆயின் நீயும்
பணைநிலை முனைஇய வினைநவில் புரவி
இழையணி நெடுந்தேர் ஆழி உறுப்ப
நுண்கொடி மின்னின் பைம்பயிர் துமியத்
தனவ முல்லையொடு தலைஇத் தண்ணென
வெறிகமழ் கொண்ட வீதைப் புறவின்
நெடியிடை பின்படக் கடவுமதி

(அகம் : 254 : 9-16)

நூல்நெறி நுணங்கிய கால்நவில் புரவி
கல்லெனக் கறங்குமணி இயம்ப வல்லோன்
வாச்செல வணங்கிய தாவுபரி நெடுந்தேர்
ஈர்ம்புறம் இயங்குவழி அறாப்ப . . . .

(அகம் : 314 : 8-11)

மேலே காட்டிய சான்றுகள் முல்லை நிலத்தில் வாழ்ந்த குறுநில மன்னர்களைப் பற்றியவை.

தேர்

மேலே காட்டிய சான்றுகள் போருக்குச் சென்ற தலைவர்கள் தேரில் மட்டுமே சென்றுள்ளனர். அந்தத் தேரில் நான்கு குதிரைகள் பூட்டப்பெற்றிருந்தன.

நல்நால்கு பூண்ட கடும்பரி நெடுந் தேர்

(அகம் : 104 :6)

மற்றொரு பாடலில் திண்டேர் (அகம் 74) என்று கூறப்பெறுகின்றது. அகம் 4ஆம் பாடலில் பல்லார் நேமி என்று ஆரைக் கால்களைப் பற்றிக் கூறுகின்றது. தேர்ச் சக்கரங்கள் பல ஆரங்களைக் கொண்டிருந்தன. அதே பாடல் பனை நெடுந்தேரே (வரி 21) என்று கூறுவதைக் காட்டலாம். இதற்குப் பெரிய நெடிய தேர் என்று பொருள் கொள்ளலாம். மற்றொரு பாடலில் இழையணி நெடுந்தேர் (அகம் 254) என்று கூறப் பெறுகின்றது. நன்கு இழைக்கப் பெற்ற உறுப்புகளைக் கொண்ட தேர் என்று பொருள் கொள்ளலாம்.

குதிரை

அகநானூற்று முல்லைத் திணைப் பாடல்களில் தேரில் பூட்டப் பெற்ற குதிரைகளைப் பற்றியும் கூறப் பெற்றுள்ளது.

விடுவிசைக் குதிரை விலங்குபரி முடுகக்

(அகம் : 14:18)

வென்வேல் இளையர் வீங்கு பரி முடுக

(அகம் : 64:6)

மின்னு நிமிர்ந் தன்ன பொன்னியர் புனைபடைக்
கொய்சுவல் புரவிக் கைக்கவர் வயங்குபரி

(அகம் : 124: 9-10)

காடுகவின் பெற்ற தண்பதப் பெருவழி
ஓடுபரி மெலியாக் கொய்சுவல் புரவி

(அகம் : 154:10-11)

நிரைபறை அன்னத்து அன்ன விரைபரி
புல்லுளைக் கலிமா மெல்லிதின் கொளீஇய

(அகம் : 234:3-4)

பணைநிலை முனைஇய வின்னநவில் புரவி

(அகம் : 254:12)

நூல்நெறி நுணங்கிய கால்நவில் புரவி

(அகம் : 314:8)

நிழலொளிப் பன்ன நிமிர்பரிப் புரவி

(அகம் : 344:9)

கடுநடைப் புரவி வளிவா யோட

(அகம் : 354: 7)

சங்க காலத்திற்கும் முன்பே குதிரையின் பயன்பாடு வழக்கத்திற்கு வந்துவிட்டது என்பதற்கு தொல் பழங்கால ஓவியங்களே சிறந்த சான்று. அகப்பாடல்களில் குறிக்கப்பெறும் குதிரை பற்றிய சொற்றொடர்கள் வினைநவில் புரவி, கால்நவில் புரவி, நிமிர்ப்பரி புரவி, கடுநடைப் புரவி போன்றவை எடுத்துக் காட்டத்தக்கன. குதிரை வெளிநாட்டிலிருந்து வரவழைக்கப் பெற்றன. அவை நிலைத்து வாழ்பவை அல்ல. விரைவில் இறந்து விடும். அதனால் நிறைய விலை கொடுத்து வாங்கினர். அந்த அளவிற்கு செல்வம் படைத்தவர்களாக தமிழக வேளிரும் வேந்தரும் வாழ்ந்தனர். ஒரு தேருக்கு நான்கு குதிரைகளைப் பூட்டி ஓட்டினர். குதிரை விரைந்து செல்லும் விலங்காகையினால் நடுநடைப் புரவி என்றும் கால்நவில் புரவி என்றும் விடுவிசைக்குதிரை என்று அழைக்கப் பெற்றன.

கொய்சுவல் புரவி

கழுத்தின் மேல் பகுதியில் உள்ள மயிர் அடிக்கடி வெட்டப் பெறும். இந்தச் செயலை சங்கப் புலவர்கள் மறவாமல் குறிப்பிட்டுள்ளனர். கொய்சுவல் புரவி என்றும் புல்லுளைக் கலிமா என்றும் குறித்தனர். அக்காலப் புலவர்கள் குறிப்பிட்டனர். அழகாக இருக்க வேண்டும் என்பதற்காகவே மயிரை வெட்டிவிட்டனர்.

பெருவழி

குதிரை பூட்டிய தேர் பெருவழியில் செல்லும் போது வேகமாகச் செல்ல வேண்டும் என்பதற்காக கல்லைப் பதித்து வைத்திருந்தனர் என்று ஓர் அகப்பாட்டு கூறும். பெருவழி பற்றிய குறிப்புகள் முல்லைத்திணைப் பாடல்களில் மட்டுமே பயின்று வரக் காணலாம். அகநானூற்றில் நான்கு பாடல்களில் (14, 64, 74, 154) கூறப்பெறுகின்றது. நற்றிணையில் ஒரு முல்லைத்திணைப் பாடலில் (221) பெருவழி

பற்றிய குறிப்பு பயின்று வருகின்றது. முல்லைத்திணைப் பாடல்களை எடுத்துக் காட்டுவோம்.

அரக்கத்தன்ன செந்நிலப் பெருவழி
காயஞ் செம்மல் தாஅய்ப் பலவுடன்
ஈயன் மூதாய் வறிப்ப பவள மொடு
மணிமிடை ந்தன்ன குன்றங் கவைஇய
அங்காட் டாரிடை . . . .

(அகம் : 14 : 1-5)

தளவுப்பிணி யவிழ்ந்த தண்பதப் பெருவழி
ஐதிலங் ககலிலை நெய்கனி நோன் காழ்
வென்வே லிளையர் வீங்குபரி முடுகச்
செலவுநா மயர்ந்தனம் . . . .

(அகம் : 64 : 4-7)

வினைவலம் படுத்த வென்றியொடு மகிழ் சிறந்து
போர்வல் இளையர் தாள்வலம் வாழ்த்தத்
தண்பெயல் பொழிந்த பைதுறு காலைக்
குருதி உருவின் ஒண் செம் மூதாய்
பெருவழி மருங்கின் சிறுபல வரிப்ப
பைங்கொடி முல்லை மென்பதப் புதுவீ
வெண்களர் அரிமணல் நன்பல் தாய்
வண்டுபோது அவிழ்க்கும் தண்கமழ் புறவில்
கருங்கோட்டு இரலைக் காமர் மடப்பிணை
மருண்ட மான் நோக்கம் காண்டொறும் நின்நினைந்து
திண்டேர் வலவ கடவென கடைஇ

(அகம் : 74 : 1-11)

காடுகவின் பெற்ற தண்பதப் பெருவழி
ஓடுபரி மெலியாக் கொய்சுவல் புரவிக்
தாள்தாழ் தார்மணி தயங்குபு இயம்ப
ஊர்மதி வலவ தேரே

(அகம் : 154 : 10- 13)

பத்துப் பாட்டில் பெரும்பாணாற்றுப் படை, முல்லைப் பாட்டு ஆகிய பாட்டுகளில் பெருவழி பற்றிய குறிப்புகள் உள்ளன. அந்தப் பாட்டுகளில் முல்லைத்திணையிலேயே பெருவழி குறிக்கப் பெறு கின்றது.

உலகம் முழுவதிலும் ஆயர்களுக்கும் பெருவழி எழுச்சிக்கும் தொடர்பிருப்பதைப் பார்க்க முடியும். இன்றைய ஆப்கானிஸ்தானத்து

ஆயர்கள் மேய்ச்சல் நிலம் தேடிக் குடி பெயரும் போது குறிப்பிட்ட வழியிலேயே குடிபெயர்த்து செல்வர். ஒவ்வொரு குடிக்கும் ஒரே வழிதான் உண்டு மற்ற வழிகளில் அவர்கள் குடி பெயர்ந்து செல்ல மாட்டார்கள். ஒரே வழியில் செல்வார்கள். அதே வழியில் திரும்பி வருவர். நீலகிரி வாழ் தொதவர்களிடம் குடிப்பெயர்ச்சி சடங்கு என்றொரு சடங்கு நடை பெறுகின்றது. அந்தச் சடங்கில் மக்களும் எருமை மந்தைகளும் கலந்து கொள்வர். இரண்டு வகை எருமை மந்தைகள் கலந்து கொள்ளும். ஒன்று தெய்வ மந்தை, மற்றொன்று குடி மந்தை. சடங்கு செய்ய குறிப்பிட்ட வழியிலேயே சென்று வருவர். பைக்காரா நீர்த்தேக்கம் கட்டும் முன்பு சடங்கு செய்ய அந்த பகுதி வழியே சென்று வந்தனர். பைக்காரா அணைகட்டிய பின்பும் நீர் தேங்கி நிற்கும் போது நீரிலேயே நீந்தி சென்று சடங்கு செய்வர். இது அவர்களுடைய பழக்க வழக்கத்தில் உள்ள கறார் தன்மையைக் காட்டுகின்றது. தொதவர்கள் ஒரு காலத்தில் கால்நடை வளர்ப்பிற்காக மேய்ச்சல் நிலம் தேடிக் குடி பெயர்ந்திருக்க வேண்டும். அதுவும் குறிப்பிட்ட ஒரே வழியில் நடை பெற்றிருக்க வேண்டும். அது கால அடைவில் குடிப் பெயர்ச்சிச் சடங்காக சுருங்கி இருக்க வேண்டும்.

மேலே காட்டிய சான்றுகள் கால்நடை வளர்ப்பிற்கும் வழி, பெருவழி எழுச்சிக்கும் தொடர்பிருப்பதை உறுதிப்படுத்துகின்றன. பிற்காலக் கல்வெட்டுகளிலும் பெருவழி, மைல்கல் போன்றவை பற்றிய குறிப்புகள் முல்லை நிலத்திலேயே கிடைக்கின்றன. இராசகோரிப் பெருவழி, அதியமான் பெருவழி ஆகியவை முல்லை நிலத்திலேயே உருவாக்கப் பெற்றுள்ளன. சிந்து சமவெளி நகரங்களுக்கிடையில் வாணிகப் பண்டங்களைக் கொண்டு சென்றவர்கள் கால்நடை வளர்ப்பினரே. சிந்துவெளி நகரங்களுக்கிடையில் பெருவழிகள் இருந்தன.

இந்தப் பின்னணியில் சங்க காலத்து நகரங்களை அணுகவேண்டும். நகரங்களை இணைத்த பெருவழிகளை அணுக வேண்டும். முல்லை நிலம் தான் பெருவழி ஆக்கத்திற்கு அடிப்படையாக இருந்திருக்க வேண்டும். கால்நடை வளர்ப்புடன் பூசல் தலைவர்கள், போர்வீரர்கள் உருவாகி இருக்க வேண்டும். முல்லை நிலத்து மன்னர் தேரில் செல்லும் போது இளையர்கள் உடன் சென்றனர் என்ற குறிப்புகள் அகப்பாடல்களில் பயின்று வருகின்றன. முல்லைத் திணையில் எதை எதைக் கூற வேண்டும் என்ற இலக்கண வாய்பாடு இறுகிப் போன நிலையில் வீரர் பற்றிய குறிப்புகள் இல்லாமல் போயிருக்கலாம். ஆனால் பாலைத் திணைப் பாடல்களில் மறவர், ஆடவர், மழவர் ஆகியோர் நிரை கவர்ந்தமை பற்றியும், நிரை மீட்டமை பற்றியும் நிறைய சான்றுகள் கிடைக்கின்றன.

3
சங்ககால வீரர்குழு

முன்னுரை

தொல் பழங்காலம் முதல் சங்க காலம் வரையிலான கால கட்டத்தின் வீரர் குழுகள் உருவாகி வளர்ச்சி பெற்றன. அவையாவன: மழவர், மறவர், இளையர், ஆடவர் போன்ற வீரர்குழுகள் சங்க இலக்கியங்களில் குறிக்கப் பெறுகின்றன. இளையர் முல்லைத் திணைப் பாடல்களில் மிகுதியும் குறிக்கப் பெறுகின்றனர். மறவர் பாலைத்திணைப் பாடல்களில் மிகுதியும் குறிக்கப் பெறுகின்றனர். ஆடவர் சில பாடல்களில் குறிக்கப் பெறுகின்றனர். மழவரும் பாலைத் திணைகளில் மட்டுமே குறிக்கப் பெறுகின்றனர். இவர்களில் மறவர் நிரை கவர்தலிலும், நிரை மீட்டலிலும் ஈடுபட்டனர். ஆனால் மறவர் நிரைகவர்தலில் மட்டும் ஈடுபட்டனர். இளையர் முல்லைத்திணைத் தலைவன் வேந்தனுக்கு போரில் உதவ சென்றபோது இளையர் அவனுடன் சென்றனர். இந்தவீரர் குழுகளில் மழவர் மட்டும் தொல்குடி நிலையிலேயே தொடர்ந்து பழங்குடி வீரர்களாகவே வாழ்ந்தனர். பிற வீரர் குழுகள் அரசியல் மாற்றங்களுக்குத்தக்க மாறிக்கொண்டிருந்தனர்.

மழவர்

மழவர் என்பார் சிலவீரர் என்று நச்சினார்க்கினியர் கூறுவார், மழவும் குழவும் இளமைப் பொருள் என்று தொல்காப்பியர் கூறுவார். இளையர் என்ற வீரர் குழுவினர் பற்றி சங்க இலக்கியம் பரவலாகக் கூறும். அகநானூறு முல்லைத் திணைப் பாடல்களில் இளையர் (வீரர்) குறிக்கப் பெறுகின்றனர். மழவர் பற்றி பாலைப் பாடல்களில்

மட்டுமே பயின்று வருகின்றன. அவர்கள் மாட்டு மந்தையைக் கவருபவர்களாகவே குறிக்கப் பெறுகின்றனர். சில பாடல்களைப் பார்ப்போம்

நுழைநுதி நெடுவேல் குறும்படை மழவர்
முனையாத் தந்து முரம்பின் வீழ்த்த
வில்லேர்ச் வாழ்க்கை விழுத்தொடை மறவர்
வல்லாண் பதுக்கைக் கடவுட் பேண்மார்
நடுகற் பீலி சூட்டித் துடிப்படுத்துத்
தோப்பிக் கள்ளொடு துரூஉப்பலி கொடுக்கும்
போக் கருங் கவலைய புலவுநாறருஞ்சுரம்

(அகம் 35: 5-10)

இந்தப் பாடலடிகளில் மழவர்கள் நிரை கவர்பவர்களாகக் காட்டப் பெறுகின்றனர். மற்றொரு பாடல் எடுத்துக் காட்டத்தக்கது.

வயவா ளெறிந்து வில்லின் நீக்கிப்
பயநிரை தழிஇ கடுங்கண் மழவர்
அம்புசேட் படுத்த வன்புவத்து உய்த்தெனத்
தெய்வம் சேர்ந்த பராரை வேம்பின்
கொழுப்பா எறிந்து குருதி தூஉய்ப்
புலவுப் புழுக்குண்ட வான்கணகலறை

(அகம் 309: 1-6)

இவ்விரு பாடல்களிலும் மழவர்கள் நிறைகவர்தலில் மட்டுமே ஈடுபட்டமைக் கூறப்பெறுகின்றது. மழவர்கள் நிறை மீட்டலில் ஈடுபட்டதைப் பற்றிய குறிப்பு ஏதும் கிடைக்கவில்லை. இது ஆப்பிரிக்கக் கால்நடை வளர்ப்பினரிடையில் வயதுக்குழுவுடன் ஒப் பிடத்தக்கதாய் உள்ளது. கால்நடை வளர்ப்பில் ஈடுபடும் அம்மக் களிடம் வயதுக்குழு அமைப்பு பிரிக்க முடியாத ஒன்றாக உள்ளது. அங்கு ஆண்களின் வயது எண்பது என்று கொண்டு இரண்டு நாற்பதாகப் பிரிக்கின்றனர். முதல் நாற்பதை ஐந்து எட்டாகப் பிரிக்கின்றனர். நான்கு, ஐந்தாம் எட்டுகள் வீரர் பருவம். இந்தப் பருவத்தில் மாட்டு மந்தை செல்லுமிடங்களுக்கெல்லாம் பாதுகாப் பிற்காக செல்ல வேண்டும். பாதுகாப்பில் சண்டையும் வரலாம் சாவும் வரலாம். சாகாமலிருந்தால் நாற்பது வயதிற்குப் பிறகு குடியிருப் புக்குச் சென்று வாழலாம். மனிதன் நாற்பது வயதிற்கு மேல்

போரிடத் தகுதியற்றவனாகக் கருதப் பெறுகிறான். அதைப் போலவே மழவரும் வயதுக் குழு கூட்டத்தினராக இருந்திருக்க வேண்டும். இவர்கள் பழங்குடி வீரர்களாக இருந்திருக்க வேண்டும். அதியரிலும் மழவர் இருந்திருக்க வேண்டும். தொண்டையருள் மழவர் இருந்திருக்க வேண்டும். விழுப்புரம் மாவட்டம் சிறுகல் நாகலூர் நடுகல் கல்வெட்டில் (கி.பி. 6ஆம் நூ) மழவரும் கோசரும் குறிக்கப் பெறுகின்றனர். பழங்குடி சமுதாயத்தில் கலந்த பின்பு பழங்குடி வீரர்கள் தொடர்ந்து நிலை பெற்றிருந்தனர். ஓர் அகநானூற்றுப் பாடல் உருவக் குதிரை மழவர் (அகம் 1) என்று கூறுகின்றது. அகநூல் மழவர்கள் குதிரையையும் வைத்திருந்தனர் என்பது புலப் படுகின்றது. அகநானூற்றில் பத்துப் பாடல்களில் மழவர் பற்றிய குறிப்புகள் பயின்று வரக் காணலாம். அவை அனைத்திலும் நிரை கொண்டவர்களாகவும் முனைகளில் கொள்ளையிடுபவர்களாகவும், ஆறலை கள்வர்களாகவும் காட்டப் பெறுகின்றனர்.

மறவர்

அகநானூற்றுப் பாடல்களில் இருபதுக்கும் மேற்பட்ட பாடல்களில் மறவர் பற்றிய குறிப்புகள் பயின்று வருகின்றன. மறவர்கள் நிரை கவர்பவர்களாகவும் நிரை மீட்பவர்களாகவும் ஆறலை கள்வராகவும் காட்டப் பெறுகின்றனர். வழி போக்கர்களிடம் பொருள் இல்லையானா லும் கொல்லும் பழக்கமுள்ளவர்களாகக் காட்டப் பெறுகின்றனர்.

வித்தா வல்சி விங்குசிலை மறவர்
பல்லூழ் புக்குப் பயநிரை கவர
கொழுங்குடி போகிய பெரும்பாழ் மன்றத்து

(அகம் : 377 : 4-6)

மற்றொரு அகப்பாட்டு எழினியின் மறவர்கள் நிரை கவர்ந்தனர் என்று கூறுகின்றது. எழினி ஆட்சியில் உள்ள மறவர் எங்கு சென்று நிரை கவர்ந்தனர் என்பது பற்றிக் குறிக்கப் பெறவில்லை. ஒருக்கால் எழினி நாட்டிற்குள்ளேயே நிலை பெற்றிருந்த கூறாக்கக் குடிகளுக்கிடையில் ஏற்பட்ட மாடுபிடி சண்டையில் ஈடுபட்டவர்களாக இருந்திருக்க வேண்டும்.

சில்பரிக் குதிரைப் பல்வே லெழினி
கெடலருந் துப்பின் விடுதொழில் முடிமார்
கனையெரி நடந்த கல்காய் கானத்து

வினைவல் அம்பின் விழுத்தொடை மறவர்
தேம்பிழி நறுங்கள் மகிழின் முனை கடந்து
வீங்குமென் சுரைய ஏற்றினம் தரூஉம்

(அகம் 105: 10-15)

மற்றொரு அகப்பாடல் எடுத்துக் காட்டத்தக்கது

கன்று காணாது புன்கண்ண செவிசாய்த்து
மன்று நிறை பைதல் கூரப் பலவுடன்
கறவை தந்த கடுங்கால் மறவர்
கல்லென் சீறூர்

(அகம் 63: 10-13)

மேலே காட்டிய இரு பாடல்களும் மறவர்கள் நிரை கவர்தலில் ஈடுபட்டதைப் பற்றிக் குறிப்பிடுகின்றன. நிரை மீட்டலிலும் மறவர்கள் ஈடுபட்டுள்ளார்கள்.

நிரை மீட்டு இறந்துபட்ட மறவர்களுக்கு நடுகல் எடுத்தமை பற்றிக் கூறப் பெறுகின்றது.

நுழைநுதி நெடுவேற் குறும்படை மழவர்
முனையாத் தந்து முரம்பின் வீழ்த்த
வில்லேர் வாழ்க்கை விழுத்தொடை மறவர்
வல்லாண் பதுக்கைக் கடவுட் பேண்மார்
நடுகற் பீலி சூட்டித் துடிப்படுத்துத்
தோப்பிக் கள்ளொடு துரூஉப்பலி கொடுக்கும்
போக் கருங் கவலை . . . .

(அகம் 35: 4-10)

இந்தப் பாடலடிகள் மழவர் நிரை கவர்பவர்களாகவும் மறவர் நிரை மீட்பவர்களாகவும் காட்டப் பெறுகின்றது.

பின்வரும் பாடலும் மழவரோடு நடைபெற்ற பூசலில் மாண்ட மறவர்களுக்கு எடுக்கப் பெற்ற நடுகல் பற்றிப் பேசப் பெறுகின்றது.

ஏறுடை இனநிரை பெயரப் பெயராது
செறிசுரை வெள்வேல் மழவர்த் தாங்கிய
தறுக ணாளர் நல்லிசை நிறுமார்
பிடிமடிந் தன்னகுறும் பொறை மருங்கின்

நட்டபோலும் நடாஅ நெடுங்கல்
அகலிடம் குயின்ற பல்பெயர் மண்ணி
நறுவிரை மஞ்சள் ஈர்ம்புறம் பொலிய
வம்பு கொண்டு அறுத்த வார்நார் உரிவையின்
செம்பூங் கரந்தை புனைந்த கண்ணி

(அகம் 269 : 3-11)

இந்தப் பாடலிலும் மழவர் நிரை கவர்பவர்களாகவும் மறவர்கள் நிரை மீட்பவர்களாகவும் காட்டப் பெறுகின்றனர்.

மழவர் என்ற சொல்லிலிருந்துதான் மறவர் என்ற சொல் உருவாயிற்று என்று ஒரு சாரார் கருதுகின்றனர். ஆனால் மொழியிலாளர்கள் ழகரம் றகரமாகத் திரிய வாய்ப்பில்லை என்று கூறுகிறார்கள். அதனால் மழவர்கள் வேறு மறவர்கள் வேறு என்பது புலப்படும்.

மழவர்கள் தொல்குடி நிலையிலிருந்த சமூகத்தில் உருவானவர்கள். ஆனால் மறவர்கள் வேளிர் எழுச்சியுடன் எழுச்சி பெற்ற வீரர் குழுவினர். வேளிரும், அவர்களைப் போன்ற தலைவர்களும் உருவாக்கி வைத்திருந்த படை வீரர்கள். அதியர்களில் ஓர் அரசன் மழவர் பெருமகன் என்று கூறப் பெறுகிறான். பின்னால் ஆண்ட எழினியிடம் மறவர்கள் இருந்தார்கள். ஒரே மரபில் மழவர்களும் மறவர்களும் வீரர்களாயிருந்திருக்கிறார்கள். ஆனால் முல்லைத் திணையில் மழவர்கள் நிரை கவர்பவர்களாவும் மறவர்கள் நிரை மீட்பவர்களாகவும் காட்டப் பெறுவது குறிப்பிடத்தக்கது. மறவர்களைக் குறிப்பிடும் போது நாணுடை மறவர் என்று அகப் பாடல்கள் உயர்த்திக் கூறும். ஆனால் மழவர்களை நாணுடை மழவர் என்று எங்கும் கூறப் பெறவில்லை. மறவர்களுக்கு நடுகல் எடுத்து வழிபட்டனர். ஆனால் மழவர்களுக்கு நடுகல் எடுத்தமை பற்றிக் குறிப்பேதும் இல்லை. அதனால் மழவர்கள் சமூக மாற்றத்திற்கு ஏற்ப தங்களை மாற்றிக் கொள்ளாமல் தொல் பழங்கால வாழ்க்கையை வாழ்ந்தவர்களாக இருந்திருக்க வேண்டும். மழவர்கள் கொழுத்த பசுவை பெண் தெய்வத்திற்குப் பலியிட்டனர். அதன் கறியைச் சமைத்து உண்டனர். மறவர்கள் பசுவைப் பலியிட்டதாகவோ அதன் கறியை உண்டதாகவோ குறிப்பு ஏதும் கிடைக்கவில்லை. இந்த வேறுபாடுகள் மழவர்களைத் தாழ்ந்தவர்களாகவும், மறவர்களை உயர்ந்தவர்களாகவும் சங்கப் புலவர்களால் காட்டப் பெறுகின்றனர்.

மழவரும் மறவரும் ஆறலை கள்வர்கள்

அகநானூற்றுப் பாடல்களில் மழவரும் மறவரும் ஆறலை கள்வர் களாகக் காட்டப் பெறுகின்றனர். அகநானூறு 89 ஆம் பாடல் மறவர்கள் ஆறலைத்தலில் ஈடுபட்டனர் என்பதற்குச் சான்றாக அமைந்துள்ளது. கழுதைச் சாத்துடன் சென்ற வணிகர்களின் வீரர்களை (வயவர்)க் கொன்று விலைமதிப்பு மிக்க பொருட்களைக் கவர்ந்தனர். கவர்ந்த பொருட்களை வில் காவலுடைய குறும்பில் கோள் முறைப்படி பகிர்ந்து கொண்டனர். ஒரு வேளை சமமாகப் பகிர்ந்து கொண்டதை இது குறிக்கலாம். பாடலடிகள் கீழே தரப் பெறுகின்றன.

களரி பரந்த கல்நெடு மருங்கின்
விளரூன் தின்ற வீங்குசிலை மறவர்
மைபடு திண்டோண் மலிர ஆட்டிப்
பொறைமலி கழுதை நெடுநிரை தழீஇய
திருந்துவாள் வயவர் அருந்தலை துமித்த
படு புலாக் கமழும் ஞாட்பின் துடி இகுத்து
அருங்கலம் தெறுத்த பெரும் புகல் வலத்தர்
வில்கெழு குறும்பின் கோள்முறை பகுக்கும்
கொல்லை இரும்புனம் . . . .

(அகம் 89 : 9-16)

இந்தப் பாடலடிகள் பல செய்திகளை நமக்கு தருகின்றன. மறவன், கழுதைச் சாத்து, வயவர் (வணிகவீரர்), அருங்கலம் களை மறவர் திறையாகப் பெறுதல், அவற்றைக் குறும்பில் பாதீடு செய்தல் ஆகியவை கூறப் பெறுகின்றன. மறவர்கள் வழிப்பறிக் கொள்ளையிலும் ஈடுபட்டனர் என்பது குறிப்பிடத்தக்கது. இது நிரை கவர்தலின் தொடர்ச்சியாக நிகழ்ந்திருக்க வேண்டும்.

மழவர்கள் வழிப்பறியில் ஈடுபட்டனர் என்பதற்கு இரண்டு அகப் பாடல்கள் சான்றாக உள்ளன. அகம் 121ஆம் பாட்டு குறிப்பிடத் தக்கது.

உறுகண் மழவர் உருள் கீண் டிட்ட
ஆறுசெல் மாக்கள் சோறு பொதிவெண் குடை
கனைவிசைக் கடுவெளி எடுத்த லின் துணை செத்து
வெருளேறு பயிரும் ஆங்கண்

(அகம் 121 : 11-14)

மழவர்கள் வழியில் செல்லும் மக்கள் மீது அம்பு விடுதலால் விலங் குகள் சிதறி ஓடும் காடு என்று பொருள். மற்றொரு அகப்பாட்டு வழி போக்கர்கள் வரவை எதிர்நோக்கி பெருவழிச் சந்திப்பில் மழவர் வில்லுடன் நிற்பர் என்று கூறும்.

கருங்கால் மராத்து வாஅன் மெல்லினர்
கரிந்து வணர் பித்தை பொலியக் சூடி
கல்லா மழவர் வில்லிடந் தழீஇ
வருநர்ப் பார்க்கும் வெருவரு கவலை

(அகம் 127 : 13-16)

மற்றொரு அகப்பாடல் குறிப்பிடத்தக்கது. அந்தப் பாடலிலும் மழவர் நிரை கவர்தல் பற்றிய குறிப்புகளே உள்ளன.

சுவல்மாய் பித்தைச் செங்கண் மழவர்
வாய்ப்பகை கடியும் மண்ணொடு கடுந்திறல்
தீப்படு சிறு கோல் வில்லொடு பற்றி
நுரைதெரி மத்தங் கொளீஇ நிரைப் புறத்து
அடிபுதை தொடுதோல் பறைய ஏகிக்
கடிபுலங் கவர்ந்த கன்றுடை கொள்ளையர்

(அகம் 101 : 5-10)

இந்தப் பாடல் அடிகளில் மழவர்கள் பாதுகாப்பான இடத்திலிருந்த பசுகளைக் கவரும் ஆற்றல் படைத்தவர்கள் என்று கூறப் பெறுகின்றது.

மழவரும் மறவரும் பலநிலைகளில் ஒன்று போலவே காட்சி அளித்தாலும் நிரை மீட்டலில் பங்கேற்காமல் தனித்து நிற்பதால் எந்தக் கட்டுப் பாட்டிற்கும் அப்பாற்பட்டவர்கள் மழவர்கள் என்பது புலப்படுகின்றது. மழவர்கள் மூவேந்தர்களாலும் (கிள்ளிவளவன், பல்யானை செல்கெழுகுட்டுவன், தலையாலங்காளத்துச் செருவென்ற நெடுஞ்செழியன்) தோற்கடிக்கப்பட்டவர்களாகக் கூறப் பெறுகின்ற னர். வேளாவிக் கோமான் பெரும் பேகன் உருவக் குதிரை மழவரைத் தோற்கடித்தான் என்று ஓர் அகப்பாடல் கூறும்.

வேந்தர்களுக்கும், வேளிர்களுக்கும் எதிராக நின்றவர்கள் மழவர்கள் என்பதை மட்டும் சங்கப் பாடல்கள் சுட்டி நிற்கின்றன. மழவர்கள் பழங்குடி வாழ்க்கையிலிருந்து எழுச்சி பெற்றவர்கள். பழங்குடிகளை அடக்கி நசுக்கி வைத்திருந்தார்கள். அதனால் பழங்குடி வீரர்களாகிய மழவர்கள் வேந்தர்க்கும் வேளிர்க்கும் எதிராக நின்றார்கள். மாடு

பிடி சண்டையில் ஈடுபட்ட மழவர்கள் தாங்கள் சார்ந்திருந்த பழங் குடிக்காகவே ஈடுபட்டார்கள். ஆறலைத்தலில் ஈடுபட்ட மழவர்கள் பழங்குடிக்காகவே ஈடுபட்டனர். மழவர் நிரை மீட்டதற்கான சான்று ஏதும் கிடைக்காததற்குச் காரணம் கண்டறிவது கடினம். இருப்பினும் மழவர்களின் பழங்குடி வாழ்க்கையே காரணமாக இருந்திருக்க வேண்டும். தமிழ்ச் சமூகம் மாறிக் கொண்டிருந்த நிலையில் சில பழங்குடிகள் தொல்பழங்காலம் முதல் மாற்றமின்றியே வாழ்ந்திருக்க வேண்டும். ஒரு வகையில் நிறுவனப் படுத்தப்படாத வாழ்க்கை.

ஆடவர்

அகநானூற்றுப் பாடல்கள் சிலவற்றில் ஆடவர் நிரை கவர்ந்தமை பற்றிக் குறிப்பிடுகின்றன.

வடியுறு பகழி கொடுவி லாடவர்
அணங்குடை நோன்சிலை வணங்க வாங்கி
பல்லான் நெடுநிரை தழீஇ கல்லென
வருமுனை யலைத்த பெரும்புகல் வலத்தர்
கனைகுரற் கடுந்துடிப் பாணி தூங்கி
உவலைக் கண்ணிய ருண்புழுக் கயரும்
கவலை . . . .

(அகம் 159 : 5-11)

இந்தப் பாடலடிகள் ஆடவர் என்ற வீரக்குழுவினர் நிரை கவர்ந் தமை பற்றிக் கூறுகின்றன. ஆடவர் என்பவரை ஆட்சி செய்வோர் என ஒரு சாரார் பொருள் கொள்கின்றனர். மற்றொரு அகப்பாடலும் ஆடவர் நிரை கவர்ந்தமை பற்றிக் குறிப்பிடுகின்றது.

புலியென உலம்பும் செங்கண் ஆடவர்
ஞெலியொடு பிடித்த வார்கோல் அம்பினர்
எல்லூர் எறிந்து பல்லாத் தழீஇய
விளிபடு பூசல் .. . .

(அகம் 239 : 3-6)

இவ்விரு பாடல்களும் ஆடவர் நிரை கவர்ந்தமை பற்றிப் பேசுகின்றன.

ஆடவர், மறவர், தறுகணாளர் என்று குறிக்கப் பெறும் வீரர்கள் ஏதோ ஒரு வகையில் வேந்தர், வேளிர் ஆகிய அரசியல் தலைவர்களுடன் தொடர்புடையவர்களாகக் காட்சி அளிக்கிறார்கள். போர்க் காலங்களில்

வேந்தர்களுடனோ அல்லது வேளிர்களுடனோ சென்று போரிட்டனர். அந்தப் போர்களில் பல மறவர்கள் மாண்டிருக்கலாம். ஆனால் அத்தகைய போர்களில் மாண்டவர்களுக்கு நடுகல் எடுத்ததற்கான சான்றுகள் மிக மிகக் குறைவே. ஆனால் பாலைத்திணையில் மாடுபிடி சண்டையில் ஈடுபட்டவர்களுக்கு இறந்த பின் நடுகல் எடுத்துள்ளனர். அகம் 35, 67, 269, 373, 397 ஆகிய பாலைத்திணைப் பாடல்களில் நடுகல் பற்றிய குறிப்புகள் பயின்று வருகின்றன. இந்த நடுகற்களை கோவலர்களும் வழிபட்டனர். பாலைத்திணையில் வாழ்ந்த பல்வேறு தொல்குடிகள் தங்கள் மந்தைகளைக் குறும்பில் வைத்திருக்க வேண்டும். ஒவ்வொரு குடியைச் சேர்ந்த மறவர்கள் மற்ற குடிகளின் மந்தைகளைக் கவர்ந்திருக்க வேண்டும். அவ்வாறு கவர்ந்த மந்தை களை எயினர் குறும்பிற்கு ஓட்டிச் சென்றனர் என்று ஓர் அகப்பாடல் (அகம் 319) கூறும்.

இளையர்

அகநானூற்று முல்லைத்திணைப் பாடல்களில் இளையர் என்ற வீரக் குழுவினர் கூறப் பெறுகின்றனர். பாலைத் திணைப் பாடல்களில் குறிக்கப் பெறவில்லை.

தளவுப் பிணி யவிழ்ந்த தண்பதப் பெருவழி
ஐதிலங் ககலிலை நெய்கன் நோன்காழ்
வெள்வே விளையர் வீங்குபரி முடுகச்
செலவு நா மயர்ந்தனம் . . . .

(அகம் 64 : 2-5)

வினைவலம் படுத்த வென்றியொடு மகிழ்சிறந்து
போர்வல் இளையர் தாண்வலம் வாழ்த்தத்
தண் பெயல் பொழிந்த பைதுறு காலைக்
குருதி உருவின் ஒண்செம் மூதாய்
பெருவழி மருங்கின் சிறுபல வரிப்ப

(அகம் 74 : 1-5)

வென்வேல் இளையர் இன்புற வலவன்
வள்புவலித்து ஊரின் அல்லது, முள்உறின்
முந்நீர் மண்டிலம் ஆதி ஆற்றா
நல்நால்கு பூண்ட கடும்பரி நெடுந்தேர்
சீறூர் பலபிறக் கொழிய மாலை
இனிது செய் தனையால்

(அகம் 104 : 3-13)

மதவலி யானை மறளிய பாசறை
இடிஉமிழ் முரசம் பொருகளத் தியம்ப
வென்று கொடி யெடுத்தனன் வேந்தனும் கன்றொடு
கறவைப் புல்லினம் புறவுதொ றுகளக்
குழல்வாய் வைத்தனர் கோவலர் வல் விரைந்து
இளைய ரேகுவனர் பரிய விரியுளைக்
கடுநடைப் புரவி வளிவா யோட

(*அகம் 354 : 17*)

இந்த நான்கு பாடல்களிலும் இளையர் என்பார் வீரர் என்பதைக் குறித்து வந்தது. ஒரு பாடலில் பாசறையோடு தொடர்புடையவர்களாக இளையர் குறிக்கப் பெறுகின்றனர்.

அகநானூற்று முல்லைத் திணை பாடல் ஒன்றில் மறவர் குறிப்பு வருகின்றது.

புன்புலந் தழீஇய பொறைமுதற் சிறுகுடி
தினைக்கள் ளுண்ட செறிகோல் மறவர்
விசைத்த வில்லர் வேட்டம் போகி
முல்லைப் படப்பை புல்வாய் கெண்டும்
காமர் புறவி னதுவே . . . .

(*அகம் 284 : 7-11*)

இங்கு மறவர்கள் போருடன் தொடர்புடைவர்களாகக் காட்டப் பெறவில்லை. மான் வேட்டையாடி அதனை அறுத்துண்ணும் மனிதர் களாகக் காட்டப் பெறுகின்றனர். முல்லைத் திணைப் பாடல்களில் மறவர் வேந்தரின் போரில் ஈடுபட்டதாகக் காட்டப் பெறவில்லை. இளையர் குழு வீரர்கள் மட்டுமே போருக்குச் சென்றதாகக் காட்டப் பெறுகின்றனர். முல்லைத் திணையில் மறவர்கள் இருந்த போதிலும் வேந்தர் போரில் ஈடுபட்டதற்கான சான்றின்மைக்குக் காரணம் இருந் திருக்க வேண்டும். மறவர்கள் முல்லை நிலத்து மாட்டு மந்தைகளைப் பாதுகாப்பவர்களாக இருந்திருக்க வேண்டும். பிறகுடி நிரைகளைக் கவர்ந்து வந்து தங்கள் குடி நிரையோடு சேர்ந்திருக்க வேண்டும். நிரை கவர்பவர்களே நிரை மீட்பவர்களாகக் காட்சி அளிக்கின்றனர். அதனால் பல்குடிகளைச் சேர்ந்த மறவர்கள் வாழ்ந்த நிலையில் மாடுபிடி சண்டையில் ஈடுபட்டதற்கான சான்றுகளே பாலைத் திணைப் பாடல்களில் குறிக்கப் பெறுகின்றன. இது முல்லை திரிந்த பாலை யாகலாம். இளையர் என்ற வீரக் குழுவினர் மழவர்களைப் போலவே இளம் வயதினராக இருந்திருக்க வேண்டும். பிசிராந்தையார் பாட்டில் இவர்கள் ஏவல் புரிபவராகக் காணப் பெறுகின்றனர். (புறம் 91) பெரும்

பாலும் இந்த இளையர் போரில் கைதிகளாகப் பிடித்துக் கொண்டு வரப் பட்டவர்களாக இருக்க வேண்டும். மாற்றார் அரண்மனையில் இளையர் என்ற வீரக் குழுவினர் அடிமைகளாக வைத்துக் கொள்ளப் பெற்றிருக்க வாய்ப்புண்டு. அகநானூற்று முல்லைத் திணைப் பாடல்கள். வீரர்களாகவே இளையரைக் குறிப்பிடுகின்றன. வென் வேலிளையர் என்றே இளையர்கள் குறிக்கப் பெறுவது எடுத்துக் காட்டத்தக்கது. அகநானூற்றுப் பாடல் ஒன்றில்

செல்சாத் தெறியும் பண்பில் வாழ்க்கை
வல்வில் இளையர் தலைவர் எல்லுற
வரிகிளர் பணைத்தோள் வயிறணி திதலை
அரிய லாட்டியர் அல்குமனை வரைப்பின்
மகிழ்நொடை பெறாஅ நாகி நனைகவுள்
கான யானை வெண்கோடு சுட்டி
மன்றொடு புதல்வன் புன்றலை நீவும்
அருமுனைப் பாக்கம் . . . .

(அகம் 245 : 6-13)

இந்தப் பாடலடிகள் இளையரும், இளையர் தலைவரும் வணிகரி டம் கொள்ளையடிப் பவராகவும், வறுமையுடையவராகவும் காட்சி அளிக்கின்றனர். இளையர் தலைவன் கள் விலையாட்டியிடம் கள் வாங்க முடியாமல் தன் புதல்வனிடம் வீட்டில் வைத்திருக்கும் யானைத் தந்தத்தை எடுத்து வரச் சொல்கிறான். முல்லைத் திணைத்தலைவன் தேரில் செல்கிறான். மாட மாளிகையில் வாழ்கிறான். ஆனால் பாலைத் திணைத் தலைவன் வழிப்பறியில் ஈடுபடுபவனாகவும் கள்ளுக் கடையில் பொருளின்றி நிற்பவனாகவும் காட்சி அளிக்கிறான். அதனால் முல்லைத் திணை இளையர் தலைவன் பெரும் படைத் தலை வனாக இருக்க வாய்ப்புண்டு. கோட்டையில் உள்ள மாளிகையில் வாழ்பவனாகக் காட்டப் பெறுகிறான். பாலைத் திணை இளையர் தலைவன் முனைப் பாக்கத்தில் வாழ்கிறான்.

ஆடவர், இளையர், மழவர், மறவர் ஆகிய வீரக் குழுவினர் வேந்தர்களுக்கிடையில் நடந்த பெரும் போர்களிலும், மாடுபிடி சண்டையிலும், ஆறைலைத்தலிலும் ஈடுபட்டுள்ளனர். இந்தக் குழுக் களில் மழவர் தவிர பிற வீரக்குழுவினர் நிறுவனப்படுத்தப் பெற்றவர் களாகவும் மழவர்கள் நிறுவனப்படுத்தப் பெறாதவர்களாகவும் காட்சி அளிக்கின்றனர். மறவர்கள் பெரும் போர்களில் மட்டுமின்றி நிரை கவர்தல், நிரை மீட்டல் ஆகியவற்றில் ஈடுபடுபவர்களாகவும் காட்டப் பெறுகின்றனர். வழிப்பறியிலும் ஈடுபடுகின்றனர். ஆடவர் என்ற வீரக் குழுவினரும் இதே நிலையில் காட்டப் பெறுகின்றனர்,

இளையர் நிலை வேறு விதமாக உள்ளது. இவர்கள் பெரும் போரிலும், வழிப்பறியிலும் ஈடுபட்டுள்ளனர். மழவர்கள் நிரை கவர்தலிலும் வழிப்பறி செய்வதிலும் ஈடுபட்டுள்ளனர். நிரை மீட்டலில் அவர்கள் ஈடுபடவில்லை. இந்த நான்கு வீரக்குழு மட்டுமின்றி வயவர் என்ற வீரக் குழுவினர் குறிக்கப் பெறுகின்றனர். இவர்கள் வணிக சாத்தொடும், உமண் சாத்தொடும் பாதுகாப்பிற்காகச் சென்றவர்கள். (தென்னிந்தியாவில் மட்டும் வணிகர்கள் படை வைத்துக் கொள்ள உரிமை பெற்றிருந்தனர்).

பாலைத் திணையில் இந்த வீரர்கள் கொள்ளையர்களாகக் காட்சி அளிப்பதற்குக் காரணம் இருந்திருக்க வேண்டும். இவர்கள் வாழ்ந்த பகுதி முல்லை நிலம் என்பது தெளிவாகத் தெரிகின்றது. சில பாடல்கள் குறிஞ்சி திரிந்த பாலையைப் பற்றியதாக உள்ளன. முல்லை மழை பெற்று வளமாக இருந்த போது நிரை கவர்தல், வழிப்பறி செய்ததற்கான வாய்ப்பு குறைவு. ஆனால் ஆண்டின் வறண்ட காலங்களில் வருவாய்க்கு வழியின்றி இருந்த நிலையில் வழிப்பறியும் நிரை கவர்தலும் நடந்திருக்க வேண்டும். பிற காலங்களில் புஞ்சை வேளாண்மை, கால்நடை வளர்ப்பு ஆகியவற்றில் அவர்கள் ஈடுபட்டிருக்க வேண்டும். முல்லைத் திணைப் பாடல்களில் மழை பெய்து வளம் பெற்றிருந்த செய்தி மிகுதியும் பேசப் பெறுகின்றது. வரகு, தினை ஆகிய பயிர்கள் விளைவிக்கப்பெற்றது.

இந்த வீரக் குழுக்களின் மழவர்கள் முல்லைத் திணைப் பாடல்களில் யாண்டும் குறிக்கப் பெறவில்லை. ஆடவர் என்ற வீரக்குழுவினரும் குறிக்கப் பெறவில்லை. இதற்குக் காரணம் இருந்திருக்க வேண்டும். இவ்விரு குழுவினரும் எந்த நிறுவனத்திற்கும் கட்டுப்பட்டவராக இருந்திருக்க வாய்ப்பில்லை. ஒரு சில அகநானூற்றுப் பாடல்களில் ஆடவர் நிறுவனத்திற்குட்பட்டவராகக் காட்சி அளித்தாலும் அவர்கள் வாழ்க்கை கட்டுப்பாடற்றதாகவே இருந்துள்ளது.

முனை

முனை என்பது ஒரு தொல்குடிக்குரிய நிலத்தின் எல்லைப்புறத்தில் அமைந்திருப்பது. முனையில் பசு மந்தைகள் பாதுகாக்கப்பெற்றன. (அகம்: 35, 105, 129, 213 குறு: 80). அந்த முனையில் நடுகற்கள்

நிறுத்தப்பட்டிருந்தன. (அகம்: 67,131), முல்லைத்திணைப் பாடல் ஒன்றில் போர் முடித்துத் தேரில் வரும் தலைவன் தன் மனைவியின் ஊர் முனையில் உள்ளது என்று கூறினான்.

நறுவீ முல்லை நாண்மலர் உதிரும்
புறவடைந் திருந்த அருமுனை இயபின்
சீறு ரோளே ஒண்ணுதல்

(அகம் : 84 : 8-10)

விடுவிசை குதிரை விலங்கு பரி முடுகக்
கல்பொரு திரங்கும் பல்லார் நேமிக்
கார்மழை முழக்கிசை கடுக்கும்
முனைநல் லூரன் பணைநெடுந் தேரே

(அகம் : 14 : 18-21)

முதல் பாட்டு சீறூரோள் குறிக்கப்பெறும் தேர்த்தலைவனின் தலைவி இரண்டாவது பாடலில் முனை நல்லூர் என்று அவன் மனையைப் பற்றிக் கூறுகின்றது.

இரண்டாவதாகக் காட்டிய பாடலில் கோவலர், ஆனிரை, பாணர் ஆகியோர் குறிக்கப் பெறுகின்றனர். இது குறிப்பிடத்தக்க செய்தி. முல்லை நிலத்தில் முனை நிற்கின்றது. மேலும் முல்லை நிலம், ஆனிரை, பெருவழி ஆகியவை குறிக்கப் பெறுகின்றது. அதனால் அந்தப் பாடலின் மற்ற அடிகளையும் தருவோம்.

அரக்கத் தன்ன செந்நிலப் பெருவழி
காயஞ் செம்மல் தாஅய் பலவுடன்
ஈயன் மூதாஅய் வரிப்ப பவளமொடு
மணிமிடைந் தன்ன குன்றங் கவைஇய
அங்காட் டாரிடை மடப்பிணை தழீஇத்
திரிமருப் பிரலை புல்லருந்தி யுகள
முல்லை வியன் புலம் பரப்பிக் கோவலத்
குறும்பொறை மருங்கின் னறும்பூ வயரப்
பதவுமேய லருந்து மதவுநடை நல்லான்
வீங்கு மாண் செருத்தல் தீம்பால் பிலிற்றக்
கன்று பயிர் குரல மன்று நிறை புகுதரும்
மாலையும் உள்ளா ராயின் காலை
யாங்காகு வங் கொல் பாண

(அகம் : 14 1-3)

பாணனைப் பார்த்து இன்று மாலை வரவில்லையானால் நாளை என்ன செய்ய என்று கேட்கிறாள் தலைவி. அதற்கும் பாணன் கடவுளை வாழ்த்தி தெய்வமேறியுரைக்கிறான். விரைந்தோடும் குதிரை பூட்டிய தேர் முனையில் உள்ள நல்லூரில் வருகின்றது என்று கூறினான். இங்குப் பாணன் விரிச்சி கேட்டு உரைப்பவனாகக் காட்சி அளிக்கிறான். முதுவாய்ப் பாணனாக நிற்கிறான். இங்கு முதுவாய் என்பது முக்கால முணர்ந்த பாணன் என்பதைக் குறித்து நிற்கும்.

இப்பாடல் அடிகள் முல்லை நிலத்தையும், அங்கு வாழும் விலங்குகள், வாழும் திணை நிலை மக்கள் போர் வீரர் வாழும் முனை அங்குள்ள மாட்டுச் செல்வம் போன்றவர்கள் குறிக்கப் பெறுகின்றனர். அதனால் அகநானூற்றில் பாலைப் பாடல்கள் மிகுதியும் முல்லை திரிந்த பாலையைப் பற்றியதாகவே உள்ளன என்று கூறலாம். முல்லையில் பயின்றுவரும் இளையர், மறவர், தேரில் செல்லும் மன்னர்கள் கோவலர் பாணர்கள் ஆகியோர் பாலைத் திணையிலும் முல்லைத் திணையில் குறிக்கப் பெறுகின்றனர். முல்லைத் திணையில் குறிக்கப் பெறாத மழவர், வயவர், ஆடவர் ஆகியவர்கள் பாலைத் திணையில் குறிக்கப் பெறுகின்றனர். மழவர்கள் ஒரு குடியிருப்பில் தங்கியிருந்ததற்கான சான்று கிடைக்கவில்லை. வயவர் வணிகர்களுடன் அல்லது உப்பு வணிகர்களுடன் வேறு திணையிலிருந்து வந்தவர்கள், பாலைத் திணை அல்லது முல்லைத் திணைக்குரியவர்கள் அல்லர். வடுகர் என்பார் பாலைத் திணையில் மட்டுமே குறிக்கப் பெறுகின்றனர். அவர்கள் நிரை கவர்பவர்களாகக் குறிக்கப் பெறுகின்றார்கள். அவர்கள் மாட்டு மந்தையை வைத்திருப்பவர்களாகவும் குறிக்கப் பெறுகின்றனர். இவர்கள் முல்லைத்திணையில் குறிக்கப் பெறவில்லை. வடுகர்களும் முனையில் தங்கி இருந்தனர். பின்வரும் பாடலே சிறந்த சான்று

ஒலிகழை நெல்லி னரிசியோ டோராங்கு
ஆனிலைப் பள்ளி யளைபெய் தட்ட
வானிண முருக்கிய வாஅல் வெண்சோறு
புகரரைத் தேக்கின் அகலிலை மாந்துங்
கல்லா நீள் மொழிக் கதநாய் வடுகர்
வல்லா ணருமுனை நீந்தி

(அகம் 107 : 7-12)

இந்தப் பாடலடிகள் வடுகர்களின் ஆனிரைப் பற்றி குறிக்கப் பெறுகின்றது.

மற்றொரு பாட்டு வடுகர் நிரை கவர்ந்ததைப் பற்றிக் கூறுகின்றது.

. . . . . .வடாஅது
ஆரிருள் நடுநா ளேரா உய்யப்
பகைமுனை யறுத்தும் பல்லினஞ் சா அய்க்
கணஞ்சால் கோவலர் நெடுவிளிப் பயிரறிந்து
இனம்த்தலைத் தரூஉம் துளங்கிமில் நல்லேற்றுத்
தழூஉப்பிண ரெருத்தம் தாழப் பூட்டிய
அந்தூம் பகலமைக் கமஞ்செயற் பெய்த
துறுகாழ் வல்சியர் தொழுவறை வெளவிக்
கன்றுடைப் பெருநிரை மன்றுநிறை தரூஉம்
நேரா வன்தோள் வடுகர் பெருமகன்
பேரிசை எருமை நன்னாட் டுள்ளதை

(அகம் 253 : 10-20)

கோவலர் தொழுவில் வைத்திருந்த ஆனிரைகளை வடுகர் கவர்ந்து வந்தனர். இந்த வடுகருடைய தலைவன் புகழ்மிக்க எருமை ஆவான். இங்கு வடுகர் என்பார் போர் வீரர்களாக இருந்திருக்க வேண்டும். இவர்கள் மொழி பெயர்தேயத்தின் தென்னெல்லையில் வாழ்பவர்களாக இருந்திருக்க வேண்டும். பிற்கால (பொ.ஆ.7-2ஆம் நூ) நடுகல்வெட்டுகளில் வடுக வீரர்கள் குறிக்கப் பெறுகின்றனர். அகநானூற்றுப் பாடல் ஒன்று விரவு மொழித் தகடூர் என்று கூறும். வடுக தேயத்திலிருந்து வணிகம் காரணமாக தகடூர்ப் பகுதிக்கு வந்திருக்க வேண்டும். வடுக தேயத்தின் தென்பகுதி முல்லை நிலமாக இருந்தமையால் மாடு நிறைந்திருந்த தொழுவும், முனைகளும் மிகுந்திருந்தன. அதனால் அங்கிருந்த முனைகளில் வடுக வீரர்கள் தங்கி இருந்தார்கள்.

முனைக்கருகிலேயே விளை நிலங்களும் இருந்துள்ளன என்று சில பாடல்கள் சான்றாகக் கிடைத்துள்ளன.

முனைஉழைத் யிருந்த அங்குடிச் சீறூர்க்
கருங்கால் வேங்கைச் செஞ்சுவல் வரகின்
மிகுபதம் நிறைந்த தொகுகூட் டொருசிறை

(அகம் 367 : 5-7)

வரகு முல்லை நிலத்தில் விளைந்த பயிர். அதற்கு முல்லைத் திணைப் பாடல்களில் நிறைய சான்றுகள் உள்ளன.

முயற்பற ழூகளுமுல்லையம் புறவிற்
கவைக் கதிர் வரகின் சீறூ ராங்கண்

(அகம் 384 : 5-6)

அகநானூறு மட்டுமின்றி அகத்திணை பற்றிய பிற தொகைகளிலும் இந்தப் போக்கே நிலவுகின்றது. மறவர், மழவர், ஆடவர், இளையர் ஆகிய குழுவினரே குறிக்கப் பெறுகின்றனர். நிரைகவர்தல், நிரை மீட்டல், போருக்குச் செல்லுதல் வழிப்பறி ஆகிய செயல்கள், பிறகுடிகள் (கோவலர், ஆயர், இடையர் போன்றோர்) இரண்டு திணைகளிலும் பயின்று வரக் காணலாம். பலவகையில் முல்லைத் திணைப் பாடல்களும், பாலைத் திணைப் பாடல்களும் ஒரே மாதிரியான செய்திகளைக் கொண்டுள்ளன என்பது குறிப் பிடத்தக்கது. புறநானூற்று வல்லாண் முல்லைப் பாடல்களில் மேலே குறிப்பிடப்பட்ட இருதிணைகளில் வரும் சில செய்திகள் (போரில் வேந்தர்க்குத் துணை போதல், நடுகல், பாணர்கள், உதவுதல், இடையர், நடுகல், வழி) குறிக்கப் பெறுகின்றன. இந்த நிலையில் பாடலைத் தொகுத்தவர்கள் இலக்கண வாய்பாடுகளை மனத்திலிறுத்தித் தொகுத்திருக்க வேண்டும். அதனால் முல்லைத் திணைப் பாடல்களில் நிரைகவர்தல், நிரைமீட்டல், ஆகியவையின்று வரவில்லை. ஒரேயொரு பாடல் இளையர் வழிப்பறி செய்த செய்தி கூறப்பெறுகின்றது. ஒரு மறவன் கள் விளையாட்டிக்குப் பொருள் தர ஒன்றுமில்லாத நிலையில் மண்ணில் விளையாடும் மகனிடம் வீட்டில் உள்ள யானைத் தந்தத்தை எடுத்து வரச் சொல்கிறான்.

வேற்றுப் புலத்தில் போர்

முல்லை மன்னன் வேந்தருக்கு உதவியாகப் போருக்குச் செல் கிறான். இவனுடன் இளைய வீரர்களும் செல்கின்றனர். சில அகநானூற்றுப் பாடல்களில் ‘வேற்றுப் புலத் தல்கி ‘என்று கூறப் பெறுகின்றது. (அகம் 254, 304). ஆனால் அகம் 84 ஆம் பாடல் குறிப்பிடத்தக்கது.

மலைமிசைக் குலையியல் உருகெழுதிருவிற்
பணைமுழங் கெழிலி பௌவம் வாங்கித்
தாழ்பெயற் பெருநீர் வலனேர்பு வளைஇ
மாதிரம் புதைப்பப் பொழிதலிற் காண்வர
இருநிலங் கவினிய ஏமுறு காலை
நெருப்பின் அன்ன சிறுகட் பன்றி
அயிர்க்கட் படாஅர்த் துஞ்சுபுறம் புதைய
நறுவீ முல்லை நாண்மலர் உதிரும்
புறவடைந் திருந்த அருமுனை இயவின்
சீறூரோளே ஒண்ணுதல் யாமே

எரிபுரை பன்மலர் பிறழ வாங்கி
அரிஞர் யாத்த அலங்குதலைப் பெருஞ்சூடு
கள்ளார் வினைஞர் களந்தொறும் மறுகும்
தண்ணடை தழீஇய கொடிநுடங் காரெயில்
அருந்திறை கொடுப்பவுங் கொள்ளான் சினம் சிறந்து
வினைவயின் பெயர்க்குந் தானைப்
புனைதார் வேந்தன் பாசறை யேமே

(அகம் : 84)

இந்தப் பாடலில் “புறவடைந் திருந்த அருமுனை இயவில் சீறூர்” மன்னன் மனைவி குடியிருப்பாக உள்ளது. ஆனால் வேந்தனுக்குப் போரில் உதவ சென்ற மன்னன் தங்கி இருக்குமிடம் “தண்ணடை தழீஇய கொடிநுடங் காரெயில்... புனைதார் வேந்தன்” பாசறை யிலிருக்கிறான். இது இரு வேறுபட்ட திணைகளில் வாழ்ந்த அரசியல் தலைவர்களைப் பற்றி இந்தப் பாடல் கூறுகின்றது.

வேந்தன் தண்ணடைக்குத் தலைவன். அதாவது மருதத் திணை தலைவன். முல்லைக்கு தலைவன் இளையர் என்ற வீரர்களுடன் வேந்தனுக்கு உதவ வந்தவன். பெரிய வேந்தன். சீறூர் மன்னனின் உதவியை நாடுவது வியப்பிற்குரிய செய்தி. அவன் நால்வகைப் படைகளுக்குத் தலைவன். ஆனால் சீறூர் மன்னன் காலாட்படைக்குத் தலைவன், அல்லது தேர்ப் படைக்குத் தலைவன். இவன் எந்த வகையில் வேந்தனுக்கு உதவ முடியும். மருதநிலம் வேளாண்மையில் சிறந்து விளங்கியது. முல்லை நிலம் கால்நடை வளர்ப்பில் சிறப்புற்றிருந்தது. பூசலும், போரும் கால்நடை வளர்ப்புடன் தொடர்புடையவை. அதனால் கால்நடை வளர்ப்பு மறவர், இளையர், ஆடவர் ஆகிய வீரக்குழுக்களைப் பெற்றிருந்தது. வேளாண்மை செய்வோர் அத்தகைய வீரக் குழுக்களைப் பெற்றிருக்கவில்லை. ஏற்கெனவே மருதநில வேந்தர் படைகளும் முல்லைப் பகுதியிலிருந்து வந்தவர்களாகலாம். சங்க கால மறவர் களைப் பற்றித் தெளிவான ஆய்வுகள் இல்லாத நிலையில் மருதநில வேந்தர்களுக்கும், மறவர்களுக்குமிடையிலிருந்த உறவு பற்றி அறிந்து கொள்வது கடினமே.

வேந்தர்கள் முல்லைத் திணையிலிருந்த நாடுகள் மீது படையெடுத்தனர் என்பதற்கு அகநானூற்றிலும், புறநானூற்றிலும் சான்றுகள் உள்ளன. முல்லைநிலம் மிகுந்த கொங்கு நாட்டின் மீது மூவேந்தர்களும் படையெடுத்துள்ளனர். பல்யானை செல்கெழு குட்டுவன், பூதப்பாண்டியன் குள முற்றத்துத் துஞ்சிய கிள்ளிவளவன்

ஆகியோர் கொங்கின் மீது படையெடுத்தமை பற்றி பதிற்றுப்பத்து (22) அகநானூறு (253) புறநானூறு (373) ஆகிய பாடல்களில் குறிக்கப் பெறு கிறார்கள். இவர்கள் கொங்கு நாட்டின் மீது படையெடுத்ததற்குக் காரணம் கனிமவளமும் வாணிக வளமுமே ஆகும். இறுதியில் சேரர்கள் கொங்கு நாட்டை ஆண்டார்கள்.

முல்லைமன்னனின் அரணும் மனையும்

அகநானூற்று 124 ஆம் பாடல் முல்லை மன்னனின் மாட மாளிகை பற்றியும், நெடுமதில் ஊரைப் பற்றியும் பேசுகின்றது.

மாட மாணகர்ப் பாடமை சேக்கைத்
துனிதீர் கொள்கை நங்காதலி இனிதுறப்
பாசறை வருத்தம் வீட நீயும்
மின்னு நிமிர்ந் தன்ன பொன்னியல் புனைபடைக்
கொய்சுவல் புரவிக் கைகவர் வயிங்குபரி
வண்பெயற்கு அவிழ்ந்த பைங்கொடி முல்லை
வீகமழ் நெடுவழி ஊது வண்டு இரியக்
காலை எய்தக் கடவுமதி மாலை
அந்திக் கோவலர் அம்பணை இமிழிசை
அரமிய வியலகத்து இயம்பும்
நிரைநிலை ஞாயில் நெடுமதி லூரே

(அகம் 124: 6-16)

இந்த மேற்கோளில் முதலடியிலேயே மாட மாணகர்ப் பாடமை சேக்கை என்று கூறும் போது எழுநிலை மாடங்களைக் கொண்ட மனையில் அழகு மிக்க படுக்கை (சேக்கை)யில் மனைவி படுத்திருப் பாள் என்று தலைவன் நினைக்கிறான். அந்தியில் கோவலர் இசைக்கும் குழலிசை காடு முழுவதும் பரவி நிற்கும் அந்தக் காட்டில் உயர்ந்து நிற்கும் வாயிலுடன் கூடிய நெடிய மதிலையுடைய ஊரில் அந்த மாட மாளிகை உள்ளன. அதனால் வேந்தனுக்கு உதவி செய்யச் சென்ற மன்னன் மதில் சுற்றியுள்ள ஊரில் உள்ள அரண்மனையில் வாழ்ந்தான் எனலாம். போருக்குச் சென்று மாண்ட முல்லைத் திணை மன்னர்களைப் பற்றிய குறிப்பு இல்லை. தலைவர்களின் காதல் வாழ்க்கையைப் பற்றிப் பாடுவதால் உயிரோடு திரும்பியவர்களைப் பற்றிப் பாடினார்கள் போலும். இறந்தவர்களைப் பற்றி பாலைத் திணைப் பாடல்களில் குறிக்கப் பெறுகின்றது.

அகநானூற்று 114ஆம் பாட்டும் இந்தச் செய்தியைக் கூறுகின்றது. பாடலை எழுதியவர் பெயர் கிடைக்கவில்லை. இருப்பினும் சங்க காலத்து முல்லை நில மன்னனின் குடியிருப்பு பற்றிய அழகிய சித்திரத்தை விட்டுச் சென்றுள்ளார்.

நெடுங்கொடி நுடங்கும் வான்தோய் புரிசை
யாமம் கொள்பவர் நாட்டிய நளிசுடர்
வானக மீனின் விளங்கித் தோன்றும்
அருங்கடிக்காப்பின் அஞ்சுவரு மூதூர்த்
திருநகர் அடங்கிய மாசில் கற்பின்
அரிமதர் மழைக்கண் அமைபுரை பணைத் தோள்
அணங்குசால் அரிவையைக் காண்குவம்

(அகம் 114 : 9-15)

உயர்ந்தோங்கிய மதிலின் வாயிலில் நெடுங்கொடி பறக்கும். இரவு நேரத்தில் காவல் புரிபவர் ஏற்றிவைத்த விளக்குகள் விண்மீன்களிலும் பலவாக உள்ளன. மிகுந்த காவலை உடைய பழமையான ஊரில் உள்ள அரண்மனையில் தங்கியுள்ள கற்புடைய மனைவியைக் காண தேரை விரைந்து செலுத்துக பாகனே என்று போரில் வெற்றி கண்ட தலைவன் கூறுகிறான்.

மேலே காட்டிய இரண்டு பாடல்களிலும் கோட்டைக்கு அகழி இருப்பதாகவோ அகழியில் முதலை இருப்பதாகவோ குறிக்கப்பெற வில்லை. அதனால் இந்தக் கோட்டைகள் முல்லை நிலத்தில் படை வீரர்களைச் சேர்த்து வைத்திருந்த இருப்பிடம் ஆகலாம். பாலைத் திணையில் குறிக்கப்பெறும் மறவர்கள் முல்லைத் திணையில் வாழ்ந்த பல பழங்குடிகளில் கலந்து நின்ற பழங்குடி வீரர்கள். அவர்கள் வாழ்ந்த இருப்பிடத்திற்குப் பெயர் சிறுகுடி என்பதாகும்.

முல்லைத் திணையிலும், முல்லைதிரிந்த பாலைத் திணையிலும் இருவேறு நிலைகளில் வாழ்ந்த மறவர்கள் குறிக்கப் பெறுகின்றனர். ஒரு குழுவினர் தங்கள் சிறுகுடியை அடுத்த சிறுகுடியின் மாட்டு மந்தையைக் கவர்வதும், கவரப் பெற்ற தம்குடி மாட்டு மந்தைகளை மீட்பதும், வழிப்பறி செய்வதுமாகிய தொழிலில் ஈடுபட்டனர். சில நேரங்களில் முனையில் பாதுகாப்பாக வைக்கப் பெற்றிருக்கும் மாட்டு மந்தைகளையும் கவர்ந்துள்ளனர். அதனால் மறவர்களிடையில் பல நிலைகள் இருந்ததையே இந்தச் செயல்கள் காட்டுகின்றன.

திறைப்பொருள்

அகநானூற்று முல்லைத்திணைப் பாடல்களில் திறை வாங்கியமை பற்றிய குறிப்புகள் பயின்று வரக் காணலாம். அகநானூறு பாடல்கள் (44, 54, 84) சிலவற்றில் வெற்றி பெற்ற வேந்தர்க்கு தோற்ற மன்னர்கள் செலுத்தும் கப்பமாகும். பழங்குடிகள் தலைவன் வேள்,

மன்னன் வேந்தன் பால் செல்லும் போது அரிய பொருட்களை திறையாகக் கொண்டு செல்வர். ஆய்வேளை கானவர் காணச் சென்றபோது தேன், யானைத்தந்தம், மான்கள் ஆகியவற்றைத் திறையாகக் கொண்டுசென்றனர் என்று ஒரு புறப்பாடல் கூறும் (புறம்). பலவேந்தர்கள் திறை வாங்கியமை பற்றி புறநானூற்றுப் பாடல்களும், பதிற்றுப்பத்துப் பாடல்களும் பேசுகின்றன. (புறம் 22, 97, 156, 387 பதி. 17, 53, 59) திறை என்ற சொல் பல திராவிட மொழிகளில் பயின்று வருகின்றது. அந்த மொழிகளில் சிறை பிடிக்கப்பட்டவன் கட்டும் காணிக்கை பாதுகாப்பிற்காக செலுத்தும் காணிக்கை என்று பொருள்படும். இச்சொல் தெறு பொருள் என்று திருக்குறளில் வழங் கப்பெறும்). அகநானூறு முல்லைத் திணைப் பாடல்களில் திறை பெற்றமை பற்றிய குறிப்புகள் பயின்று வருகின்றன. அகநானூறு 44ம் பாட்டு எடுத்துக் காட்டத்தக்கது.

வந்துவினை முடித்தனம் வேந்தனும் பகைவரும்
தந்திறை கொடுத்துத் தமரா யினரே
முரண்செறிந் திருந்த தானை யிரண்டும்
ஒன்றெென அறைந்தன பணையே நின்தேர்

(அகம் 44 : 1-5)

இந்தப் பாடலடிகளில் பகை மன்னர் திறை செலுத்திய பின் தமர் ஆயினர் என்று கூறப்பெறுகின்றது. இங்கு தமர் என்ற சொல் குறிப்பிடத்தக்கது. சங்ககாலத் தமிழகத்தில் சமூக உறவில் மூன்று சொற்கள் பயன்படுத்தப் பெற்றன. அவையாவன: தமர் பிறர் நொதுமல் (நொதுமலர்) ஆகியன. தமர் இரத்த உறவுள்ள மக்கள். பிறர் எதிரி-நொதுமல் மூன்றாமாவர் என்று பொருள்படும். ஆனால் இந்தப் பாடலில் பகைவர் திறை கொடுத்து தமராயினர் என்று கூறுவது அரசியலில் திறை கொடுப்பவர் தமராகக் கருதப் பெற்றனர் என்பது அறியப் பெறுகின்றது. அவ்வாறாயின் தமர் என்பது இரத்த உறவிற்கப்பால் உள்ளவர்களைக் கூட்டமைப்பில் சேர்த்துக் கொண்டால் அவர்களையும் தமர் என்று கூறினர் என்று கருத வேண்டி யுள்ளது.

மற்றொரு அகம் பாட்டு (54) குறிப்பிடத்தக்கது. அந்தப் பாடலில் தெறுப்ப என்பது திறை என்பதன் வினைச் சொல்லாகும்.

விருந்தின் மன்னர் அருங்கலம் தெறுப்ப
வேந்தனும் வெம்பகை தணிந்தனன்

***(அகம்** 54: 1-5)*

பகை மன்னர் திறை செலுத்திய பின் வேந்தன் சினம் தணிந்தது.

திறை என்ற சொல் சங்க காலத்திலேயே சிறை என்ற திரிந்து வழங்கலாயிற்று. அதனால் இந்தச் சொல் சிறை என்ற சொல்லாக இருந்திருக்க வேண்டும். போரில் சிறை பிடிப்பதைத் தவிர்க்கவே திறை செலுத்தியிருக்க வேண்டும். இந்தச் சிறை என்பதே தென் திராவிட மொழிக்கு வரும்போது திறை என்று மாறி தகரம் கெட்டு இறை என்று மாறியிருக்க வேண்டும். அதற்கான தெளிவான சான்று களைக் கண்டறிய வேண்டும்.

எயினர் குறும்பு

அகப்பாடல் ஒன்றில் (319) எயினர் குறும்பு பற்றிக் குறிப்பிடு கின்றது.

மணிவாய்க் காக்கை மாநிறப் பெருங்கிளை
பிணிவீ ழாலத்து அலங்குசினை யேறி
கொடுவில் எயினர் குறும்பிற் கூக்கும்
கடுவினை மறவர் வில்லிடத் தொலைந்தோர்
படுபிணம் கவரும் பாழ்படு நனந்தலை

(*அகம் 319 : 1-5*)

குறும்பு பற்றி வரும் பாடல்கள் பெரும்பாலும் பாலைத் திணைப் பாடல்களாகவே உள்ளன. குறும்பில் மாட்டு மந்தை விலைமதிப்பு மிக்கப் பொருட்கள் போன்றவை பாதுகாப்பாக வைக்கப் பெற்றிருக் கும். பெரும்பாணாற்றுப்படை குறும்பு பற்றி விரிவாகக் கூறும்.

ஒன்னாத் தெவ்வர் நடுங்க ஓச்சி
வைந் நுதி மழுங்கிய புலவு வாயெஃகம்
வடிமணிப் பலகையொடு நிரைஇ முடிநாண்
சாபம் சார்த்திய கணைதுஞ்சு வியனகர்
ஊகம் வேய்ந்த உயர்நிலை வரைப்பின்
வரைத்தேன் புரையும் கவைக்கடைப் புதையொடு
கடுந்துடி தூங்கும் கணைக்காற் பந்தர்த்
தொடர் நாய் யாத்த துன்னருங் கடிநார்
வாழ்முள் வேலிச் சூழ் மிளைப் படப்பை
கொடுநுகம் தழீஇ புதவின் செந்நிலை
நெடுநுதி வயக்கழு நிரைத்த வாயில்
கொடுவில் எயினக் குறும்பில் சேப்பின்

(*பெரும்பாண்: 118-129*)

உருத்திரங்கண்ணனார் எயினர் குறும்பைப் பற்றி விரிவாகப் பாடி யுள்ளார். பகைவரைக் கொன்று முனை மழுங்கிய வேலையும், முனையில் நாண்கட்டியவில்லையும் சார்த்திவைத்த அகன்ற வீடுகளை யுடையது குறும்பு. வீட்டில் உள்ள பந்தலில் வில்லும் அம்பும் துடியும் கட்டி வைக்கப் பெற்ற கால்கள் நிற்கின்றன. அந்தப் பந்தர்கால்களில் வலிமைமிக்க குரைக்கும் நாய்கள் கட்டப் பெற்றுள்ளன. குறும்பைச் சுற்றிலும் காவற்காடுகள் உள்ளன. ஊர்வாயிலில் உயர்ந்த வலிமை யான கணையமரம் நிற்கும். கணைய மரத்தோடு சேர்த்துக் கட்டிய கதவங்கள் நின்றன.

குறும்பு சுற்றிலும் மிளையுடன் (காவற்காடு) இருக்கும். தொடக் கத்தில் கால்நடை வளர்ப்பவர்களும், மாட்டு மந்தையும் காவற் காட்டுக்குள் பாதுகாப்பாகத் தங்கி இருப்பர் (மலைபடு 409). காவற்காட்டுக்குள் குறும்பு இருந்துள்ளது. தொடக்கத்தில் காவற் காடு மட்டும் உருவாக்கப் பெற்றது சமூகவளர்ச்சிப் போக்கில் காவற் காட்டிற்குள் குறும்பு என்ற அரண் உருவாக்கப்பெற்றது. மாடுமேயும் புறவில் (முல்லைநிலத்தில்) குறும்பு என்ற பாதுகாப்பரண் இருந் துள்ளது என்பது ஒருப் பாடலால் உறுதிப்படுகின்றது.

புறவே, புல்லருந்து பல்லாயத்தான்
வில்லிருந்த வெங்கு றும்பின்று

(புறம் 386: 12-13)

குறும்பும் புறவும் அருகருகே இருந்தமை பற்றிச் சில அகப்பாடல் களும் குறிப்பிடுகின்றன. ஆனால் இந்தக் குறும்புகள் பாலைத்திணை யில் மட்டுமே அமைந்துள்ளன. புறவு முல்லைத்திணையில் மட்டுமே அமைந்துள்ளன. புறவு முல்லைத்திணையில் மட்டுமே பயின்று வருகின்றது.

பாலைத்திணைப் பாடல்கள் இலக்கண மரபில் தொகுக்கப் பெற்ற மையால் அவற்றில் நிரை கவர்தல், நிரை மீட்டல், வழிப்பறி, குறும்பு, முனை ஆகியவை பற்றி இருந்தே ஆகவேண்டும் என்ற இலக்கண விதி இருந்தமையால் இவை அமைந்த பாடல்கள் பாலைத்திணையில் தொகுக்கப் பெற்றன. மறவர், மழவர், ஆடவர், இளையர் ஆகிய வீரர்கள் பாலைத் திணையில் குறிக்கப் பெறுகின்றனர். பாலைத் திணைப் பாடல்களில் மறவர்கள் நிரை கவர்தல், மீட்டல் வழிப்பறி செய்தல் ஆகிய தொழிலில் ஈடுபடுபவர்களாகக் காட்டப் பெறு கின்றனர். ஆடவர்களும் நிரை மீட்டல், கவர்தல், வழிப்பறி ஆகிய தொழிலில் ஈடுபடுகின்றனர். மழவர்கள் நிரை கவர்தல், வழிப்பறி

ஆகியவற்றில் மட்டும் ஈடுபடுகின்றனர். இளையர் வழிப்பறியில் மட்டும் ஈடுபடுகின்றனர். ஆனால் மறவர் அகநானூறு முல்லைத் திணைப் பாடல் ஒன்றில் மட்டும் குறிக்கப் பெறுகின்றனர். ஆனால் அங்கு மான்வேட்டை ஆடுபவர்களாக மட்டும் காட்சி அளிக்கின்றனர். முல்லைத் திணையில் குறிக்கப் பெறும் இளையர் வேந்தனுக்கு உதவி செய்யும் முல்லை மன்னனுடன் போருக்குச் சென்று வருவதாகக் காட்டப் பெறுகின்றனர். இரு திணைகளிலும் குறிக்கப் பெறும் மறவரும், இளையரும், ஒரே மாதிரியான வீரக் குழுவினரே. ஆனால் இரண்டு திணைகளிலும் இரண்டு நிலையில் காட்டப்பெறுகின்றனர்.

மறவரும், இளையரும் முல்லைநிலத்திற்குரியவராக இருந்தாலும் ஆண்டின் வறண்ட காலங்களில் முல்லை நிலத்து மறவர் நிரை கவர்தல், மீட்டல் வழிப்பறி ஆகிய தொழில்களிலும், இளையர், வழிப்பறியிலும் ஈடுபட்டதாகக் காட்சி அளிக்கின்றனர்.

ஆறலை கள்வர்

ஆறலை கள்வர் பற்றி அரியதொரு ஆய்வுரையை முனைவர் பாவெல் பாரதி அவர்கள் தந்துள்ளார். ஆறலை கள்வர் என்று கூறுவதை அவர் ஏற்றுக் கொள்ளவில்லை. ஆறலை கள்வர் உண்மையில் இருந்திருப்பாராயின் சில கேள்விகள் நம்முன் நிற்கின்றன. வழிப் போக்கரைக் கொன்று கொள்ளை அடிக்கும் அளவிற்கு வேந்தராட்சி யும் வேளிர் ஆட்சியும் பலம் குன்றி இருந்ததா? பெருவழிகள் பற்றிக் குறிப்புகள் இருந்தாலும் வில்லுடை வீரர்கள் பெருவழிகளைப் பாது காத்திருந்தனர் என்பது பெரும்பாணாற்றுப் படையிலும் மதுரைக் காஞ்சியிலும் குறிக்கப் பெறுகின்றது. பிற தொகை நூல்களில் பெரு வழி பற்றிய குறிப்புகள் இருந்தாலும் பெருவழி வீரர்கள் பற்றிய குறிப்பு ஏதுமில்லை. உப்பு வணிகரும் சாத்து வணிகரும் தங்களுடன் வீரர்களை அழைத்துச் சென்றனர். அதனால் அரசு பெருவழி வழிப் போக்கருக்கு எந்தவித பாதுகாப்பும் தரவில்லை என்பதே உண்மை. பத்துப்பாட்டு சங்ககாலத்திறுதியில் பாடப் பெற்றிருக்க வேண்டும். பாட்டுகளைப் பாடிய புலவர்களில் சிலர் பாடல்கள் (இரணிய முட்டத்துப் பெருங் குன்றூர் பெருங் கௌசிகனர், இடைக் கழி நாட்டு நல்லூர் நந்தத்தனார், காவிரிப் பூம்பட்டினத்துப் பொன் வணிகனார் மகனார் நப்பூதனார், முடத்தாமக்கண்ணியார் ஆகியோர் பாடல்கள் தொகை நூல்களில் எதிலும் தொகுக்கப் பெறவில்லை. குறிஞ்சிப்பாட்டைப் பாடிய கபிலர், பாரியின் நண்பர் கபிலரிலும் வேறுபட்டவர் என்று கே. என். சிவராஜப்பிள்ளை கூறுவார். நக்கீரர் கபிலர், பரணர் ஆகியோருக்குப் பிற்பட்டவர். சில அகப்பாடல்களால் தெரிய வருகின்றது.

புறவடைந்த குறும்பில் நடுகல்

மறவர்கள் குறும்பில் உள்ள மந்தைகளையும் விலைமதிப்புமிக்க பொருட்களையும் கவர்ந்தனர். அந்தப் பூசலில் குறும்பைப் பாதுகாத்த மறவர்களில் சிலர் மாண்டனர். அவர்களுக்காக நடுகல் நட்டனர். அந்த நடுகல்லில் பீடும் பெயரும் எழுதி வைத்தனர். அந்த நடுகல்லில் பொறிக்கப் பெற்ற எழுத்துகளில் மறவர்கள் அம்பைத் தீட்டினர். அதனால் கூருளிகுயின்ற கோடுமாய் எழுத்து புரியாமல் வழிபோக்கர் குறும்புகளைக் கடந்து சென்றனர். ஓமை மரத்தில் தெய்வம் தங்கி இருக்கும் கடவுள் உறையும் புறவில்

கடுங்கண் மறவர் பகழி மாய்த்தென
மருங்குல் நுணுகிய பேஎமுதிற் நடுகல்
பெயர்பயம் படரத் தோன்று குயிலெழுத்து
இயைபுடன் நோக்கல் செல்லாது அசைவுடன்
ஆறுசெல் வம்பலர் விட்டனர்கழியும்
சூர்முதல் இருந்த ஓமையம் புறவில்
நீர்முள் வேலிப் புலவு நாறு முன்றில்,
எழுதியன்ன கொடி படு வெருகின்
பூளை அன்ன பொங்கு மயிர்ப் பிள்ளை
மதிசூழ் மீனின், தாய் வழிப்படூஉம்
சிறுகுடி மறவர்சேக் கோள் தண்ணுமைக்கு
எருவைச் சேவல் இருஞ் சிறை பெயர்க்கும்

(அகம் 297: 6-16)

அகநானூற்றில் நடுகல் பற்றி பத்துக்கும் மேற்பட்ட பாடல்களில் குறிக்கப் பெறுகின்றது.

அகநானூற்று 269ஆம் பாடல் குறிப்பிடத்தக்கது. அந்தப் பாடலில் நிரை மீட்டுப்பட்ட தருகணாளர் பற்றியும், அவர்களுக்காக நடுகல் நட்டமை பற்றியும் குறிக்கப் பெறுகின்றது.

தொடிதோள் இவர்க எவ்வமும் தீர்க
நெறியிருங் கதுப்பின் கோதையும் புனைக
ஏறுடை இனநிரை பெயரப் பெயராது
செறிசுரை வெள்வேல் மழவர்த் தாங்கிய
தறுகணாளர் நல்லிசை நிறுமார்
பிடிமடிந்தன்ன குறும்பொறை மருங்கின்
நட்டபோலும் நடாஅ நெடுங்கல்
அகலிடங் குயின்ற பல்பெயர் மண்ணி
நறுவிரை மஞ்சள் ஈர்ம்புறம் பொலிய
வம்பு கொண்ட றுத்த வார்நார் உரிவையின்
செம்பூங் கரந்தை புனைந்த கண்ணி

> வரிவண் டார்ப்பச் சூட்டிக் கழற்கால்
> இளையர்பதிப் பெயரும் அருஞ்சுரம் . . . .
>
> (அகம் 269: 1-13)

பாலைத்திணையில் நடப்பட்டுள்ள நடுகல்லுக்கு வழிபாடு செய்யும் முல்லைத்திணை வீரர்களான இளையர் வழிபாடு செய் வதைப் பற்றி இந்தப் பாடல் குறிப்பிடுகின்றது. நடுகல்லுக்கு மஞ்சள் பூசி கரந்தைப் பூமாலையைச் சூட்டி வழிபாடு செய்தமை பற்றிக் கூறுவது எடுத்துக் காட்டத்தக்கது. இந்த நடுகல் பாலை நிலத் திலிருப்பதாகக் கூறினாலும் அது முல்லை திரிந்த பாலையாகவே கொள்ள முடியும்.

புறநானூற்று வல்லாண் முல்லைப் பாடல்களும், அகநானூற்று முல்லைத் திணைப் பாடல்களும் பலவகையில் ஒன்று போலவே காட்சியளித்தாலும் சில வகையில் வேறுபட்டு நிற்கின்றன. வல்லாண் முல்லை தலைவன் குடிசையில் வாழ்கிறான். அகம் முல்லைத் திணைப் பாடல்களில் போருக்குச் செல்லும் தலைவன் மாட மாளிகையில் வாழ்கிறான். வல்லாண் முல்லைத் தலைவன் விருந்தினர்க்கு விருந்தளிக்க வாளை அடகு வைக்கிறான். அகம் முல்லைத் திணைத் தலைவன் பெருஞ் செல்வத்தைக் கொள்ளை அடித்து வந்து தன்மனை (மாளிகையில்) வைத்திருப்பதாகக் காட்சி அளிக்கிறான்.

இந்த நிலையில் வல்லாண் முல்லைத் தலைவனும் அகம் முல்லைத் திணைத்தலைவனும் ஒருவராகக் கருத முடியுமா? அல்லது ஒருவர் கீழ் ஒருவர் என்றபடி நிலையிலிருந்தவர்களா என்பது புலப்படவில்லை. அப்படியொரு படிநிலை இருந்தால் புறப்பாடல்களில் அது குறிக்கப் பெறாதற்குக் காரணம் என்ன? இது போன்ற பல கேள்விகள் எழுகின்றன. அகநானூற்று முல்லைத் திணைப் பாடல்களும் பாலைத் திணைப் பாடல்களும் பலவகையில் ஒன்று போலவே காணப் பெறுகின்றன. சிறு சிறு வேறுபாடுகள் உண்டு. அவ்வாறாயின் அகநானூற்றுப் பாலைத் திணைப் பாடல்கள் முல்லை திரிந்த பாலையைப் பற்றியதாக உள்ளன. அதனால் பாலையை முல்லையிலிருந்து பிரித்துப் பார்ப்பது கடினமாக உள்ளது. பாலையிலும் முனை குறிக்கப் பெறுகின்றது. அங்கு முனை தாக்குதலுக்குள்ளாகின்றது. தாக்குவதில் மழவர் பல நேரங்களில் ஈடுபட்டதாகக் குறிக்கப் பெறுகின்றனர். முல்லை நிலத்தில் முனை தாக்குதலுக்குள்ளானதாகக் குறிக்கப் பெறுகின்றது. தலைவி கோட்டையில் உள்ள மாட மாளிகையில் குடி இருப்பதாகக் கூறப் பெறுகின்றது. அதனால் முல்லையில் வேளிர் போன்ற தலைவர்கள் கோட்டைகளில் வாழ்ந்தனர் என்பது புலப்படுகின்றது.

பாலைத்திணையில் கோட்டையைப் பற்றியோ மாட மாளிகை பற்றியோ குறிப்புகள் இல்லை. காரணம் நிரை கவர்தல், மீட்டல் வழிப்பறி போன்ற செயல்கள் வீரர்களில் கீழ்நிலையில் வீரர்களின் செயல்கள், அவர்தம் வாழ்க்கை நிலை குறிப்பிட்ட எல்லைக்குள் நிற்பது. மாடுபிடி சண்டையே அவர்களை மறவர்களாக்கியது. வேந்தர்க்குத் தேவைப்படும்போது உதவவும் செய்தனர். இவர்களுக்குத் தலைமை தாங்கிச் சென்றவன் வேந்தருடைய கொண்டியில் பங்கு பெற்று செல்வத்துடன் தன் கோட்டைக்குத் திரும்பினான். கொண்டி மூலம் வந்த செல்வத்தைக் கொண்டு கோட்டையை அமைத்தான். அவன் கோட்டையில் வாழ்ந்தான் என்பது பற்றி முல்லைத் திணைப் பாடல்கள் சான்றளிக்கின்றன. முல்லைத் திணையிலேயே அவன் சீறூர் மன்னன் என்று குறிக்கப் பெறுகிறான். மருத நிலத்தூர்களைக் காட்டிலும் வளமற்றவை என்பதைக் குறிக்கப் பயன்படுத்தப் பெற்ற சொல்லா? சிலவிடங்களில் வன்புலச் சீறூர் என்று கூறப்பெறுகின்றது. வேந்தனுக்கு உதவியாகச் சென்ற சீறூர் மன்னனுக்கு தண்ணடை (மருதநிலத்தூர்)யை வெற்றி பெற்ற நிலையில் கொடையாக அளிப்பான். ஆனால் பல பாடல்களில் கொண்டியில் பங்களித்ததாக மட்டுமே கூறப்பெறுகின்றது.

முல்லைவீரர் தண்ணடைக்குக் காவலர்?

மானிடவியலில் கால்நடை வளர்பவர்களுக்கும், வேளாண் மக்களுக்குமிடையில் நிலை பெற்ற சார்நிலை வாழ்க்கையை தண்ணடைக் கொடை காட்டுகின்றதா? சார்நிலை வாழ்க்கை என்பதை ஆங்கிலத்தில் Symbiotic relation என்று கூறுவர். கால்நடை வளர்ப்போர் புல்வெளி தேடிக் குடிபெயர்ந்து கொண்டே இருப்பர். அவ்வாறு குடிபெயரும் நிலையில் வேளாண் குடியிருப்புப் பகுதிக்கும் செல்வர். அந்தச் சூழ் நிலையில் வேளாண்மையில் ஈடுபடுவோர் தங்கள் குடியிருப்புகளை விட்டுக் குடிபெயர மாட்டார்கள். அங்கேயே தங்கி வேளாண்மை செய்வர். கால்நடை மேய்ப்பர் மாடுபிடி பூசலில் ஈடுபட்டுக் கொண்டே இருப்பதால் அவர்களிடையில் பாதுகாப்பு வீரர்கள் நிரந்தரமாக இருந்தனர். வேளாண்மை செய்வோரிடையில் அத்தகைய வீரர்கள் இல்லை. அத்தகைய சூழலில் வேளாண் மாந்தர் கால்நடை வளர்ப்பு வீரர்களைப் பாதுகாப்புக்கு வைத்துக் கொண்டனர். அதற்குக் கைமாறாக மாட்டுத் தீவனத்தையும் அங்குக் கிடைக்கும் பிற பொருட்களையும் காணிக்கையாகத் தருவர். இத்தகையது இன்றும் ஆப்கானிஸ்தானத்தில் நிலைத்திருப்பதைக் காணலாம். கால்நடை வளர்ப்பில் ஈடுபடும் நாடோடி பலுசிகளுக்கும் வேளாண்மையில் ஈடுபடும் பிராகுவி மக்களுக்குமிடையில்

உள்ள உறவு சார்நிலை உறவு (Symbiotic relation) என்று ஷெரின் ரத்னாகர் அவர்கள் கூறுவார். பலுசிகளுக்கு பிராகுவிகள் மாட்டுத் தீவனத்தையும், மணிக்கற்களையும் காணிக்கையாக அளிப்பர். அதற்குப் பதிலாக பலுசிகள் பிராகுவிகளுக்குப் பாதுகாப்பளிப்பர். பெரும்பாலும் காணிக்கை வாங்குபவர்கள் பலுசி மாலிக்குகள் (வேளிர் போன்றவர்கள்). இவர்கள் கால்நடைவளர்ப்பில் ஈடுபடு பவர்களின் குடித் தலைவர்கள். சிந்து வெளியில் ஆரியர்கள் கால்நடையை மேய்த்துக் கொண்டு வந்தபோது அங்கு வாழ்ந்த வேளாண்குடிகள் சார்நிலை (Symbiotic relation) உறவில் வாழ்ந்தனர் என்று ரோமிலா தாபர் அவர்கள் கூறுவார். அத்தகைய சார்நிலை சங்க கால வேளாண் மக்களுக்கும் கால்நடை வளர்ப்பர்களுக்கிடையிலும் இருந்திருக்க வேண்டும். முல்லை மறவர்களும், இளையர்களும் தண்ணடைகளில் தங்கியிருந்தமைக்குக் காரணம் மருதநிலத்தூர்களின் பாதுகாப் பிற்காகவும் இருக்கலாம்.

சங்ககாலத்து வீரர் குழுக்களே மறவர், மழவர், இளையர், ஆடவர், மள்ளர் ஆகியோர் ஆவர். இவர்களில் மள்ளர் என்பார் மருதநில வீரர்கள். மழவர் தவிர மற்ற வீரக்குழுவினர் முல்லை, பாலைத் திணைகளில் வாழ்ந்தவர்கள். மள்ளர்களைக் காட்டிலும் மறவர்களும், இளையர்களும் வேந்தனுக்காக சென்று போரிட்டுள்ளனர். சங்க காலத்திலும் முல்லையிலும் முல்லைதிரிந்த பாலையிலும் வீரக் குழுகள் மிகுதியாகக் காணப்பெறுகின்றன. நெய்தல் திணையில் வீரர்குழு இருந்ததற்கான சான்று ஒன்று மட்டுமே கிடைக்கின்றது. குறிஞ்சித் திணையில் போர் பற்றிய செய்தியே கிடைக்கவில்லை. அப்படியே கிடைத்தாலும் பிற பகுதிகளில் நடந்த போரைப் பற்றியதாகவே உள்ளன. வரலாறாகக் குறிக்கப் பெறுகின்றன. குறிஞ்சியில் மாடுபிடி சண்டை நடந்ததற்கான சான்று ஏதும் கிடைக்கவில்லை. அகநானூற்றுக் குறிஞ்சித் திணையில் ஒரேயொரு பாட்டு மட்டும் இளையர் பற்றிக் குறிக்கின்றது. அந்தப் பாட்டும் இளையர் போருக்குச் சென்றதாகவோ மாடுபிடி சண்டையில் ஈடுபட்டதாகவோ, கொள்ளை அடித்ததாகவோ குறிக்கப் பெற வில்லை. அதனால் இந்த இளையர் நாடனுடைய ஏவலராக இருந்திருக்க வாய்ப்புண்டு. நெய்தல் திணையில் பயின்று வரும் இளையர்களும் சேர்ப்பனோடு செல்லும் ஏவலர்களாகவே காட்சி அளிக்கின்றனர். இந்த நிலையில் முல்லைத்திணை இளையர்களும், பாலைத்திணை மறவர், ஆடவர் ஆகிய வீரர்களும் மாடுபிடி பூசல். கொள்ளை அடித்தல் வேந்தர் போர் ஆகியவற்றில் ஈடுபடுகின்றனர். இங்குப் பாலைத்திணை என்பது முல்லை திரிந்த பாலையாகும்.

சங்கப் பாடல்கள் (அகத்திணைப் பாடல்கள்) வீரக்குழுக்களைப் பற்றிப் பேசினாலும் மழவர் என்ற வீரக்குழுவினர் பற்றிய செய்திகள் குழப்பத்தைத் தருவனவாகவே உள்ளன. அவர்களைப் பற்றிய புறத்திணைப் பாடல்கள் உயர்வாகப் பேசுகின்றன. அதியமானையும், ஓரியையும் குறிக்கும்போது மழவர் பெருமகன் என்று குறிக்கப் பெறுகிறார்கள். சேரர்களில் ஒரு மன்னன் மழவர் மெய்ம்மறை என்றும் ஒரு மன்னன் மழவர்களை ஒட்டியவன் என்றுக் குறிக்கப் பெறுகிறான். அதியமான், ஓரி, யானைக்கட் சேய் மாந்தரன் சேரல் இரும்பொறை ஆகியோர் மழவர்களுடன் தொடர்புடையவர்களாக சங்க இலக்கியத்தில் பேசப் பெறுகிறார்கள். தொல்பழங்காலம் முதல் சங்ககாலத் தொடக்கம் வரை பழங்குடி வீரர்களாக வாழ்ந்து பல்வேறு மாற்றங்கள் சமூகத்தில் நிகழ்ந்த போதும் மழவர்கள் பழைய வாழ்க் கையில் வாழ்ந்தனர். ஒருவகையில் மாறாத பழங்குடிப் பண்பாட்டுடன் சங்ககாலத்தில் வாழ்ந்தவர்கள் மழவர்கள். மறவர்களைப் பற்றி புலவர்கள் பாடும்போது நாணுடை மறவர் என்று குறிப்பர். ஆனால் மழவர்களைப் பற்றிப் பாடும் போது 'பண்பில் வாழ்க்கை மழவர்' என்றே குறிப்பிடுவர். தொல்பழங்காலத்தில் உருவான மழவர் என்ற வீரக் குழுவினர் சங்க காலத்தில் வேளிர், வேந்தர் எழுச்சிக்குப்பின் பின்னுக்குத்தள்ளப் பெற்றனர். சமூக வளர்ச்சிப் போக்கிலிருந்து ஒதுங்கி நின்ற பழங்குடி வீரர்களே மழவர்கள். சில நேரங்களில் தங்கள் இனமல்லாத வேளிர்களுக்கும் வேந்தர்களுக்கும் கூலிப்படைகளாகச் செயல்பட்டிருக்கவேண்டும். அகநானூற்றில் ஒரு பாடல் (1) அவர்களை உருவக் குதிரை மழவர் என்று கூறுகின்றது. வேறெந்தப் பாடலிலும் அவர்கள் குதிரை வீரர்களாகக் காட்சி அளிக்க வில்லை.

இத்தகைய சூழ்நிலையில் முல்லைத்திணை பூசலுக்கும், போருக்கும் அடிப்படையைப் பெற்றிருந்தது. மாடுபிடி சண்டை முல்லைத் திணையில் வீரக்குழு எழுச்சி பெறக் காரணமாக அமைந்துவிட்டது. மாட்டிற்கான பூசல் நாடு கண்ணகற்றும் போராக மாறிவிட்டது. வேளிர்களுக்கிடையில் ஏற்பட்ட போர்களும் வேந்தர் களுக்கிடையில் நடந்த போர்களும் வீரர் குழு பல்கிப் பெருகக் காரணமாயிற்று. மறவர்கள் விற்பயிற்சி பெற்றதற்கான சான்று ஏதும் கிடைக்கவில்லை. மழவர் விற்பயிற்சி முடிவில் பூந்தொடை விழா என்ற விழவில் அம்பெய்வர் (அகம். 187) மறவர்களிடையில் இத்தகைய விற்பயிற்சி நடந்ததற்கான இலக்கிய சான்று கிடைக்க வில்லை. இது வியப்பூட்டும் செய்தி. ஒருக்கால் மழவர் தவிர்த்த மற்ற வீரக்குழுவினர் வாள்பயிற்சி, வில் பயிற்சி ஆகியவற்றை அவர்தம் தந்தையரே செய்து வந்தனர்.

இந்த நான்கு வீரக்குழுவினரும் சங்க கால அரசியல் எழுச்சி உருவாவதற்குக் காரணமாயினர். தொல்குடி மன்னர், குறுநில மன்னர் (வேளிர்) வேந்தர் ஆகிய படிநிலைகள் அரசியலில் தோன்றுவதற்குக் காரணம் இந்த வீரக்குழுவினரே. இந்த வீரக்குழுவினர் அனைவரும் முல்லைத் திணையில் தோன்றியிருக்க வேண்டும். மள்ளர்கள் பெரும் பாலும் மருதத் திணையில் தோன்றியிருக்க வேண்டும். மன்னர் மருதத் திணைக்குரியவர்களாக இருப்பினும் மருதத்து வேந்தன் முல்லைத் திணை வீரரைச் சாந்திருந்தான் என்பதை அகநானூற்று முல்லைத்திணைப் பாடல்களும், புறநானூற்று முதின் முல்லை, வல்லாண் முல்லைப் பாடல்களும் உறுதிப்படுத்துகின்றன.

தொல்லியல் சான்றுகள்

சங்க காலம் சார்ந்த தொல்லியல் சான்றுகள் வீரக்குழுக்களைப் பற்றி நேரடியாகக் குறிக்கவில்லையானாலும் அகழாய்வில் கிடைத்த போர்க்கருவிகள் பல்வேறு வீரக்குழுவினரை காட்டும் கருவிகள் அவை. ஆதிச்சநல்லூரில் கிடைத்த வேல், வாள், வில், அம்பு, பெரிய, சிறிய கத்திகள், குறுவாள் ஆகியவை வாள் வீரர், வில் வீரர், வேல் வீரர் ஆகியோரைக் குறிக்கும். கொடுமணலில் கிடைத்த குதிரைச் சேணம் (Stir rap) குதிரை வீரர்கள் இருந்தமையை உறுதிப்படுத்துகின்றது. அதே ஊரில் இரும்பால் செய்யப் பெற்ற பெரிய வில்லும் முப்பதுக்கும் மேற்பட்ட அம்புகளும் ஒரு பெருங்கற் சின்னத்தில் கண்டுபிடிக்கப் பெற்றன.

தமிழகத்துப் பெருங்கற் சின்னங்களில் போர்க் கருவிகளே மிகு தியாகக் கிடைக்கின்றன. அவை சான்றோர் வாழ்க்கைக்கான கருவி கள். அந்தச் சான்றுகள் மற்றவர்களை (உழவர், கைவினைஞர், வாணிகர்) குறிக்கவில்லை. அவர்களும் சங்க காலத்தில் வாழ்ந்த குடிகளே. இருப்பினும் பெருங்கற் சின்னங்களில் அவர்கள் பற்றிய செய்திகள் இல்லையென்றே கூறலாம். அதனால் அவை சான்றோர் வாழ்க்கையைச் சுற்றியே இருந்தன. அதனால் தான் சங்கச் செய்யுளை சான்றோர் செய்யுள் என்று அழைத்தனர்.

கொடுமணல் பெருங்கற்சின்னங்கள் சிலவற்றில் ஆயிரக்கணக்கான கார்னீலியன் மணிகள் வைக்கப் பெற்றிருந்தன. அவை மதிப்புறு பண்டங்கள் (Prestigeous Goods) என்று மானிடவியலாளர்கள் கூறுவார். இந்த மதிப்புறு பண்டங்கள் பற்றி ஷெரின் ரத்னாகர் கூறுவது எடுத்துக் காட்டத்தக்கது. மதிப்புறுப்பண்டங்கள் மணவுறவின் போதும்,

பிற சடங்கு (முடிசூட்டுதல் போன்றவை)களின் போதும் பரிமாறிக் கொள்ளும் பொருளாகக் கொள்ளப் பெறுகின்றது.

மதிப்புறு பண்டங்களின் பெருமை சிறுமை கொடுப்பவரின் பெருமை கூடும் குறையும். மணமகளைக் கொள்பவர் மதிப்புறு பண்டங்களை வாரி வழங்கும் போது அவர் தம் பெருமை உயர்கின்றன. அவர்கள் பரிசு அளிப்பதன் மூலம் பல தொல்குடிகளை தங்கள் கீழ்க் கொண்டு வந்து தலைமைக் குடியாக மாற்றம் பெறுகின்றனர். அதனால் பல்வேறு பகுதியிலிருந்து கிடைக்கும் இயற்கை வளம், உற்பத்தி ஆகும் பொருட்கள் ஆகியவை தலைமைக் குடியினரின் ஆதிக்கத்தின் கீழ்க் கொண்டு வரப்பெறுகின்றது. அதனால் அவர் களுடைய ஆட்சிப் பரப்பு விரிவாகிக் கொண்டே போகின்றது. அதன் விளைவாகக் குறுநில மன்னராட்சி வேந்தராட்சியாக எழுச்சி பெறுவதற்கு காரணமாகின்றது. இந்த வளர்ச்சி படிப்படியாக நடந்தேறியது. கார்னீலியன் கல்மணி கொங்கு நாட்டில் மதிப்புறு பண்டமாக விளங்கியது. கி.மு. 2ஆம் நூற்றாண்டிலிருந்து இந்தக் கல்மணிகள் மதிப்புறு பண்டங்களாக விளங்கி நின்றன. கல்மணிகள் வேளிர்க்குரிய நகரங்களில் மட்டுமே கிடைக்கின்றன. பொருந்தில், வெள்ளலூர் வேளில் (பண்டைய வேளிர் நகரம்). ஆனைமலை (நன்னனூர்) ஆகிய ஊர்களில் உள்ள ஈமச்சின்னங்களில் மதிப்புறு பண்டங்கள் கிடைக்கின்றன. இவை பெரும் பாதுகாப்பிற்கு வேளிர் பெற்ற காணிக்கை ஆகலாம்.

4. சேர நாட்டு வேளிர்

தென்னிந்தியாவின் கடற்கரை பல்வேறு காரணங்களால் இருப்பிடச் சிறப்பு வாய்ந்ததாக விளங்கியது. அதிலும் மேலைக் கடற்கரை மேனாட்டினரின் தலைவாசல் போல் அமைந்திருந்தது. டாலமி என்ற நில நூல் அறிஞன் கடற்கரை நகரங்களைப் பற்றிக் குறிப்பிடும் போது முதலில் குறிப்பிடுவது பருகச்சம் என்ற நகரை ஆகும். அதற்குப் பின் பல நகரங்களையும், வாணிக மையங்களையும், கடற்கரை நாடுகளையும் எடுத்துக் கூறுகிறான். மாந்த கோரா, சதநோயி, நௌரா (நறவு), திண்டிஸ் (தொண்டி), குட்டநாரா (குட்ட நாடு), முசிரிஸ் (முசிறி), நெல்கிண்டா, குமரிமுனை போன்ற பகுதிகளைக் குறிக்கின்றார். நெல்கிண்டா என்ற பகுதி பெரிப்ளூஸ் என்ற நூல் ஆய்நோயி என்று கூறும், பெரிப்ளூஸ் என்ற நூலும், டாலமியின் நூலும் கி.பி. முதலிரு நூற்றாண்டுகளைச் சேர்ந்தவை. மேலைக் கடற்கரையில் மாந்தை, நறவு, ஏழில்குன்றம், தொண்டி, குட்டநாடு, வஞ்சி, முசிறி, ஆய் நாடு போன்ற பகுதிகள் குறிக்கப் பெறுகின்றன. இப்பகுதிகள் சேரர்களாலும், வேளிர்களாலும் ஆளப் பெற்று வந்தன.

வேளிர்

மேலைக் கடற்கரையில் கொங்காணம் கிழான், அகுதை, அந்நிமிஞிலி பிண்டன், தித்தன், ஆய்வேள் முதலிய வேளிரும் மன்னரும் ஆண்டனர். இவர்கள் அனைவரும் மலைத்தாரமும், கடற்றாரமும் (மலை வளம், கடல் வளம்) ஆகியவற்றால் கிடைத்த வளத்தால் எழுச்சி பெற்றவர்கள். சேரர்கள் கடற்படையும் வைத்திருந்தனர். சில வேளிர்கள் சேரர்களுக்குக் கீழ்ப்படிந்து ஆண்டனர்.

பெண்கொலை புரிந்த நன்னன்

இவனைப் பற்றி புறநானூறு, அகநானூறு, நற்றிணை, குறுந் தொகை ஆகிய நூல்களில் குறிக்கப் பெறுகின்றது. புறநானூற்றின் நான்கு பாடல்களில் இவன் குறிக்கப் பெறுகின்றான். மூன்று பாடல் களில் மோசிக்கீரனார் நன்னனைப் பற்றிப் புகழ்ந்து பாடியுள்ளார். அவனுடைய வள்ளல் தன்மை, வீரம் ஆகியவை பற்றி இப்பாடல் களில் பேசப் பெறுகின்றது.

திரைபொரு முந்நீர்க் கரைநணிச் செலினும்
அறியுநர்க் காணின் வேட்கை நீக்கும்
சின்னீர் வினவுவர் மாந்தரதுபோல்
அரசருழைய ராகவும் புரைதபு
வள்ளியோர்ப் படர்குவர் புலவ ரதனால்
யானும் பெற்ற தூதியம் பேறியா தென்னேன்
உற்றனெ னாதலி னுள்ளிவந் தனனே
ஈதெயன விரத்தலோ வரிதே நீயது
நல்கினும் நல்கா யாயினும் எவல் போர்
எறிபடைக் கோடா வாண்மை யறுவைத்
தூவிரி கடுப்பத் துள்றி மீமிசைத்
தண்பல விழிதரு மருவிநின்
கொன்பெருங்கானம் பாடலெனக் கெளிதே

(புறம். 154)

இந்தப் பாட்டு கொண் கானம் கிழான் நன்னனுடைய வள்ளல் தன்மையைப் பற்றி மோசிகீரனார் புகழ்ந்து பாடிய பாட்டு. பெருங் கடலைப் போன்ற பெருஞ் செல்வத்தை உடைய வேந்தரிடம் கிடைக்கும் பெரும் பரிசில் கிடைக்காவிட்டாலும், சிறு செல்வ முடைய வள்ளியோனிடம் சென்றால் பசி தீர்க்கும் பொருள் இரவலர்க்குக் கிடைக்கும் என்பது பாடலின் திரண்ட கருத்து. ''எறிபடைக் கோடா வாண்மை'' என்று கூறுவதனால் அவனுடைய வீரம் புலப்படும். அடுத்த பாட்டு பாணாற்றுப்படைத் துறையில் அமைந்தது.

வணர்க்கோட்டுச் சீறியாழ் வாடுபுடைத் தழீஇ
உணர்வோர் யாரென் னிடும்பை தீர்க் கெனக்
கிளக்கும் பாண கேளினி நயத்திற்
பாழூர் நெருஞ்சிப் பசலை வான்பூ
ஏர்தரு சுடரி னெதிர் கொண்டாஅங்

கிலம்படு புலவர் மண்டை விளங்குபுகழ்க்
கொண்பெருங் கானத்துக் கிழவன்
தண்டா ரகல நோக்கின மலர்ந்தே

(புறம். 155)

பாணனை ஆற்றுப்படுத்தும் வகையில் இந்தப் பாட்டு அமைந் துள்ளது. பாணன் வறுமையுடன் இருக்கிறான் என்பது பாட்டில் கூறப்பட்டுள்ளது. அது குறிப்பிடத்தக்க செய்தி வறுமையைப் போக்குவதற்கு கொண் பெருங்கானத்துக் கிழவன் உள்ளான். அவனைப் போய்ப் பார்த்தால் வாரி வழங்குவான். ஏற்கெனவே வறுமையுற்ற புலவரின் மண்டைகள் புகழ்மிக்க அவன் மார்பை நோக்கி நின்றன என்று புலவர் பாடுகிறார். இந்தப் பாடலிலும் நன்னனுடைய கொடைத்திறமும் வீரமும் போற்றப் பெறுகின்றது.

மூன்றாவது பாடல் குறிப்பிடத்தக்கது. மேலும் புலவர்களுக்கும், இரவர்களுக்கும் நினைத்த போதெல்லாம் பகிர்ந்துண்ணக் கூடிய வளத்தையுடையது. சுதந்தரமாக எடுத்துக் கொள்ள அனுமதிக்கப் படுவது என்றெல்லாம் மோசிக்கீரனரால் புகழப் பெறுகின்ற தன்மை யுடையது.

ஒன்றுநன் குடைய பிறர் குன்ற மென்றும்
இரண்டு நன் குடைத்தே கொண்பெருங் கானம்
நச்சிச் சென்ற விரவலர்ச் சுட்டித்
தொடுத்துணக் கிடப்பினுங்கிடக்கு மஃதான்று
நிறையருந் தானை வேந்தரைத்
திறை கொண்டு பெயர்க்குஞ் செம்மலு முடைத்தே

(புறம். 156)

வண்மையாதல் வலியாதல் இவற்றில் ஒன்றை மட்டும் பெற்றி ருக்கும் பிறருடைய மலைகள். ஆனால் இரண்டு நன்மைகளைப் பெற்றிருப்பது கொண்கானத்து மலை. விரும்பிச் சென்ற இரவலர் காரணமாகத் தான் அவர்க்கு முன்பு கொடுத்தோராலே வளைப் புண்ணப்பட்டுக்கிடப்பினும் கிடக்கும். அவன் பெரும் படையையு டைய வேந்தரை வென்று திறை கொள்ளும் வலிமையுடையவன்.

இங்கு வேந்தர் என்று கூறுவது சேர வேந்தரை ஆகும். காரணம் பூழி நாட்டை நன்னன் கைப்பற்றினான் என்ற செய்தியை அகப்பாடல் ஒன்று கூறும். மறுபடியும் சேர மன்னன் பூழி நாட்டைத் தன்வசப்படுத்திக் கொண்டான். நன்னன் பாலக்காட்டுக் கணவாய் வரை தன்னாட்சியைப் பரப்பி இருக்கவேண்டும். பொள்ளாச்சிக்கருகில் உள்ள ஆனை மலை நன்னனூர் என்று பெயர் பெற்றிருந்தது என்பது

கல்வெட்டுகளால் அறியலாம். பாலக்காட்டுக் கணவாயை அவன் கைப்பற்றியதற்குக் காரணம் உண்டு. உரோமானிய வணிகர்கள் பாலக்காட்டுக் கணவாய் வழியாக கொங்கு நாட்டிற்கு வந்து வாணிகம் செய்தனர். அவர்கள் கொங்கு நாட்டு வேளிர்களுக்கும், வாணிகர்களுக்கும் கொடுத்துச் சென்ற உரோமானியக் காசுகள் ஏராளம். பாலக்காட்டுக் கணவாய் அருகில் உள்ள கொங்கு நாட்டு ஊர்களில் உரோமானியக் காசுகள் புதையலாகக் கிடைத்துள்ளன. ஆனைமலை, பொள்ளாச்சி, வேலந்தாவளம், வட பூதநத்தம் ஆகிய ஊர்களில் உரோமானியக் காசுகள் ஆயிரக்கணக்கில் கிடைத்துள்ளன. இந்த வாணிக வளத்தைத் தன்னுடைய ஆதிக்கத்தில் வைத்திருக்கவே நன்னன் பூழி நாடு, பாலக்காட்டுக் கணவாய் ஆகிய பகுதிகளைக் கைப் பற்றினான் என்று கருதலாம்.

ஏழில் குன்றம்

இந்த மலை வட கேரளத்தில் உள்ள எலி மலையைக் குறிக்கும் ஏழில் என்ற பெயர் குறிப்பிடத்தக்கது. அகப்பாடல் ஒன்று(152) "நன்னன் ஏழில் நெடு வரை" என்று கூறும். இந்த மலையை ஏழில் குன்றம் என்று அழைப்பதற்குக் காரணம் உண்டு. பி.எல். சாமி அவர்கள் ஏழிலைப் பாலை என்ற மரத்தால் வந்த பெயர் என்பார். ஆனால் ஏழில் என்ற பெயரை ஏழு+இல் என்று பிரித்துப் பொருள் கொள்ளலாம். இங்கு இல் என்பது குடி என்ற பொருளிலும் வழங்கி இருக்கலாம். அதனால் ஏழு குடிகள் (Lineage) வாழும் மலை என்றும் கொள்ளலாம். செங்குட்டுவனைப் பற்றிப் பாடும் போது ஏழு முடி கெழீஇய திருஞெமரகலத்து என்று பதிற்றுப்பத்து கூறும். மேலும் அதியமானைப் பற்றி அவ்வையார் பாடும்போது ''எழு பொறி நாட்டத் தெழாத்தாயம் வழூவின் றெய்தியும் (புறம். 99) என்று கூறுவார்.

இந்த அடிகளுக்கு பழைய உரைகாரர் கூறுவது எடுத்துக் காட்டத்தக்கது. ''எழு பொறி நாட்ட மென்பதற்கு ஏழாசர் நாடுங் கூடி ஒரு நாடாய் அவ்வேழரசர் யொறியும் கூடிய பொறியொடு கூடி நின்று நன்மையும் தீமையும் ஆராய்தலெனினும் அமையும்." இந்தக் கூற்று குறிப்பிடத்தக்கது. ஏழு அரசர் நாடு என்பது ஏழு நாடுகளைக் குறிக்கும். அதியமான் நாட்டில் பிற்காலத்தில் தான் நாட்டுப் பிரிவுகள் கூறப் பெறுகின்றன. தகடூர் நாடு, கங்க நாடு, புற மலை நாடு, கோவூர் நாடு, வேள்கலிநாடு, மன்ற நாடு, தாயனூர் நாடு ஆகிய ஏழு நாடுகள் குறிக்கப் பெறுகின்றன. இது சங்க காலத்திலிருந்து வரும் நாடுகளா? என்பது ஆய்வுக்குரியது. அதியமான் நாட்டில் முல்லை நிலம் மிகுந்திருந்தமையால் ஏழு குடிகள் வாழ்ந்த வாழ்விடங்களை ஏழு நாடு என்று குறிப்பிட்டிருக்கலாம். இதைப் போலவே ஏழில் என்பது ஏழு குடிகள் வாழ்ந்த வாழ்விடங்களை உள்ளடக்கிய பகுதியாக இருக்கலாம்.

நன்னன் எலிக்குலம்?

வடக்கு மலபார் பகுதியில் கடற்கரையை ஒட்டியுள்ள ஒரு மலையை மார்க்கோபோலோ அவர்கள் எலி மலை என்று குறிப் பிட்டுள்ளார். இது ஏழில் மலை என்பதன் திரியாகவும் இருக்கலாம். ஆனால் மார்க்கோபோலோவிற்கு முன் கி.பி. 11ஆம் நூற்றாண்டில் எழுதப் பெற்ற முசிகவம்சக் காவியம் எலி மலையைப் பற்றிக் குறிப்பிடுகின்றது. இந்தக் காவியத்தின்படி ஒரு கதைகூறப் பெறு கின்றது. பரசுராமர் சத்திரிய அரசர்களைக் கொன்று குவித்த நிலையில் ஒரு யாகம் செய்ய விரும்புகிறார். அப்போது பரசுராமரால் கொல்லப் பெற்ற அரசன் ஒருவனுடைய மகன் கிடைக்கிறான். அவன் ஹைஹய மரபைச் சேர்ந்த அந்த (கொல்லப்பட்ட) மன்னனின் கருவுற்ற மனைவிக்குப் பிறந்தவன். அந்த மன்னர் கொல்லப்பட்ட போது அவன் மனைவியை (கருவுற்றவள்) ஒரு புரோகிதர் வந்து காத்து எலி மலைக்கு அழைத்து வந்தார். அங்கு ஒரு குகையில் அந்த அரசி ஒரு ஆண்மகனைப் பெற்றாள். அவன் பரசுராமர் யாகம் செய்வதற்கு உதவியாக இருந்தான். அதனால் பரசுராமரால் அவனுக்கு முசிகன் என்ற பெயர் தரப் பெற்றது. காரணம் அவன் தாய் குகையில் அவனைப் பெற்றெடுப்பதற்கு முன் அங்கு யானை போன்ற பெருச்சாளி தோன்றியதால் அப்பெயர் பெற்றான். இவனுடைய தந்தை ஹைஹய மரபினைச் சேர்ந்தவர். இவர்கள் விந்திய மலை, நருமதை ஆற்றங்கரை ஆகிய பகுதிகளில் வாழ்ந்தவர்கள். இவர்களில் ஒரு பிரிவினர் முசிகர்கள் என்று கூறப்பெறுகின்றனர். தென்னிந்தியாவில் சில சாதியாரிடம் எலிக்குலங்கள் இருப்பதைப் பார்க்கலாம். முகையூர் அருகில் உள்ள பெருச்சானூரில் (பெருச்சாளியூர்) எலிக்குக் கோயில் கட்டப் பெற்று வழிபடப் பெறுகின்றது. இந்த எலியைக் குல தெய்வமாகக் கும்பிடுபவர்கள் வன்னிய மரபைச் சேர்ந்தவர்கள். இவர்கள் தற்போது சின்ன சேலம், சேலம், அந்தியூர் ஆகிய ஊர்களில் வாழ்கின்றனர். (இந்த எலி வழிபாடு குலக்குறி வழிபாட்டின் எச்சமாகலாம்). கொல்லிமலை மலையாளிகளிடையில் எலியன் என்ற கூட்டம் கூறப்படுகின்றது. கொங்கு வெள்ளாளர்களிடம் ஒரு கூட்டத்தின் பெயர் எலியன் ஆகும். ஆறகழூர் (ஆத்தூர் வட்டம்) என்ற ஊரில் ஒரு கல்வெட்டைக் கண்டுபிடித்தார்கள் (பொன் வெங்கடேசன்). அந்தக் கல்வெட்டின் மேல் பகுதியில் மூன்று பக்கங்களில் எலியின் உருவம் பொறிக்கப்பட்டுள்ளது. இது ஒருக்கால் வாணகோவரையர்களின் குலக்குறி ஆகலாம்.

இந்தப் பின்னணியில் கேரள மூசிக வம்சத்தைப் பார்ப்போம். பேராசிரியர் ரோமிலா தாப்பர் அவர்கள் இந்த மூசிக வம்சத்தை

மேற்கிந்தியாவில் நிலை பெற்றிருந்த மூசிக வம்சத்திலிருந்து பிரிந்து வந்த கிளையினர் கேரளத்து மூசிகர் என்று கூறுவார். எலிக் குலக்குறி பல பழங்குடிகளிடையில் நிலை பெற்றுள்ளது. அதனால் ஸ்ட்ரேபோ என்ற கிரேக்க ஆசிரியர் கூறும் வடமேற்கு இந்திய மூசிகர்கள் மட்டுமின்றி தென்னிந்தியாவிலும் எலிக் குலத்தினர் வாழ்ந்துள்ளனர் எனலாம். அதனால் நன்னன் ஏழில் மலையில் ஒரு எலிக் கூட்டத்தினர் காலங்காலமாக வாழ்ந்து வந்திருக்க வேண்டும். அவர்கள் மரபிலிருந்து வந்தவர்களே இடைக்காலக் கேரளத்து மூசிகர்கள் ஆகலாம்.

பொன்படு கொண்கானம்

நற்றிணைப் பாடல் ஒன்று பொன்படு கொண்கானம் நன்னன் (391) என்று குறிப்பிடுகின்றது. அதனால் கொண் கானம் பொன்னும், மணிக்கற்களும் மிகுதியாகக் கிடைக்கும் பகுதியாக விளங்கியது எனலாம். இந்தப் பொன்னையும் மணிக்கற்களையும் வாணிகப் பண்டமாக்கி வளம் பெற்றிருக்கும் வாய்ப்பினைப் பெற்றான் நன்னன். அதனால் செல்வத்தில் திளைத்தான். அவன் செல்வத்தினை பாழி நகரத்தில் உள்ள குளத்தில் மறைத்து வைத்தான். அந்தச் செல்வம் உரோமானியக் காசுகளாகவும் இருக்கலாம். அவன் நகரங் கள் செல்வம் மிக்க நகரங்களாக இருந்தமையால் சேரன் அவன் மீது படையெடுத்தான்.

நன்னனும், கோசரும்

கோசர் நன்னன் நாட்டின் மீது படையெடுத்து அவன் காவல் மரத்தினைவெட்டிச் சாய்த்தனர் (குறு 72). பண்டை நாளில் போர் தொடுக்கும் முன் காவல் மரத்தை வெட்டிச் சாய்ப்பது மரபாகக் கொள்ளப் பெற்றது. காவல் மரம் ஒவ்வொரு குடியினுடைய குலக்குறியாகவும் கருதப்பெற்றது. நன்னன் தோட்டத்தில் விளைந்த மாம்பழத்தை உண்ட பெண்ணைக் கொலை செய்தான். அதனைப் புலவர்கள் கண்டித்தனர்; வசை பாடினர். குறுந்தொகை 292ஆம் பாடலின்படி நன்னன் நரகத்திற்குச் சென்றான் என்று சங்கப் புலவர்கள் நம்புகின்றனர். குறுந்தொகை 292ஆம் பாட்டில்

ஒன்பதிற்று ஒன்பது களிற்றொடு அவள்நிறை
பொன்செய்பாவை கொடுப்பவும் கொள்ளான்
பெண் கொலை புரிந்த நன்னன்

(குறுந்தொகை. *292:3-5*)

பெண் கொலை செய்த நன்னனைப் போல தாய் நரகத்திற்கு செல்ல வேண்டும் என்று பரணர் மேலும் கூறுகிறார். களவொழுக்கத்திற்குத் தடையாக உள்ள தாயை தலைவி சபிக்கிறாள்.

நன்னன் பெண்ணைக் கொன்றதற்கு அடிப்படை காரணம் உண்டு. மாமரம் நன்னனுடைய குலக்குறி (காவல் மரம்) ஆகும். குலக்குறி (Totem)க்கு ஊறு ஏற்பட்டால் தனக்கு ஏற்பட்ட ஊறு என்று பழங்குடி மக்கள் கருதுவர். அந்த மரத்தின் எந்தப் பகுதியையும் எதுக்கும் பயன்படுத்தக் கூடாது. உணவாக உண்ணக் கூடாது. காரணம் அது தெய்வம் போன்றது. இன்றும் கொங்கில் சில குடியினர் அவர்க்குரிய குலக்குறியை உண்ண மாட்டார்கள். அதற்குச் சிறந்த சான்று வரகுண்ணா பெருங்குடி. இந்தப் பின்னணியில் நன்னன் தன் குலக்குறிக்கு ஊறு செய்த பெண்ணைக் கொன்றதை அவன் குற்றமாகக் கருதவில்லை. காரணம் அது பழங்குடிப் பண்பாட்டின் ஒரு கூறாகும்.

இந்தப் பகுதியில் கோசர் என்ற மரபினர் வாழ்ந்தனர். அவர்கள் தமிழகம் முழுவதும் வாழ்ந்தனர். இவர்கள் துளு நாட்டைத் தாயகமாகக் கொண்டவர்கள். இவர்களின் பெயர் வடமொழிக் கோசம் என்ற சொல்லிலிருந்து வந்தது. கோசம் என்பது கருவூலம் என்று பொருள்படும். பல இளங்கோசர் படைக்கலம் பயிலுவதற்கு முருக்க மரத்தூண் நிறுத்தப் பெற்றிருந்தது. (புறம். 169:8-12) வெற்றியை விரும்பும் கோசர் அவை குறிப்பிடத்தக்கது. (புறம். 283:6)

அழும்பிலனடாங்காறகையும் என்றும்
வலம் புரிகோச ரவைக்களத்தானும்

(புறம். 283:5-6)

மேலும் அகப்பாடல் ஒன்று “நண்பர் ஆக்கம் கெட்ட காலத்திலும் அவரிடத்துக் கொண்ட பழைய நட்பின் மாறுபாடில்லாதவராய் அஃதை என்பாளைக் காத்து அவனைக் காவலமைந்த இடத்தை நிலை நிறுத்தியவர்கள் கோசர் ஆவர். புதிய கள் மணம் கமழும் நெய்தலஞ்செறு என்ற ஊரினை உடையது கோசருடைய நாடு (அகம். 113:7-12) அன்னிமிஞிலி என்பாள் தன் தந்தையின் கண்ணைக் கெடுத்து கோசர் குருடுபடுத்தினர். நெடுமொழியை உடைய கோசரை அழுந்தூர்த்திதியன் மூலம் கொல்லச் செய்தாள் அன்னிமிஞிலி (அகம். 198:8-12) இங்குக் குறிக்கப் பெறும் அழுந்தூர் புறம் 283 ஆம் பாட்டில் வரும் அழுந்தூரே ஆகும். இது சேர நாட்டிலிருந்த ஊராகும். முரசு முழங்கவும், சங்கொலிக்கவும் மன்றத்தில் தங்கிய நான்கு மொழி பேசும் நாலூர்ச் கோசர் ஆவர் (குறு.15)

பறைபட பனிலம் ஆர்ப்ப இறை கொள்பு
தொன்மூதாலத்து பொதியில் தோன்றிய
நாலூர் நான் மொழிக் கோசர்

கோசர்கள் எங்குச் சென்றாலும் ஊர் மன்றங்களில் தங்குவர் என்பது மேலே காட்டிய சான்றால் உறுதிப்படுகின்றது. பெரும்பாலும் கோசர்கள் வரி வாங்கவும் குற்றங்களுக்குத் தண்டனை வழங்கவும் மன்றத்தில் தங்கினர்.

கோசர்கள் குழுவாக இயங்கினர் என்பது மேலே காட்டிய குறுந் தொகை சான்றால் உறுதிப்படுகின்றது. அவர்களுடைய அவை பற்றி புறம். 283ஆம் பாட்டு சுட்டுகின்றது. இந்த அவை என்ற சொல் சபா என்ற சொல்லிலிருந்து வந்ததாகும். சபை என்ற சொல்லின் முதல் எழுத்து சகரம் கெட்டு அவை என்று மாறியது. கி.மு. 4 ஆம் நூற்றாண்டைச் சார்ந்த ஓர் ஓட்டில் சபா மகந்தைபம்மதன் என்று எழுதப்பட்டிருந்தது. இங்கு சபா என்ற சொல் தமிழில் சபை என்று மாறும். சபை என்று மாறிய பின் சகரம் கெட்டு அவை என்று மாறியது எனலாம். அவை என்பது காலப்போக்கில் அவையம் என்று மாற்றமடைந்தது. உறையூரில் அறங்கூறவையம் இருந்தது. மேலும் வேத்தவை என்ற சொல்லும் சங்க இலக்கியத்தில் பயின்று வருகின்றது. இது வேந்தரவையைக் குறிக்கும். நன்னன் அவையைக் கூட வேத்தவை என்று மலைபடுகடாம் கூறும். அவன் சபையை வேளவை என்று கூறவில்லை. வேளிர் அவையும் வேத்தவை என்ற பெயரில் வழங்கப்பட்டதா? என்ற கேள்வி எழுகின்றது.

இந்தப் பகுதியில் குடவர், குட்டுவர், பூழியர் ஆகிய பழங்குடிகள் வாழ்ந்தனர். அவர்கள் வாழ்ந்த பகுதி குடநாடு, குட்ட நாடு, பூழிநாடு என்று அந்தந்தக் குடிப்பெயர்களாலேயே அழைக்கப்பெற்றது. மாந்தை (மரந்தை), வஞ்சி போன்ற நகரங்களில் வாழ்ந்தோர் முறையே மாந்தையோர் வஞ்சியர் என்று அழைக்கப்பெற்றனர். இந்தப் பகுதியில் ஆய் எயினன், நன்னன் உதியன் போன்ற தலைவர்களும் வாழ்ந்தனர்.

நெடுவேளாதன்

இந்த வேளைப் பற்றி புறநானூற்றில் ஒரு பாடல் மட்டுமே கிடைத்துள்ளது. இவன் தலைநகர் போந்தை என்பதாகும். இப்பெயர் சேரனுக்குரிய பனை மரத்தோடு தொடர்புடையது. இவனைப் பற்றி குன்றூர் கிழார் மகனார் பாடியுள்ளார்.

ஏர் பரந்தவயல் நீர்பரந்த செறுவின்
நென் மலிந்த மனைப்பொன் மலிந்த மறுகிற்
படுவண்டார்க்கும் பன்மலர்க்காவின்
நெடுவே ளாதன் போந்தை யன்ன

(*புறம். 338:1-4*)

நெடுவேளாதனின் பேரூர் போந்தை என்பதாகும். இவ்வூரில் மருத நிலத்து நெல் வயல்களும், நெய்தல் நிலத்து உப்பளங்களும் நிறைந்திருந்தன. இங்கு செறு என்றார். உப்பளத்தில் உள்ள பாத்தி. கடல் நீரைப் பாய்ச்சி உப்பு விளைவித்தனர். அதனால் தான் நீர் பரந்த செறு என்று கூறியிருக்கலாம். செறுவின் நெல் என்று கூறுவதால் மருத நிலத்துப் பாத்தியைக் குறித்திருக்கலாம். பொன் மலிந்த மறுகு என்று கூறுவதால் பொற்காசுகள் நிறைந்த வாணிக மையமும் இருந்ததென்று கூறலாம். இந்த வேள் சேர நாட்டில் வளம் மிக்க ஊரினை ஆண்டவன் மருத வளமும், நெய்தல் வளமும், வாணிக வளமும் சிறப்புற்றிருந்த ஊர் போந்தை.

கொடுமணலில் கிடைத்த ஓர் ஓட்டில் வேளாத(ன்) என்று எழுதப் பெற்றிருந்தது. அது கி.மு. முதல் நூற்றாண்டைச் சேர்ந்தது.

ஆய்வேள்

ஆய் மன்னர்கள் வேள் என்றும், மாவேள் என்றும் அழைக்கப் பெறுகின்றனர். இவனுடைய தலைமையிடம் பொதியில் இவ்வூர் மலைப் பகுதியிலிருந்திருக்க வேண்டும். அவன் நாடும் குறிஞ்சி வாழ்க்கை நிறைந்த பகுதியாகவும் விளங்கியது. குறிஞ்சித் திணைக்குரிய யானைகள் நிறைந்திருந்த தன்மை பின்வரும் பாடலால் விளங்கும்.

விளங்கு மணிக்கொடும்பூ ணாஅய் நின்னாட்
டிளம்பிடி யொருசூல் பத்தி னும்மோ
நின்னு நின்மலையும் பாடி வருநர்க்
கின்முகம் கரவாது உவந்துநீ யளித்த
அண்ணல் யானை யெண்ணிற் கொங்கர்
குடகட லோட்டிய ஞான்றைத்
தலைப் பெயர்த்திட்ட வேலினும் பலவே

(*புறம். 130*)

மோசிகீரனார் ஆய் மன்னனைப் பார்த்துக் கேட்கும் வகையில் பாடல் அமைந்துள்ளது. "ஆயே நின்னாட்டில் ஓர் இளம்பிடி ஒரு கருப்பத்தில் பத்து கன்றுகளை ஈன்றெடுக்குமோ உன்னை நாடி வரும்

பரிசிலர்க்கு முகம் மலர்ந்து நீ கொடையாக அளித்த யானைகளை எண்ணினால் நீ கொங்கரைத் தோற்கடித்து மேற்குக் கடற்கரைக்குத் துரத்திய போது அவர்கள் எறிந்து விட்டுச் சென்ற வேல்களைக் காட்டிலும் மிகுதியாகும்.

மோசிகீரனார் யானைகளை இரவலர்களுக்கு அளித்து விட்டமையால் யானைகட்டும் தறிகள் தனித்து நின்றன. அத்தறிகள் மேல் தோகை விரித்தாடும் மயில்கள் நின்று கொண்டிருந்தன.

களங்கனி யன்ன கருங்கோட்டுச் சீறியாழ்ப்
பாடின் பனுவற் பாண ருய்ந்தெனக்
களிறில வாகிய புல்லரை நெடுவெளிற்
கான மஞ்ஞை கணனொடு சேப்ப

(புறம். 127:1-4)

இன்னுமொருபாட்டு யானைத் தொகையைப் பற்றிக் கூறுகின்றது.

ஆஅ யண்டிர னடுபோ ரண்ணல
இரவலர்க் கீத்த யானையிற் கரவின்று
வான மீன்பல பூப்பி னானா
தொருவழிக் கருவழி யின்றிப்
பெருவெள் ளென்னிற் பிழையாது மன்னே

(புறம். 129:5து)

ஆய் மன்னன் பரிசிலர்க்கும், புலவர்க்கும் கொடுத்த யானைகளின் எண்ணிக்கை வானத்து மீன்களின் எண்ணிக்கையுடன் ஒப்பிடத்தக்கது.

விறலியாற்றுப்படை

மோசிக்கீரனார் விறலியாற்றுப்படைத் துறையில் ஒரு பாடலைப் பாடியுள்ளார்.

மெல்லியல் விறலிநீ நல்லிசை செவியிற்
கேட்பி னல்லது காண்பறி யலையே
காண்டல் வேண்டினை யாயின் மாண்டநின்
விரைவாளர் கூந்தல் வரைவளி யுளரக்
கலவ மஞ்ஞையிற் காண்வர வியலி
மாரி யன்ன வண்மைத்
தேர்வே ளாயைக் காணிய சென்மே

(புறம். 134)

இந்தப் பாடலில் மாரியன்ன வண்மை என்று கூறுவது எடுத்துக் காட்டத்தக்கது. மழை பிரதிபலன் கருதாது பெய்யக் கூடியது. அது போலவே ஆயும் பயன் கருதாது கொடை அளிப்பவன் என்று மோசிகீரனார் கூறுகிறார்.

மற்றொரு பாடலில் தெளிவாகவே அவன் கொடைத் திறத்தைப் பாடுகிறார்.

இம்மைச் செய்தது மறுமைக் காமெனும்
அறவிலை வாணிகனாயலன் பிறரும்
சான்றோர் சென்ற நெறியென
ஆங்குப் பட்டன் றவன் கைவண் மையே

(புறம். 134)

இந்தப் பாடலிலும் ஆய் மன்னனின் பலன் கருதாத கொடையைப் பற்றியே கூறுகிறார். இந்தப் பாட்டில் மறுமையைப் பற்றிக் கூறுவது எடுத்துக் காட்டத்தக்கது.

மோசிகீரனார் அறவிலை வாணிகன் அல்லன் ஆய் என்று கூறினாலும் பரிசில் பண்டை சமூக வாழ்வில் பெற்றிருந்த இடத்தைப் பற்றி மானிடவியல் அறிஞர்கள் ஆய்ந்து சில முடிவுகளைக் கூறியுள்ளனர். அவர்கள் கருத்துப்படி பரிசு என்பது பயனற்றுப் போகச் செய்வதல்ல. அதற்கு ஒரு மதிப்புண்டு. பரிசாக அளிக்கப்பட்டது. ஒருவனுடைய செல்வத்தின் ஒரு பகுதிதான். ஆனால் பரிசினை அளிப்பவனுடைய மதிப்பை உயர்த்துகின்றது. அவன் தன்னுடைய செல்வத்தின் ஒரு பகுதியைத்தான் இழக்கிறான். ஆனால் அவன் மதிப்போ பல மடங்கு கூடுகின்றது. பரிசு பலரைக் கவர்வதுடன் பரிசளிப்பவனை உயர்ந்தவனாக்குகின்றது. சான்றோரிடையே அவன் புகழ் பரவுகின்றது. பரிசு பெற்றவனை பரிசு அளித்தவனுக்குக் கடப் பாடுடையவனாக்குகின்றது. இந்த வகையில் பரிசளிப்பவன்தான் கொடுத்ததைவிட மிகுதியாகப் பெறுவான் என்ற நம்பிக்கையுமே பொங்கி நிற்பதை மானிடவியல் அறிஞர்கள் கண்டு காட்டியுள்ளனர். பரிசு சமூக அரசியல் உறவுகளை மேம்படுத்துகின்றது.

மோசிகீரனார் மட்டுமின்றி குட்டுவன் கீரனாரும் அவனுடைய கொடைத் திறத்தைப் பற்றிப் பாடியுள்ளார்.

ஆடுநடைப் புரவியும் களிறும் தேரும்
வாடா யாணர் நாடு மூரும்

பாடுநர்க் கருகா வா யண்டிரன்
கோடேந்தல்குறி குறுந்தொடி மகளிரொடு
கால னென்னுங் கண்ணிலி யுய்ப்ப
மேலோ ருலக மெய்தினன்........

(புறம். 240:1-6)

இந்தப் பாடலடிகளின்படி ஆய் மன்னன் குதிரை, யானை, தேர் குறைதலில்லாத வருவாயையுடைய நாடுகளையும் ஊர்களையும் கொடுத்தான். நாடு என்பது குறிஞ்சி, முல்லை நிலங்களில் உள்ள வாழ்விடங்களையும், ஊர் என்பது மருத நிலத்து வாழ்விடங்களையும் குறித்து வந்தது. அதனால் அவன் ஆட்சியில் குறிஞ்சியுடன் முல்லை, மருதம் ஆகிய திணைகளும் நிலை பெற்றிருந்தன எனலாம். அவன் ஆட்சி கடற்கரை வரை பரவியிருந்தமைக்கு கிரேக்க நில நூல் ஆசிரியர் டாலமியின் குறிப்புகளே சான்று பகர்கின்றன. அதனால் அவன் நானிலத் தலைவன் என்பது புலப்படும். ஆயைக்காண வந்த விறலி பாடிய பாட்டு வரி நவில் பனுவல் புலம் பெயர்ந்திசைப்ப (புறம். 135) என்று கூறுவதால் ஐந்திணைக்குரிய இசைகளை மாறி மாறிப் பாடினாள் என்பதாலும் இது உறுதிப்படும்.

நீலநாகக் கலிங்கம் கொடை

ஆய்வேள் ஒளி பொருந்திய நீல மணியையும் நாகம் இந்த ஆடையையும் கல்லால மரத்தின் கீழ் வீற்றிருக்கும் இறைவனுக்கு விரும்பிக் கொடுத்தான். இந்தக் கொடை அவனுடைய தன்னலம் கருதாத் தன்மையை உறுதிப் படுத்துகின்றது.

மோசிகீரனார் மேலுமொரு பாடலில் ஆய் ஆண்டிரனின் களிற்றுக் கொடையைப் பற்றிக் குறிப்பிடுகிறார்.

மன்றுபடு பரிசிலர்க் காணிற் கன்றொடு
கறையடி யானை யரியல் போக்கும்
மலைகெழு நாடன் மாவே ளா அய்

(புறம். 135:11-13)

ஆய் ஆண்டிரன் மன்றத்தின் கண் பரிசிலரைக் கண்டால் உரல் போலும் அடியையுடைய யானையை அணி அணியாக சாய்த்துக் கொடுப்பான். இதுவரையில் அவனுடைய களிற்றுக் கொடையைப் பற்றி ஆய்வு செய்தோம். ஆய் அண்டிரன் கானத்தில் யானை வளர்ப்பு மிகுந்திருந்தது. அவனுடைய கொடைகளிலேயே களிற்றுக் கொடையே மேலோங்கி நின்றது. களிற்றுக் கொடை மிகுந்திருந்

தமையால் புலவர்களும் பரிசிலர்களும் ஆய்வேளை நோக்கிச் சென்றனர்.

சங்க காலத்தில் யானை பல்வேறு பணிகளுக்குப் பயன்பட்டமை யால் அது பண்டமாகவும் எழுச்சி பெற்றது. போர், திருவிழா, பொருள் களை ஏற்றிச் செல்லுதல், வேறு சில கடினமான பணிகளுக்குப் பயன்படுதல் போன்ற பணிகளுக்கு யானை பயன்படுத்தப் பெற்றது. மேலும் யானைத் தந்தம் வாணிகப் பண்டமாகப் பயன்பட்டது. இன்றும் கொங்கு மலை வாழ் பழங்குடிகள் யானையைப் பண்டம் என்று கூறுகின்றனர். மருத மலைக்குப் பின்புறம் உள்ள வெள்ளருகம் பாளையம் மலைக் குகையில் யானையைப் பிடிக்கும் காட்சியும், யானை மேல் அமர்ந்து போர் செய்யும் காட்சியும் வரையப் பெற்ற தொல் பழங்கால ஓவியங்களும் உள்ளன. இவை 2500 ஆண்டுகள் பழமை வாய்ந்தவை.

ஆய் மானவிறல்வேள்

ஆய் அண்டிரன் வீரத்திலும் மான விறலிலும் மேன்மையுற்றவன். அவனுடைய வெற்றிச் சிறப்பு பற்றி மோசிகீரனாரும் பிற புலவர்களும் பாடியுள்ளனர். மோசிகீரனார் பாடல்களில் ஆய் அண்டிரனின் வீரம் பேசப் பெறுகின்றது. பின்வரும் பாடலடிகள் அவன் வெற்றிச் சிறப்பினை எடுத்துக் காட்டும்.

கழறொடி யாஅய் மழைதவழ் பொதியில்
ஆடுமகள் குறுகி னல்லது
பீடுகெழு மன்னர் குறுகலோ வரிதே

(புறம். 128:5-7)

பாடி வரும் விறலி ஆயின் அரண்மனை செல்லுவது போல் மன்னர் அவ்வளவு எளிதாக அவன் அரண்மனையில் நுழைய முடியாது. புறம். 130ஆம் பாடலில் அவன் கொங்கரைத் தோற்கடித்து மேலைக் கடற்கரைக்கு ஓட்டினான் என்று கூறப்பெறுகின்றது.

அவன் நான்கு வகைப் படைகளை வைத்திருந்தான் என்பது பின்வரும் பாடலடிகளால் விளங்கும்.

மலைகெழு நாடன் மாவே ளா அய்
களிறு மன்றே மாவு மன்றே
ஒளிறு படைப் புரவியு தேரு மன்றே

(புறம். 135,13-15)

மேலும் அதே பாடலில் வேண்டார் உறு முரண் கடந்த வாற்றல் என்று அவனுடைய வென்றிச் சிறப்பினைக் கூறினார். மேலே காட்டிய பாடல்களில் அவன் மானமும் (புகழ்) விறலும் (வீரமும்) பேசப்பட்டுள்ளன.

ஆய் பெற்ற திறை

திறை என்பது இன்று பெறப்படும் வரியைப் போன்றதன்று. தன்னை ஆளும் தலைவனைக் காணும்போது தருவது, அது தலைவனுடைய பிறந்த நாளிலோ போர் வெற்றியின் போதோ அளிக்கப் பெறும் பொருட்கள். அகநானூற்று முல்லைத் திணைப் பாடல்கள் சிலவற்றில் வென்ற வேந்தன் தோற்ற மன்னர்களிடம் திறை பெற்றான் என்று கூறுகின்றன. வள்ளுவர் இதனைத் தெறு பொருள் என்று கூறுவார். பிற திராவிட மொழிகளில் சிறைப் பட்டவன் விடுதலை பெறுவதற்கு அளிக்கும் தண்டம் என்ற பொருளில் வழங்கப் பெற்றது.

புறநானூறு 374ஆம் பாட்டு குறிஞ்சி நிலத்து மக்கள் ஆய்வேளுக் குத்திறை அளித்தமை பற்றிப் பேசுகின்றது.

சிலைப்பாற்பட்ட முளவுமான் கொழுங்குறை
விடர்முகை யடுக்கத்துச் சினைமுதிர் சாந்தம்
புகர்முக வேழத்து மருப்பொடு மூன்றும்
இருங்கேழ்வயப்புலி வரியதட் குவைஇ
விருந்திறை நல்கும் நாட ஏனங் கோன்

(புறம். *374:11-14*)

உ.வே.சா. அவர்கள் விருந்திறை என்பதை விருந்து + இறை என்று பொருள் கொள்கிறார். இறை என்ற சொல் அரசனுக்குச் செலுத்தப் பெறும் வரி என்று கொள்ளப் பெறுகின்றது. திருக்குறளில் இறைவற் கிறை யொருங்கு நேர்வது நாடு (733) என்று கூறப் பெறுகின்றது.

ஆய் இறப்பும் கையறு நிலையும்

குட்டுவன் கீரனார் என்ற புலவர் ஆய் மாய்ந்தபின் கையறு நிலைப் பாடலைப் பாடினார்

கோடேந் தல்குற் குறுந்தொடி மகளிரொடு
கால னென்னுங் கண்ணிலி யுய்ப்ப
மேலோ ருலுக மெய்தன னெனாஅப்

(புறம். *240:4-6*)

இந்தப் பாடலடிகள் மூலம் ஆய் மாய்ந்த போது அவனுடைய மகளிரும் உடன்கட்டையேறி மாய்ந்திருக்க வேண்டும். அதனால் அவனுடைய மகளிரும் மேலுலகம் சென்றனர் என்று பாடியுள்ளார். அவனுடைய அவைக்களப் புலவராக வாழ்ந்த மோசிக்கீரனாரும் ஒரு கையறு நிலைப் பாடலைப் பாடியுள்ளார்.

திண்டேர் இரவலர்க் கீத்த தண்டார்
அண்டிரன் வரூஉ மென்ன வொண்டொடி
வச்சிரத் தடக்கை நெடியோன் கோயிலுட்
போர்ப்புறு முரசங் கறங்க
ஆர்ப்பெழுந் தன்றால் விசும்பி னானே

(புறம். 241)

திண்ணிய தேரை இரவலர்க்கு ஈத்த குளிர்ந்த மாலையையுடைய ஆய் வருகின்றாரென்று ஒள்ளிய தொடியினையும் வச்சிராயுதத்தையு முடைய விசாலமாகிய கையையுடைய இந்திரனது கோயிலுள்ளே போர்த்தலுற்ற முரசம் முழங்க வானத்தின் ஓசை தோன்றிற்று.

இப்படிப்பட்ட வள்ளியோனை வானோர் எதிர் கோடல் தப்பா தென்றவாறு என்று உரையாசிரியர் குறிப்பிடுகிறார். இது அவனுடைய கொடைத் திறத்திற்குக் கிடைத்த பெருமை என்று கருதும் வகையில் அமைந்துள்ளது.

ஆய் நாடு

ஆய் நாடு இன்றைய கேரளத்தின் தென் கோடியில் அமைந்திருந்தது. அது குறிஞ்சித் திணை நிறைந்த பகுதியாக விளங்கியது. அவனுடைய தலைநகர் கூட பொதியில் மலையிலிருந்தது. மோசிகீரனார் ஆய் நகரத்திற்கு மலையேறிச் சென்றதாகக் கூறுகிறார். மேலும் ஆய்குடி ஆய் மன்னனின் ஊர் அதுவே அவனுடைய தலைநகராகவும் இருக்கலாம்.

நரந்தை நறும்புண் மேய்ந்த கவரி
குவளைப் பைஞ்சுனை பருகி யயல
தகரத் தண்ணிழற் பிணையொடு வதியும்
வடதிசை யதுவே வான்றோ யிமயம்
தென்றிசை யாஅய்குடி யின்றாயிற்
பிறழ்வது மன்னோவிம் மலர்தலை யுலகே

(புறம். 132:4-9)

இமயமலைக்குச் சமமாக வைத்துப் பேசப் பெறுகின்றது ஆய்குடி (பொதியில் மலை).

மேலும் ஆய்நாடு பெரிப்ளுஸ் என்ற நூலில் ஆய்நோயி என்று அழைக்கப் பெறுகின்றது. ஆய்நோயி என்பதற்கு ஆய்குடி (Ay lineage) என்று பொருள்கொள்கின்றனர். ஆய்நாடு என்றும் பொருள் கொள்கின்றனர். முன்னதே பொருள் சிறக்கும் சதநோய் என்று கூறும் போது சாதவாகனர் குடியைக் குறித்தது. அங்கு சாத வாகன நாடு என்று பொருள் கொள்ள முடியாது. ஏனெனில் அங்கு நாடு என்ற சொல் வழக்கில் இல்லை.

வாட்டாற்று எழினி ஆதன்

வாட்டாற்று எழினி ஆதனைப் பற்றி புறநானூற்றில் ஒரேயொரு பாட்டு உள்ளது. அந்தப் பாட்டினை மாங்குடிகிழார் பாடியுள்ளார். இவன் வேள் மரபினைச் சேர்ந்தவன் (புறம். 396:12) அவனுடைய நாட்டின் வளத்தினை தெளிவாகக் கூறியுள்ளார்.

கீழ்நீரான் மீன் வழங்குந்து
மீநீராற் கண்ணன்ன மலர் பூக்குந்து
கழி சுற்றிய விளை கழனி
அரிப்பறையாற் புள்ளோப்புந்து
நெடுநீர் கூட மணற்றண்கான்
மென்பறையாற் புள்ளிரியுந்து
நனைக் கள்ளின் மனைக் கோசர்
தீந்தேற னறவு மகிழ்ந்து
தீங்குரவைக் கொளைத் தாங்குந்து

(புறம். 396:1-9)

எழினியாதன் பாட்டில் நெய்தல் வளமும், மருத வளமும் சிறந் திருந்த தன்மையை மாங்குடிகிழார் அழகாகப் பாடியுள்ளார். அந்த வளங்களே அவனை மன்னர்களில் உயர்ந்தவனாகவும் தலைசிறந்த வேளாகவும் எழுச்சி பெறச் செய்தன. வளநீர் வாட்டாற் றெழினி யாதன் என்று புலவர் கூறுகிறார். (புறம். 396:13)

வாட்டாற்றல் கோசலர் மனைகளில் கள் நிறைந்தமை பற்றி மாங்குடி கிழார் குறிப்பிட்டுள்ளார். (அறம் 39) கோசர் என்பார் சில வீரர் நச்சினார்க்கினியர் கூறுவார். இவர்கள் கோசம்பியிலிருந்து வந்தவர்கள் என்று மு. இராகவையங்கார் கூறுவார். கோசர், கோசம்பி என்பவற்றின் பெயர் ஒற்றுமையைக் கொண்டுசெய்த முடிவாகும்.

கோசர் என்ற சொல் கோசம் என்ற வடசொல்லிலிருந்து உருவான சொல். கோசம் என்பது தொகுதி, கருவூலம் ஆகிய பொருள்களில் வழங்கப் பெற்றது. சங்கக் காலத்தில் வாழ்ந்த கோசர் வரி வசூலில் ஈடுபடுபவராகக் காட்டப் பெறுகின்றனர். அன்னி மிஞிலியின் தந்தை வருவாய் தரும் பயிரை மேய்த்து விட்டமையால் கோசர் அவனுடைய கண்களைப் பிடுங்கி விட்டனர். இந்தச் செயல் கொடுமையானது என்றாலும் அக்கால நிருவாகத்தின் படி சரியானதே.

கருவூர் கோசனார் என்ற புலவர் வாழ்ந்துள்ளார். இவர் கோசர் மரபில் தோன்றியவர். கருவூரின் கருவூலக்காவரலாக இருந்திருக்க வேண்டும். தமிழ்நாட்டின் எல்லாப் பகுதிகளிலும் கோசர் செயலாற்றி யுள்ளனர். சோழ நாடு, பாண்டிய நாடு, சேர நாடு ஆகிய நாடுகளில் இவர்கள் பணிபுரிந்தமை பற்றி சங்க இலக்கியக் குறிப்புகள் கிடைக்கின்றன. அதனால் தமிழர்களிடையே உருவான வீரக் குழுவினர் எனலாம். வேளிர் மனைகளிலும் இவர்கள் கருவூலக் காவலர்களாக இருந்திருக்க வேண்டும் என்பது மேலே காட்டிய புறப் பாடலால் உறுதிப்படும். இவர்கள் வாட்டாற்று எழினியாதனின் கருவூலக் காவலர்களாக இருந்திருக்க வேண்டும். விழுப்புரம் மாவட்டத்தைச் சேர்ந்த சிறுகல் நாகலூரில் உள்ள நடுகல்லில் கோசர் பற்றிய குறிப்பு காணப்பெறுகின்றது. இது கி.பி. ஆறாம் நூற்றாண்டைச் சேர்ந்தது.

எழினியாதனின் வலிமை, மனிதநேயம் பற்றி பின்வரும் வரிகளில் பேசப் பெறுகின்றன.

கேளிலோர்க்குக் கேளாகுவன்
கெழுமிய வெண்வேல் வேளே
வளநீர் வாட்டாற் றெழினியாதன்
கிணையேம் பெரும
கொழுந்தடிய சூடென்கோ
வளநனையின்ம ட்டென்கோ
குறுமுயலி னிணம் பெய்த
நறு நெய்ச் சோறென்கோ
திறந்து மறந்து கூட்டு முதல்
முகந்து கொள்ளு முணவென்கோ

(புறம். *396:10-20*)

அவன் ஊரில் கொழுப்பு மிகுந்த இறைச்சி, மது, முயல் கறி கலந்த சோறு, நிறைந்த நெல்லுடைய நெற்கதிர்களிலிருந்து முகந்து கொள்ள வேண்டிய அளவு உணவு ஆகியவை மிகுந்து கிடந்தன. இந்த பொருளியல் வளமே எழினியாதனை வேள் ஆக்கியது.

சேர நாட்டில் சேரர் எழுச்சிக்கு முன் வேளிர் எழுச்சி பெருமை பெற்றிருந்தது. வேளிர் வரலாற்றை அறிந்து கொள்ள தொல்லியல் சான்றுகள் உறுதியான சான்றுகள் கேரளத்தில் தொல்லியல் ஆய்வு கள் ஓரிரு இடங்களில்தான் நடந்துள்ளன. முசிறிப்பட்டனம். திருவஞ்சைக்குளம் ஆகிய ஊர்களில் மட்டும் அகழாய்வு நடந் துள்ளது. அதனால் வேளிர் வரலாற்றில் நிகழ்ந்த படிப்படியான வளர்ச்சியைக் கண்டறிய முடியவில்லை. சங்க இலக்கியத்தில் கிடைக்கும் சான்றுகளைக் கொண்டு ஆய்வு செய்ய வேண்டியுள்ளது. சேர நாட்டு வேளிரைப் பற்றி தமிழ் பிராமிக் கல்வெட்டு எதுவும் கிடைக்கவில்லை. அசோகர் கல்வெட்டில் பயின்று வரும் ஹிட ராஜாக்கள் ஆய் மன்னர்களைக் குறிப்பதாகலாம் என்று கே.என். சிவராஜப் பிள்ளை கருதுகிறார். அவருடைய கருத்துப்படி ஹிட ராஜாக்கள் என்போர் இடைய ராஜாக்கள் என்பது ஆகும். ஆய் என்ற பெயர் ஆயர் மரபினைக் குறிக்கும் என்று அவர் கருதுகிறார். அதனால் அசோகர் கல்வெட்டில் பயின்று வரும் ஹிட ராஜாக்கள் என்போர் ஆய் மன்னர்களே என்று அவர் கருதுகிறார். ஆனால் ஆய் பற்றிய பாடல்களில் கால்நடை வளர்ப்பு நடந்ததற்கு சான்று எதுவும் இல்லை. குறிஞ்சி வாழ்க்கையைப் பற்றித்தான் அந்தப் பாடல்களில் பேசப் பெறுகின்றது. அதனால் அவர் முடிவு ஆய்வுக்குரியது. எழுச்சி பெற்ற சேர வேந்தர்கள் வேளிரை தங்கள் கீழ்க் கொண்டு வர முயற்சி செய்தனர். அந்த முயற்சியும் முழு வெற்றி பெறவில்லை.

துணை நூல் பட்டியல்

1. சங்க இலக்கியம் மூலம் பாட்டும் தொகையும். சமாஜப் பதிப்பு
2. புறநானூறு உ.வே.சா. பதிப்பு
3. அகநானூறு உ.வே.சா. பதிப்பு
4. குறுந்தொகை உ.வே.சா. பதிப்பு
5. நற்றிணை உ.வே.சா. பதிப்பு
6. திருக்குறள்
7. மு. இராகவையங்கார், வேளிர் வரலாறு
8. சு. கைலாசபதி, வீரயுகக் கவிதை
9. மொ.அ. துரை அரங்கசாமி, சங்ககாலச் சிறப்புப் பெயர்கள்.
10. *K.N. Sivaraja ppillai, The chronology of the Early Tamils*
11. *Romila Thapar, Cultural Pasts*

5. சோழ நாட்டு வேளிர்

சங்க இலக்கியத்தில் சோழநாடு என்றும் சோணாடு என்றும் அழைக்கப் பெற்ற பகுதி வடவெள்ளாற்றிற்கும் தென் வெள்ளாற் றிற்கும் இடையில் நிலைபெற்றிருந்த பகுதி. மேற்கே குழித்தலை கிழக்கே வங்கக் கடல் எல்லைகள் சோழ நாட்டின் மேற்குப் பகுதி முல்லையும் குறிஞ்சியும் கலந்த நிலமாகத் திகழ்ந்தது. சோழர் வேத்தவை பத்துக்குடி வேந்தர்களை உள்ளடக்கி நின்றது. இவர்களுக்கிடையில் உடன்பாடும் முரண்பாடும் கலந்து நின்றன. முரண்பாடு நலங்கிள்ளி, நெடுங்கிள்ளி பூசலில் தெளிவாகத் தெரிந்தது சோழர் வேத்தவை சோழ வேந்தர்களின் கூட்டமைப்பாக விளங்கியது. வேத்தவையில் நிலவரி முதலிய பொருன்கள் பேசப்பெற்றன.

சோழநாடு பெரும்பகுதி மருதநிலத்தைச் சேர்ந்தது. அதனால் நெல் விளைச்சல் மிகுந்து காணப்பெற்றது. நெல் வகைகளில் சிறந்ததாகக் கூறப் பெறும் சாலிநெல் விளைந்த பகுதியாக சோழநாடு விளங்கியது. புத்த சமய நூல்கள் உயர்ந்த வகை நெல்லான சாலி பற்றி விரிவாகக் கூறுகின்றன. அவையாவனஜ நக்த சாலி, கலமா சாலி, மஹாசாலி, கண்ட சாலி ஆகியன. பிண்ட நெல்லின் உறந்தை நெற்களஞ்சியம் மிக்க வேளூர், குடவாயில், மிழலை ஆகிய ஊர்கள் எடுத்துக் காட்டுத்தக்கவை.

நெல் விளைச்சலும் வாணிக எழுச்சியும் வேளிர் எழுச்சிக்குக் காரணமாயின, சோழ நாட்டு வேளிர் ஆங்காங்கே நெற்களஞ்சியங் களை உருவாக்கி நெல்லைப் பாதுகாத்து வைத்தனர். சோழநாட்டுக் கடற்கரை வேளிர் மனைகளில் உப்புக்களஞ்சியம் மிகுந்திருந்தது.

வேள் எவ்வி

வேள் எவ்வி நெய்தல் வனமும் மருதவளமும் மிக்க மிழலை என்ற ஊருக்குத் தலைவன். இவன் வாழ்ந்த பகுதியில் வளம்மிக்கிருந்த தன்மையை மாங்குடிகிழார் பாடியுள்ளார்.

நெல்லரியு மிருந்தொழுவர்
செஞ்ஞாயிற்று வெயின் முனையிற்
றெண் கடற்றிரை மிசைப் பாயுந்து
திண்டிமில் வன்பர தவர்
வெப்புடைய மட்டுண்டு
தண்குரவைச் சீர் தூங்குந்து
தூவற் கலித்த தேம்பாய் புன்னை
மெல்லிளர்க் கண்ணி மிலைந்த மைந்தர்
எல்வளை மகளிர் தலைக்கை தரூஉந்து
வண்டுபட மலர்ந்த தண்ணறுங்கானல்
முண்டக் கோதை யொண்டெடி மகளிர்
இரும்பனையின் குரும்பை நீரும்
பூங்கரும்பி றீஞ்சாறும்
ஒங்குமணற் குவவுத் தாழைத்
தீநீரோ டுடன் விரா அய்
முந்நீ ருண்டு முந்நீர்ப் பாயுந்
தாங்கா வுறையு ணல்லூர் கெழிஇய
ஓம்பா வீகை மாவே ளெவ்வி
புனலம் புதவின் மிழலை

(*புறம் 24; 1-19*)

பாண்டியன் தலையாலங்கானத்துச் செருவென்ற நெடுஞ் செழியனை மாங்குடி கிழார் பாடிய பாட்டில் எவ்வி நாட்டைப்பற்றி இருபத்திரண்டு வரிகளில் புகழ்ந்துள்ளார். அந்தப் பாட்டு முப்பத் தைந்து வரிகளைக் கொண்டது பாட்டுடைத் தலைவனை பதிமூன்று வரிகளில் மட்டும் புகழ்ந்துள்ளார் தோற்றவனை இருபத்திரண்டு வரிகளிலும், வென்றவனை பதிமூன்று வரிகளிலும் பாடுவது முரண்பட்ட நிலை மேல் பகுதியில் அமைந்த இருபத்தி இரண்டு வரிகளில் நெய்தல் சுற்றுச்சூழல் மிகுதியாகக் கூறப் பெற்றுள்ளது. தெங்கு, பனை ஆகியவை நெய்தலில் விளைபவை.

புலவர் பரதவரும் அவர்தம் மகளிரும் கள்ளுண்டு குரவை பாடியதைப் பற்றித் தொடக்கத்திலேயே கூறிவிடுகின்றார். குரவைக்

கூத்தைப் பற்றி அடியார்க்கு நல்லார் கூறுவது எடுத்துக் காட்டத் தக்கது, அவர் கூறுகிறார் "குரவையென்பது கூறுங்காலை செய்தோர் செய்த காமமும் விறலும் எய்தவுரைக்கு மியல் பிற் செழுநிலை மண்டலக் கடகக் கைக் கோத்துத் தன்னிக் கெட்ட நின்றாடலாகும்" எனவும் சொன்னாராதலின்" என்று கூறுவார். தலைமை சான்றவருடைய அகவாழ்க்கையையும் புறவாழ்க்கையையும் கூறுவது குரவைக் கூத்து என்று கருதலாம். இது நாட்டார் வழக்காற்றில் பாடப் பெறுவது.

குரவைக் கூத்து நடிப்பதற்கும் பாடுதற்கும் உரியது. இது நாட்டார் வழக்கில் நிலை பெற்றிருந்தது. சங்க இலக்கியம் குரவைக் கூத்து என்று மட்டும் கூறியதை சிலப்பதிகாரம் விரிவாகக் கூறுகிறது. குரவைக் கூத்தின் அமைப்பு ஆகியவை குறிப்பிடத்தக்கது. உரைப்பாட்டு மடை, கருப்பம், கொளுூ கூத்துள்படுதல், உள்வரி வாழ்த்து, முன்னிலைப் பரவல் போன்ற உறுப்புகளைப் பெற்று விளங்கும். இந்தக்குரவைக் கூத்து மக்கள் வாழ்க்கை பழங்குடித்தன்மையுடன் நிலைபெற்றிருந்தது என்பதை உறுதிப்படுத்துகின்றது.

மிழலை கூற்றம் கடற்கரையை ஒட்டி அமைந்திருந்த மையால் கடல் வளத்தால் பொருளும் பெற்றிருந்தது. நெய்தல் நிலத்தில் வாழ்ந்த பரதவர் இப்பாட்டில் குறிக்கப் பெறுகின்றனர். திண்டிமில் வன்பரதவர் என்று கூறுவதால் அவர்கள் மீன்பிடி தொழிலினர் என்பது புலப்படும். அவர்கள் கள் அருந்தி, குரவை ஆடி மகிழ்ந்திருந்தனர் எனலாம். குரவைக்கூத்தில் மைந்தர் மகளிர்க்கு முதற்கை கொடுப்பர் இது அவர்களுடைய மகிழ்ச்சியான வாழ்க்கையைக் காட்டுகின்றது. தலைக்கை கொடுத்தலாவது மகளிரை அன்பாகத் தழுவிக் கொள்ளுதல் ஆகும். அவ்வூர் மகளிர் பனை நுங்கின் சாறும், கரும்பின் சாறும் இள நீரும் கலந்த கலவையை உண்டு மகிழ்ந்தனர். இவ்வாறு அங்கு நிலைபெற்றிருந்த வளத்தினை மாங்குடி கிழார் விவரிக்கின்றார்.

எவ்வியின் ஆட்சியில் மக்கள் மகிழ்ச்சியுடன் வாழ்கின்றனர் என் பதைக் காட்டவே புலவர் பல செய்திகளைக் கூறுகிறார். நெடுஞ் செழியன் வென்ற பகுதி வளம் மிக்கது என்பதைக் காட்டுவதற்காகவே மிழலையைப்பற்றி வருணிக்கிறார். மேலும் எவ்வியைப் பற்றிக் கூறும்போது "ஓம்பா வீகை மாவேள் எவ்வி" என்று கூறுகிறார். எவ்வியின் வள்ளன்மையைப் புகழ்ந்துள்ளார் மாங்குடிகிழார். மாவேள் என்று கூறுவது வேளிர் மரபில் உயர்ந்தவன் என்பதைக் காட்டுகின்றது, உரையாசிரியர் பல நல்லூர்களைக் கொண்டது எவ்வியின் மிழலைக் கூற்றம் என்று கூறுகிறார். நல்லூர் என்பது வளம்மிக்க ஊர்களைக் குறிக்கும். மருதவளமும் நெய்தல் வளமும் நிறைந்த பகுதியாக இருந்தமையால் பாண்டியன் நெடுஞ்செழியன் கைப்பற்றினான்.

மேலும் புறம் 24 ஆம் பாடலில் முத்தூறு என்ற ஊரையும் நெடுஞ் செழியன் கைப்பற்றினான் என்ற கூறுகிறார் மாங்குடி கிழார்.

, கழணிக்
கயலார் நாரை போர்விற் சேக்கும்
பொன்னனி யானைத் தொன் முதிர் வேளிர்
குப்பை நெல்லின் முத்தூறு தந்த

(வரி: *19 - 22*)

பாடலடிகளில் தொன்முதிர் வேளிர் குப்பை நெல்லில் முத்தாறு என்று கூறுவது எடுத்துக் காட்டத்தக்கது. மிழலையிலும் முத்தூறிலும் நெல் களஞ்சியம் மிகுந்திருந்தது என்று புலவர் கூறுகிறார். வேளூர் (புள்ளிருக்கு வேளூர்) என்ற ஊரிலும் நெல் களஞ்சியம் இருந்தமை பற்றி ஓர் அகப்பாட்டு கூறுகின்றது. இந்தச் சான்றுகளைக் கொண்டு சில அறிஞர்கள் வேளிர் வேளாளரின் முன்னோடிகள் என்று கருது கிறார்கள் ஆனால் அது தவறான முடிவு என்பது பின்னர் விளக்கப் பெறும்.

இருவேறு எவ்வி

புறநானூற்றில் 201, 202 ஆகிய இரண்டு பாட்டுகள் இருங் கோவேள் மரபினைச் சேர்ந்த எவ்வி என்ற மன்னனைப் பற்றி கபிலரால் பாடப்பெற்றவை. முதல் பாட்டு குறிப்பிடத்தக்கது. இந்தப் பாட்டில் வேள் குலத்தின் தோற்றம் பற்றிய புராண வரலாறு கூறப் பெறுகின்றது.

..நீயே
வடபான் முனிவன் நடவிணுட் டோன்றிச்
செம்பு புனைந்தியற்றிய சேணெடும் புரிசை
உவரா வீகைத் துவரை யாண்டு
நாற்பத் தொன்பது வழிமுறை வந்த
வேளிருள் வேளே....

(புறம் *201:8-12*)

இந்தப் பாட்டில் கூறப்பெறும் துவரை என்ற நகரம் மைசூர் மாநிலத்தில் உள்ள துவார சமுத்திரம் என்று கருதப்பெறுகின்றது. இது பற்றி நச்சினார்க்கினியர் கூறுவது எடுத்துக்காட்டத்தக்கது. அவர் கூறுகிறார்; துவரா பதிப்போந்து நிலகடந்த நெடுமுடியண்ணல் வழிக்கண் அரசர்களுள் பதினெண் மரையும் பதிணென் குடி வேளிருள்ளிட்டாரையும்... கொண்டுபோந்து மலைய மாதவன்

நிலங்கடந்த நெடுமுடியண்ணலுழை நரபதியருடன் கொணர்ந்த பதினெண் வகைக் குடிப்பிறந்த வேளிர் (தொல் பொருள் பாயிரம் நச்சர் உரை)

குலத்தோற்றக் கதை (Grigin myth)க்குச் சிறந்த சான்றாக மேற் கண்ட கதை அமைந்துள்ளது. இந்தக் கதை பின்னாளில் அரசை உருவாக்கிய பழங்குடிகளிடையில் மிகுதியும் காணப் பெறுகின்றது. ஆய்மன்னர்கள் சோழர், சேரர், பாண்டியர், பல்லவர் இருக்கு வேளிர், கொங்கானத்து நன்னன் மரபினர் ஆகியோரிடையில் இந்தக் கதை பரவியிருந்தது. வேளிர் தங்களை மாதவன் மரபினையும், கிருஷ் ணனையும் தங்கள் குல முதல்வராகக் கூறிக் கொள்கின்றனர். அரசர் கள் தங்களை சிறந்த குலத்தினைச் சேர்ந்தவர்கள் என்று கூறிக் கொள்வதில் முனைப்பு காட்டினார்கள். அதற்குக் காரணம் தாங்கள் ஆளுவதற்கு தகுதியானவர்கள் என்று வலியுறுத்துவதற்காகவே ஆகும். மௌரியார்கள் தங்களை கௌதம புத்தரின் பங்காளி குலத் தினர் என்று கூறிக் கொண்டனர். இவ்வாறு பல சான்றுகளை இந்திய வரலாற்றில் காணமுடியும். வேள் என்ற சொல்லே மன்னனின் கடவுட்டன்மையைக் குறிக்கும் என்று ஒர் ஆய்வாளர் கூறுகிறார். அதுபோலவே ஒளியர் என்ற சொல் கடவுட்டன்மையைக் குறிப்பதாக பரிமேல் அழகர் குறிப்பிடுவார்.

மேலே காட்டிய 201ஆம் பாட்டில் கபிலர் பாரிமகளிர்ப் பற்றி குறிப்பிடுகிறார்.

இவரியா ரென்குவை யாயி னிவரே
ஊருட னிரவலர்க் கருளித் தேருடன்
முல்லைக் கீந்த செல்லா நல்லிசைப்
படுமணி யானைப் பறம்பிற் கோமான்
நெடுமாப் பாரி மகளிர் யானே
தந்தை தோழ னிவரென் மகளிர்
அந்தணன் புலவன் கொண்டுவந் தனனே
....
யான்றர விவரைக் கொண்மதி ....

(புறம் 201 : 17-26)

கபிலர் வேள் மரபைச் சேர்ந்தவனிடம் தான் பாரிமகளிரை மணந்து கொள்ள வேண்டுகிறார். மேலும் விச்சிக்கோவை வேண்டு கிறார். இவன் வேள் நன்னனின் மரபினன் (புறப்பாடல் 151ன் மூலம் உறுதிப்படும்). வேந்தரிடமோ குறுநில மன்னர்களிடமோ வேண்டவில்லை. அடுத்து வேள் மரபைச் சேர்ந்த மலையமான்

திருமுடிக்காரியிடம் சென்று வேண்டுகிறார். குறிப்பிட்ட சாதியைச் சேர்ந்த ஆண் குறிப்பிட்ட சாதியைச் சேர்ந்த பெண்ணை மட்டுமே மணக்க வேண்டும் என்ற விதி தோன்றி விட்டதா?

அடுத்த பாட்டு (202) எவ்வி பாரி மகளிரை மணந்து கொள்ள மறுத்தபின் கபிலர் பாடியது. அவரது பாட்டின் முதல் நான்கடிகள் எவ்வியின் நாடு குறிஞ்சித் திணையில் அமைந்துள்ளமை புலப் படுத்தும்.

வெட்சிக்கானத்து வேட்டுவ ராட்டக்
கட்சி காணாக் கடமா நல்லேறு
கடறு மணி கிளரச் சிதறு பொன்மிளரக்
கடிய கதழு நெடுவரைப் படப்பை

(புறம் 202; 1-4)

கபிலர் ஒவ்வொரு பகுதியின் புவியியல் அமைப்பையும் அவற்றின் சுற்றுச் சூழலையும் நன்கறிந்தவர் என்பது அவர் பாடிய பல பாடல் களில் புலப்படும். பாரியின் பறம்பு மலையைப் பற்றிப் பாடும் போது அங்கு நிலைபெற்ற குறிஞ்சி வளத்தைப் பற்றி விரிவாகப் பாடியுள்ளார். செல்வக்கடுங் கோவாழியாதனைப் பற்றிப் பாடிய பத்து பாடல்களில் (பதித்துற்றுப்பத்து) முல்லைச் சுற்றுச் சூழலை விரிவாகப் பாடியுள்ளார். அப்பாடல்கள் ஒன்றில் "இலங்கு கதிர்த் திருமணி பெறுவும் நாடு கிழவோயே" என்று கூறுவார். மேலும் ஆயர்கள் மழை பெய்த பின் இந்த மணிக் கற்களைத் தொகுப்பார்கள் என்று கூறுவார் கபிலர். குறிஞ்சி பாடிய கபிலர் என்று கூறுவது வெறும் புகழ்ச்சியில்லை என்பது அவருடைய பாடல்களாலேயே விளங்கும். மேலே கூறப்பட்ட எவ்வி பற்றிய பாட்டில்.

.... அடுக்கத்
தரும்பற மலர்ந்த கருங்கால் வேங்கை
மாத் தகட் டொள்வீ தாய துறுகல்
இரும்புலி வரிப்புறங் கடுக்கும்
பெருங்கல் வைப்பி னாடு கிழவோயே

(புறம் 202:17-21)

இந்தப் பாடலடிகள் எவ்வி நாடு மலையும் மலைசார்ந்த குறிஞ்சித் திணையையும் குறிக்கின்றன. மேலே காட்டிய பாடல்களில் (புறம் 202: 1-4) அவன் மலையில் கடமாவிரைவாக ஓடுதலால் மணிக்கற்கள் சிதறுகின்றன என்று கூறப்பெறுகின்றது.

எவ்வி புன்னாட்டு அரசன்?

கல்வெட்டு, செப்பேட்டுச் சான்றுகள் புன்னாடு பற்றியே உள்ளன என்று ஆரோக்கிய சாமி கூறுவார். மேலும் மயிலை சீனி. வேங்கடசாமி போன்றோர் புன்னாட்டைப்பற்றி ஆய்ந்துள்ளனர். ஆரோக்கியசாமி அவர்கள் புன்னாடு காங்கயம் வரை பரவி இருந்தது என்பார். கங்கமன்னன் துர்விநீதன் பற்றி எழுதும் போது இக்கருத்தை வெளியிட்டுள்ளார். 'துர்விநீதன்' பாலின் வந்த பழவிறல் தாய மாக புன்னாட்டைப் பெற்றான் என்று அவனுடைய செப்பேடுகள் கூறுகின்றன. தெற்குக் கர்நாடகத்தின் தென்பகுதியையும் கொங்கு நாட்டின் வட பகுதியையும் அடக்கி நின்றது என்பது அவர் கருத்து.

கிரேக்க நாட்டு நிலதூல் அறிஞர் டாலமி என்பார் தன்னுடைய நூலில் பெரில் கற்கள் நிறைந்த புன்னாடு (Paunada is the Land of berlle) என்று கூறவார். ஒரு சாரார் புன்னாடு இன்றைய கர்நாடகத்தில் இருந்தது என்று கூறுவர். ஆனால் டாலமி கூறும் பெரில் கற்கள் கொங்கு நாட்டில் காங்கயம் அருகில் உள்ள படியூரில் வெட்டி எடுக்கப் பெற்றன. புன்னாட்டின் மன்னன் பற்றி அறிய அங்கு கிடைத்த கனிம வளத்தை வைத்துத்தான் முடிவு செய்ய வேண்டும். கர்நாடகப் பகுதியில் இருங்கோவேள் நாடு அமைந்திருந்து புறம் 202 ஆம் பாட்டில் கூறப் பெறும் மணியும், பொன்னும் நிறைந்திருந்தன என்று கூறப் பெறுகின்றது. ஒரு வேளை புன்னாடு எவ்வி ஆட்சிக்குக் கீழ் வந்திருக்கலாம்.

எவ்வியின் தொல்குடியினர் கி.பி. 12-13 ஆம் நூற்றாண்டு வரை வாழ்ந்துள்ளனர். அந்தக் குடியினர் ஹொய்சா என்று அழைக்கப் பெற்றனர். புலிகடிமால் என்ற பெயரே ஹொய்சலான் என்று கன்னடத்தில் வழங்கியது. இந்தப் புலிகடி மாலே போசாளர் (ஹொய் சாளர்)களின் குல முதல் வன் என்று கருதும் வகையில் அவர்கள் கட்டிய கோயில்களில் தோரணவாயில் புலியோடு போரிடும் வீரன் உருவம் வைக்கப் பெற்றிருக்கின்றது. ஹொயசாளர்கள் மலைப் பகுதியில் இருந்து அரச அதிகாரிகளாகச் சமவெளிப் பகுதிக்கு வந்த வர்கள் அதற்குப்பின் தங்கள் அரசை உருவாக்கியவர்கள்.

எவ்வி பற்றி குறுந்தொகை, அகநானூறு, ஆகிய இலக்கியங்களில் குறிப்புகள் உள்ளன, அகப்பாட்டு ஒன்றில் ''பயங்கெழுவைப் பிற பல்வேலெவ்வி" (அகம் 266) என்று கூறப்பெறுகின்றது. மற்றொரு அகப்பாட்டு குறிப்பிடத்தக்கது. நீடூர் கிழவன் என்று எவ்வி குறிக்கப் பெறுகின்றான். மேலும் அவன் தப்பாத வாளினை உடையவன் அவன் நெடுமிடல் என்பவனைக் கொன்ற போது பொருந்திலில் கள்ளுடன் பெருஞ் சோறு அளிக்கப்பெற்றது. அப்போது எழுந்த பேரொலியைப் போல அலர் எழுந்தது. மற்றொரு பாட்டு குறிப்பிடத்தக்கது.

நரை மூ தாளர் கைபினி விடுத்து
நனை முதிர் தேற னுளையர்க் கீயும்
பொலம்பூ ணெவ்வி.....................

(அகம் *366 - 10-12)*

மறக்குடித் தாயத்தைச் சேர்ந்த நரை மூதாளரை விடுத்து போதை தரும் தேறலை நுளையர் (மீனவர்க்குக் கொடுத்தான் எவ்வி என்பது இவ்வடிகளின் பொருள். எவ்வியின் மிழலைக் கூற்றத்தில் நெய்தல் திணையும் அடங்கி இருந்தது. அதனால் அவன் அங்கு வாழ்ந்த மீனவர்களுக்கு உண்டாட்டுக் கள்ளினைன அளித்தான் என்று கருதலாம்.

எவ்வி–செழியன் போரும் எவ்வியின் இறப்பும்

புறநானூறு 233ம் பாட்டு எவ்வி இறந்தது பற்றிக் குறிப்பிடுகின்றது.

பொய்யாகியரோ பொய்யாகியரோ
பாவடி யானை பரிசிலர்க் கருதாச்
சீர்கெழு நோன்றாளா குதைகட் டோன்றிய
பொன் புனை திகிரியிற் பொய்யா கியரோ
இரும்பா ணொக்ககற் றலைவன் பெரும்பூட்
போரடு தானை யெவ்வி மார்பின்
எஃகுறு விழுப்புண் பல வென
வைகுறு விடிய லிம்பிய குரலே

(புறம். *233:1-8)*

இது பொய்யாகக் கடவது பொய்யாகக் கடவது யானைகளைப் பரிசிலர்க்குக் கொடுக்கும் சிறப்பும் வலியுமுடைய அகுதை என்பான் மேற் சக்கரம் பட்டதாகச் சொல்லப்பட்ட வார்த்தை போல இதுவும் பொய்யாகக்கடவது பெரிய பாண் சுற்றுத்துக்கு ஆதாரமாகிய எவ்வி யின் மார்பிடை வேல் தைத்த புண்கள் என்று விடியற்காலத்துச் சொல்லப்பட்ட வார்த்தை.

அடுத்த பாட்டு (234)ம் கையறு நிலைப்பாட்டு எவ்வியினுடைய நினைவிடத்தில் நடந்த ஈமச்சடங்கில் கலந்து கொண்டு பாடிய பாட்டு குறிப்பிடத்தக்கது.

நோகோ யானே தேய்கமா காலை
பிடியடி யன்ன சிறுவழி மெழுகித்
தன்னமர் காதலி புன்மேல் வைத்த

இன்சிறு பிண்டம் யாங்குண் டனன் கொல்
உலகு புகத் திறந்த வயிற்
பலரோ டுண்டன் மரீஇ. யோனே

(புறம் : 234)

வேல் தைத்தது என்ற வார்த்தை பொய்யாகாமல் மெய்யாகி விட்டது. எவ்வியின் மனைவி நடத்தும் ஈமச் சடங்கு பற்றிய செய்தியிலேயே கிடைத்தது. அங்கு சென்ற புலவர் "அந்தோ யானையின் அடி போன்ற சிறிய இடத்தை மெழுகி தான் விரும்பிய காதலியால் புல் மேல் வைக்கப்பட்ட இனிய சிறு பிண்டத்தை எவ்வாறு உண்டனன் கொல்லோ? உலகத்தார் யாவரும் புகும்படி திறந்த வாயிலை உடைய பலரோடுங் கூடியுண்டலை மருவியவன் என் வாழ்நாள் இனிமாய்வதாக" என்று பாடியுள்ளார்.

தலையாங்காணத்து நெடுஞ்செழியன் மிழலை மீதும் படையெடுத்த போது நடந்த போரில் எவ்வி இறந்திருக்க வேண்டும். ஆனால் மாங்குடி கிழார் பாடலிலோ வெள்ளெருக்கிலையார் பாடலிலோ எவ்வியைக் கொன்றவர்கள் பற்றி குறிப்பு ஏதுமில்லை. ஆனால் அவன் வாழ்ந்த காலத்தில் பாணர்களுக்கும் புலவர்களுக்கும் வாரி வழங்கிய வள்ளலாக விளங்கினான் என்பதே உண்மை.

துவரை வேளிர் மரபில் வந்த எவ்விக்கும் மிழலைக் கூற்றத்தை ஆண்ட எவ்விக்கும் இடையில் ஏதோ ஒரு தொடர்பு இருந்திருக்க வேண்டும் துவரை ஆண்ட எவ்வி மரபினன் ஏதோ ஒரு காரணத்தால் மிழலைக் கூற்றத்திற்குக்குடி பெயர்ந்து வந்திருக்கலாம்.

எவ்வி இறந்தது பற்றி குறுந்தொகையும் அகநானுறும் குறிப்பிடுகின்றன எவ்வியிருந்த வறுமை யாழ்ப்பாணர்" என்று குறுந்தொகை கூறும்(19) அகப்பாடல் ஒன்று(126)" வாய்வாள் எவ்வி வீழ்ந்த செருவிற் பாணர் கைதொழுமரபின் முறிந்தீடூஉப் பழச்சி" என்று கூறும்.

புறம் 24ம் பாட்டில் எவ்வி ஆட்சியில் முந்நூறு என்ற ஊருமிருந்தது பற்றிக் கூறப் பெறுகின்றது. வரி19- 22

தொன்முதிர் வேளிர் என்று கூறுவதால் வேளிரின் பழமைப் புலப்படுகின்றது. மேலும் முந்நூற்றில் நெல் குவியல் மிகுந்திருந்தமை பற்றி கூறப்பெறுகின்றது. இந்தப்பாடல்களில் கூறப்பெறும் எவ்வி நாட்டிற்கும் கபிலர் பாடல்களில் குறிக்கப் பெறும் எவ்விநாட்டிற்கும் மிடையில் நேர் எதிரான நிலையே உள்ளது. மிழலைக்கூற்றத்து எவ்வி மருத நிலத்திற்குத் தலைவன். ஆனால் இருங்கோ வேள் மரபினனான

எவ்வி குறிஞ்சித் திணைக்குத் தலைவன். இவ்விருவர்க்கிடையில் பெயர் ஒற்றுமை உள்ளது. ஆனால் ஆண்ட பகுதிகள் வெவ்வேறாக உள்ளன.

புறம் 395ஆம் பாட்டு பிடவூர் சாத்தனைப் பற்றியது. மதுரை நக்கீரர் பாடிய பாட்டு இப்பாடலில் உறந்தை தித்தனையும் அவன் நாட்டின் மக்கள் வாழ்க்கை இயற்கை வளம் ஆகியவற்றையும் நக்கீரர் பாடியுள்ளார். முல்லை, மருதம், குறிஞ்சி ஆகிய திணைகளின் தலைவன் தித்தன் என்பது புலவரின் உள்ளக் கிடக்கை

மென்புலத்து வயலுழவர்
வன் புலத்துப் பகடு விட்டு
குறுமுயலின் குழைச் சூட்டோடு
நெடுவாளைப் பல்லுவியற்
பழஞ்சோற்றுப் புகவருந்திப்
புதற்றளவின் பூச்சூடி
....
....
அரியலருந்து

(புறம். 395 -1 – 9)

புதரில் உள்ள செம்முல்லைப்பூவைச் சூடினர். மென்புலம் மருத நிலத்தையும் வன்புல முல்லை நிலத்தையும் குறித்தது. பின்னால் வரும் அடிகளிலும் மருதம், முல்லை, நெய்தல் (மனைக் கோழி, கானக் கோழி, நீர்க்கோழி) ஆகிய திணைகள் குறிக்கப் பெறுகின்றன. மூன்று பறவைகளும் மூன்று திணைகளுக்கு உரியவை. பின்வரும் அடிகளில் முல்லை நிலம் மட்டும் குறிக்கப் பெறுகின்றன.

வேயன்ன மென்றோளால்
மயிலன்ன மென்சாயலர்
கிளிகடியினனே
அகலள்ளறப் புள்ளீரி யுந்து
யாங்கப் பல நல்ல புலனணியும்

சேறு படர்ந்த நிலத்திலிருந்து புள் கெட்டு ஓடும் (வரி 16) என் பதால் மருதத்திணையும் குறிக்கப்பெறுகின்றது. தித்தன் நாடு மேற்கே மதிற்கரை, காவிரிக்கு வடக்கே தூசியூர் வரை பரவியிருந்தது எனலாம். அவன் பெயர் பொறித்த கணையாழி ஒன்று கருவூரில் கிடைத்துள்ளது. அது கி.பி. முதல் நூற்றாண்டைச் சேர்ந்தது.

பிடவூர் சாத்தன்

சோழர் தலை நகரம் உறையூர்க்குச் கிழக்கில் உள்ள ஊர், இன்றும் அதே பெயருடன் நிலை பெற்றுள்ள ஊர். இவ்வூரில் உள்ள சாஸ்தா கோயில் பற்றி பல புராண வரலாறுகள் உள்ளன.

செல்லா நல்லிசை யுறந்தைக் குணாது
நெடுங்கை வேண்மா னருங்கடிப் பிடவூர்
அறப்பெயர்ச் சாத்தன் கிளையேம் பெரும
முன்னாணண் பகற் சுரணுழந்து வருந்திக்
கதிர் நணி செ............. மாலைத்
தன் கடைத் தோன்றி யென்னூற விசைத் தவிற்
றீங்குரல் ...... கிணரிக்குரற் றாடாரியோ
டாங்கு நின்ற வெற் கண்டு
சிறிது நில்லான் பெரிதுங் கூறான்
அருங்கலம் வரவே யருளினன் வேண்டி
....யெனவுரைத்தன்றி நல் தன் மனைப்
பொன்போன் மடந்தையைக் காட்டியிவனை
என்போற் போற் றென் றோனே

(புறம் 395 : *19-31)*

நெடுங்கை வேண்மான் என்பதற்கு இருங்கோ வேண்மான் என்ற பாடமும் உண்டு. இந்தப் பாடம் சரியானதென்றால் பிடவூர்ச் சாத்தன் இருங்கோவேள் மரபினைச் சேர்ந்தவனாதல் வேண்டும். மேலும் அருங்கடிப் பிடவூர் என்பதற்கு பெருங்கடல் பிடவூர் என்ற பாடமும் உண்டு. அதனால் பிடவூர் கடற்கரையிலிருந்த ஊர் என்பதும் புலப்படுகின்றது. வேள் எவ்வியின் மரபைச் சேர்ந்தவன் இந்தச் சாத்தன் எனது கொண்டால் பிடவூர் கடற்கரையில் இருந்த ஊராகலாம்.

காரணம் எவ்வியின் மிழலை நாடு மருதம் நெய்தல் ஆகிய திணைகள் கலந்த பகுதியாகும். அவனுடைய நாட்டு வளத்தைப் பாடும் நக்கீரரின் வானியல் புலமை வெளிப்படுகிறது.

அகன் ஞாலம் பெரிது வெம்பினும்
மிகவானொள்ளெரி தோன்றினும்
குள மீனொடுந் தாட் புகை யினும்
பெருஞ்செய் நெல்லின் கொக்கு கிர் நிமிரல்
பசுங்கட் கருனை சூட்டோடு மாந்தி

விளை வென்றோ வெள்ளங் கொள்கென
உள்ளது மில்லது மறியா
தாங்கமைந் தன்றால் வாழ்கவன் நாளே

(புறம் 395 33-48)

வானத்தில் எரி, குளமீன், தாள் ஆகிய விண் மீன்கள் தோன்றினாலும் பிடவூர்ச்சாத்தன் ஆட்சியின் வளத்திற்கு குறைவு ஏற்படாது என்பது மேலே காட்டிய அடிகளின் திரண்ட கருத்து. பெரிய வயலின் கண் விளைந்த நெல்லின் சோற்றுடன் கருனைக் கிழங்கையும் சேர்த்து உண்பார்கள் அந்த அளவிற்கு மருதவளம் சிறந்த பகுதியாக விளங்கியது.

பிடவூர் தேவாரப் பாடல் பெற்ற ஊர், திருநாவுக்கரசர் தேவாரத்தில் இவ்வூர் பற்றிக் குறிக்கப் பெறுகின்றது. தெய்வப் புனற்கொடில வீரட்டமுஞ் செழுந்தன் பிடவூரும் தம்முடைய...... காப்புகளே என்றும் பேருளாளன் பிடவூரன் நம்மானே என்றும் நாவுக்கரசர் கூறுவார். பெரிய புராணத்தில் பிடவூர் தெய்வம் சாத்தனையும் அவர் திருவுலாப்புறத்தை வெளிப்படுத்திய செய்தியையும் குறிப்பிடுவார்.

சேரர் காவலர் விண்ணப்பஞ் செய்தவத்திருவுலாப் புறமன்று
சாரல் வெள்ளியங் கயிலையிற் கேட்டமா சாத்தனார் தரித்திந்தப்
பாரில் வேதியர் திருப்பிட வூர்தனில் வெளிப்பட
நார வேலை சூழு முலகினில் நாட்டினர் நலத்தாலே

(பெரிய புராணம், வெள்ளானை, 52)

பிடவூர் வரலாறு நீண்ட நெடிய தன்மையுடையது. நச்சினார்க்கினியர் உரைகளிலும் இவ்வூரைப்பற்றிய குறிப்புகள் உள்ளன. அவர் கூறுகிறார். அவருள் உழுவித் துண் போர் மண்டில மாக்களும் தண்டத் தலைருமாய் சோழநாட்டுப் பிடவூரும் அழுந்தூரும்... முதலியோருமாய் முடியுடை வேந்தர்க்கு மகட் கொடை கொடைக் குரிய வேளாளராம் (தொல் - அகத்திணை. சூ. 30 நச்சர் உரை)

அழுந்தூர் வேள்

கரிகாலன் பெண்ணிப்பறந்தலையில் இருபெரும் வேந்தரோடும் பதினொரு வேளிரோடும் போரிட்டு வென்றான். அவன் வெற்றி பெற்ற போது அழுந்தூரில் ஆரவார ஒலி எழுந்தது. இதை அகப்பாடலொன்று குறிப்பிடுகிறது.

காய்சின மொய்ம்பில் பெரும்பெயர்க் கரிகால்
ஆர் கலி நறவின் வெண்மணி வாயில்
சீர் கெழு மன்னர் மறலிய ஞாட்பில்
இமிழிசை முரசம் பெருங்களத்தொழிய
பதினொரு வேளிரொடு வேந்தர் சாய
மொய் வலி அறுத்த ஞான்று
தொய்யா அழுந்தூர் ஆர்ப்பினும் பெரிதே

(அகம்: 246: 8- 14)

நச்சினார்க்கினியர் அழுந்தூர் வேளிர் சோழர்களுக்கு மகட் கொண்ட அளித்த செய்தியை வலியுறுத்திப் பேசுவார். அது வழிவழியாகப் பேசப்பட்ட உண்மை. ஆனால் அழுந்தூரில் வாழ்ந்த வேளிரைப் பற்றி மேலே காட்டிய அகப்பாட்டு ஏதும் குறிக்கவில்லை. பாட்டில் கரிகாலன் பெற்ற வெற்றியை அறிந்து அழுந்தூர் ஆர்ப்பரித்தது என்று கூறுவது கரிகாலனுக்கு மகட் கொடை அளித்த வேளிர் வாழ்ந்த ஊர் என்பதாகலாம்.

அழுந்தூர் வேளிரைப் பற்றிய நினைவுகள் கி.பி. 14 ஆம் நூற்றாண்டு வரை நிலை பெற்றிருந்தது என்பது நச்சினார்க்கினியர் உரையால் விளங்கும். அழுத்தூர் கரிகாலன் பக்கத்தில் நின்று போரிட்டிருக்க வேண்டும். அவனை எதிர்த்த பதினோரு வேளிர் இன்னாரென்று தெரியவில்லை. சோழநாடு மருதவளமும் நெய்தல் வளமும் மிகுந் திருந்தமையால் ஒவ்வொரு ஊரிலும் வேளாட்சி நடந்திருக்க வேண்டும். அவை பெரும்பாலும் சிறப்பிடப் புகழ் வாய்ந்த ஊர்களாக இருந்திருக்க வேண்டும். வெள்ளைக்குடி நாகனார் என்ற புலவர் சோழன் குளமுற்றத்துத்துஞ்சிய கிள்ளி வளவனைப் பாடிப் பழஞ் செய்க்கடன் வீடுபெற்றார் (புறம் 35 அடிக் குறிப்பு). வெள்ளைக் குடி வேளிர் ஊராக இருக்கலாம். நாகனார் ஊர் கிழாராக இருந்து வரிவசூல் செய்திருக்கலாம். அந்தப் பொறுப்பில் இருந்தமையால் கடமையை நீக்கம் செய்ய வேண்டினார். சங்கப்பாடல் ஒன்றில் வெண்மணி வாயில் என்ற ஊர் குறிக்கப் பெறுகின்றது. இவ்வூர் இன்றும் வெண் மணி என்ற பெயருடன் வழங்கப் பெறுகின்றது ஒருக்கால் இவ்வூர் வேளிர் ஊராக இருந்திருக்கலாம்.

குன்றூர் வேளிர்

குறுந்தொகைப் பாடலொன்று (164) குன்றூர் வேளிரைப் பற்றிக் கூறுகின்றது.

தொன்று முதிர் வேளிர் குன்றூர்க் குணாது
தண் பெரும் பௌவம் ....

இப்பாடலில் குன்றூர்க் குணாது பௌவம் என்று கூறுவதால் இந்த ஊர் கிழக்குக் கடற்கரையில் இருந்திருக்க வேண்டும் என்று கருதலாம். பெரும்பாலும் இவ்வூர் சோழர் நாட்டுக் கடற்கரையில் இருந்திருக்க வேண்டும். இவ்வூர் மருதமும் நெய்தலும் கலந்து ஊராக இருந்திருக்க வேண்டும். காரணம் இவ்வூரில் நெல் வயல்கள் மிகுந்திருந்த தன்மை குறிக்கப்பெறுகின்றது.

தேவாரப் பாடல்களில் வேணாடு என்றொரு நாடு குறிக்கப்பெறு கின்றது. இது சோழமண்டலத்திற்குள் இருந்த குறுநாடாகலாம். வேணாடு இன்றைய திருவாங்கூர்ப் பகுதியிலும் வடக்கே செங்கம் பகுதியிலும் இருந்துள்ளன. இப்பகுதியில் (சோழர் நாட்டில்) ஒரு வேணாடு இருந்தமைப் புலப்படும். செங்கம் பகுதி வேணாடும், திருவாங்கூர் பகுதி வேணாடும் வேளாட்சியில் இருந்ததைப் பற்றிக் குறிப்பிடுகின்றன. சோழ மண்டலத்து வேணாடும், வேளிர் ஆட்சியில் இருந்திருக்க வேண்டும். வேளூர் என்ற ஊரும் சங்க இலக்கியத்தில் கூறப் பெறுகின்றது. அவ்வூர் வைத்தீஸ்வரன் கோயில் என்று அழைக்கப்பெறும் ஊராகும். இவ்வூரை புள்ளிருக்கும் வேளீர் என்று தேவராப்பாடல்கள் கூறும். இவ்வூரில் நெற்களஞ்சியம் மிகுந்திருந்தது என்று ஓர் அகப்பாடல் கூறும்.

சிறு குடி கிழான் பண்ணன்

கிழான் என்ற சொல் கிழவன் என்ற சொல்லின் திரிபு. இச்சொல் சங்க இலக்கியத்திலோ, தொல்காப்பியத்திலோ பயின்று வரவில்லை. சங்கப் பாடல்களின் அடிக்குறிப்பில் காணப்பெறுகின்றது. கிபி. நான்காம் நூற்றாண்டைச் சேர்ந்த கல்வெட்டு ஒன்று கிழார் என்ற சொல்லைப் பயன்படுத்துகிறது.

வரம்பன் கோகூர்கிழார் மகன் வியக்கன்
கோபன் கண தேவன் தொட சுனை

என்பது அக்கல்வெட்டு வாசகம். சங்க இலக்கிய அடிக்குறிப்பு களில் மன்னன் பெயர் வரும்போது கிழான் என்றும் புலவர் பெயர் வரும் போது கிழார் என்றும் குறிக்கப்பெறுகின்றது. அம்பர் கிழான் அருவந்தை, வல்லார்கிழான் பண்ணன், ஈர்ந்தூர் கிழான் தோயன் மாறன் ஒல்லையூர் கிழான் என்று மன்னர்கள் அழைக்கப் பெற்றதற்குச் சான்றுகள், அரிசில்கிழார் பெருங்குன்றூர் கிழார், ஆலத்தூர் கிழார், காரிகிழார் முதலிய பெயர்கள் புலவர் கிழார் பெயர் பெற்றதற்குச் சான்றுகள்.

பண்ணன் சிறு குடி என்ற ஊரை ஆளும் உரிமை பெற்றவன் என்ற பொருளில் வழங்கப் பெற்றிருக்க வேண்டும். இவன் புறம் 70, 173 ஆகிய பாடல்களில் புகழப் பெறுகிறான். வல்லார்கிழான் பண்ணன் என்பவனைப் பற்றிய பாட்டுகளும் புறநானூற்றில் சேர்க்கப் பெற்றுள் ளன இந்த வல்லார் என்ற ஊர் பாண்டிய நாட்டிலுள்ள ஊர், மேலும் அவ்வூர் குறிஞ்சி நிலத்திலுள்ள ஊர் சிறுகுடிகிழான் பண்ணனைப் பற்றி கோவூர்கிழார் பாடியுள்ளார் இது வியக்கத்தக்க செய்தி. பெரிய வேந்தனைப் பற்றிப் பாடிய பாட்டில் ஒரு சிறு குடி மன்னனைப் பற்றிய நிகழ்வு குறிப்பிடத்தக்கது. இது மாங்குடிகிழார் தலையாலங்கானத்துச் செரு வென்ற நெடுஞ்செழியனைப் பற்றிப் பாடிய பாட்டுடன் ஒப் பிடத்தக்கது. மாங்குடி கிழார் பாடிய பாட்டின் பாட்டுடைத் தலை வரின் பகைவனான எவ்வினயைப்பற்றி இருபத்திரண்டு வரிகளிலும் நெடுஞ்செழியனைப் பற்றி பதினாறு வரிகளிலும் பாடியது வியப்பான செயல். மாங்குடி கிழார் நெடுஞ்செழியனிடம் தோற்ற எவ்வியைப் பற்றிப் புகழ்ந்து பாடுவது அந்நாளைய புலவர் மரபிற்கு மாறுபட்டது. இதற்குக் காரணம் எவ்வியின் வள்ளல் தன்மை. அது போலவே சிறு குடிகிழான் பண்ணனின் வள்ளல் தன்மையைப் போற்றும் வகையில் புகழ்ந்துள்ளார், கோவூர் கிழார்.

நாற்ற நாட்டத் தறுகாற் பறவை
சிறுவெள் ளாம்பல் ஞாங்க ரூதும்
கைவள் ளீகைப் பண்ணன் சிறுகுடிப்
பாதிரி கமழு மோதி யொண்ணுதல்
இன்னகை விறலியொடு மென் மெலவியலிச்
செல்வை யாயிற் செல்வை யாகுவை
விறகொய் மாக்கள் பொன்பெற் றன்னதோர்
தலைப்பா டன்றவ னீகை
நினைக்க வேண்டா வாழ்கவன் தாளே

(புறம் 70:11-19)

சிறு குடி கிழான் பண்ணனது கொடைச் சிறப்புப் பற்றி இவ்வடி களில் பேசப் பெறுகின்றது. கோவூர் கிழார் பண்ணனது புகழை நன்கறிந்தவர் என்ற வகையில் அவர் கூறுவது உண்மையன்றி வேறொன்றுமில்லை. கோவூர்கிழார் மட்டுமின்றி அவரால் பாடப் பெற்ற கிள்ளிவளவனே பண்ணனைப் புகழ்ந்துள்ளான்.

யான் வாழும் நாளும் பண்ணன் வாழிய
பாணர் காண் கிவன் கடும்பின திடும்பை

யாணர்ப் பழுமரம் புள்ளிமிழ்ந் தன்ன
ஊணொலி யரவந் தானுங் கேட்கும்
பொய்யா வெழிலி பெய்விட நோக்கி
முட்டை கொண்டு வற்புலஞ்சேரும்
சிறுநுண் ணெறும்பின் சில்லொழுக் கேய்ப்பச்
சோறுடைக்கையர் வீறு வீறியங்கும்
இருங்கிளைச் சிறாஅர் காண்டுங் கண்டும்
மற்ற மற்றும் வினவுதுந் தெற்றெனப்
பசுப்பிணி மருத்துவ னில்லம்
அணித்தோ சேய்த்தோ கூறுமி னெமக்கே

(புறம் 76)

கிள்ளிவளவன் பாடலில் பண்ணன் பசிப்பிணி மருத்துவன் என்றழைக்கப் பெறுகின்றான். ஒரு நாட்டின் வேந்தன் தன் கீழ் ஆட்சி செய்யும் சிற்றரசனை (ஒரு பேரரசன்) புகழ்ந்து பாடுவது யாரையும் வியப்பில் ஆழ்த்தும். ஆனால் பண்ணன் கொடையால் உயர்ந்து நிற்பவன். இசைபட வாழ்ந்தவன். அதனால், வேந்தனால் புகழ்ப் பெறும் வேளாகி நிற்கிறான். உலகத்தில் கொடை அளிப்பவன் மக்களிடத்தில் புகழ் பெறுவான். ஆனால் பண்ணன் தன்னை ஆளும் வேந்தனையே புகழச் செய்துள்ளான். யான் வாழும் நாளும் பண்ணன் வாழிய என்று புகழும் அளவிற்கு பண்ணனுடைய கொடைத்திறம் பெருமை பெற்றிருந்தது. மேலும் அவன் வேத்தவையில் உறுப்பினராக இருந்திருக்க வேண்டும்.

இப்பாடல் பாடாண் திணையிலும் இயன் மொழி துறையிலும் அமைந்துள்ளது. ஒரு வேந்தன் ஒரு சிற்றரசனைப் பற்றிப் பாடிய பாட்டு மேலே காட்டிய திணை, துறைகளில் அமைந்திருப்பது குறிப் பிடத்தக்கது. நாட்டில் உள்ளோர் பசியைப் போக்குவது பேரறமாகக் கருதப்பட்ட காலமது. உண்டி கொடுத்தோர் உயிர் கொடுத்தோர் என்று கருதிய காலம். ஆதலால் ஒரு வேந்தனால் சிற்றரசன் பாடப் பெறுகின்றான். அவன் வாழ்ந்த சிறு குடி காவிரிக் கரையில் அமைந் திருதது. சங்க காலத்திலேயே கால்வாய்கள் வெட்டப் பெற்றிருந்தது. (புறம் 35). அதனால் அவன் நாடு வளம் பெற்றிருந்தது. இந்த வளத் தினைப்பற்றி அகப்பாடல்கள் குறிப்பிடுகின்றன.

வாணன் சிறுகுடி வடா அது நீர்க் கான் யாற்று
அதிரறல் போன்றே

(அகம் 117: 18: 19)

கழற்காற் பண்ண ன் காவிரி வட வயினிழற் கயம்

(மேலது 177: 16)

என்றும் கூறப் பெறுவதைப் பார்க்கலாம். இந்த குறிப்புகள் சிறு குடி காவிரிக்கு வட கரையில் அமைந்திருந்த தன்மையை வளர்த்து அதனால் சோழநாட்டு வேளிர் ஒரு தாயைப் போல ஊட்டி வளத்து அதனால் சோழ நாட்டு வேளிர் ஒரு நாட்டுத் தலைவராக வன்றி ஓரூர் தலைவராகத் திகழ்ந்தார்கள் என்று கருதமுடியும். குறிஞ்சி முல்லைத்திணைகளில் வாழ்ந்த வேளிர் பரந்த நாட்டின் தலைவர் களாக விளங்கினர். காரணம் குறிஞ்சி முல்லைத் திணைகள் வறண்ட பகுதிகள்.

பொறையாற்றுக்கிழான்

பொறையாறு என்ற ஊர் இன்றும் அதே பெயருடன் நிலைத்துள்ளது. தரங்கம்பாடிக்கருகில் இவ்வூர் உள்ளது. பொறையாறு என்பதன் மூலவடிவம் புறையாறு என்பதாகும். புறை என்ற சொல்லில் பின்னால் உள்ள ஐகார ஒலியால் முன்னுள்ள புகரம் பொகரமாகி பொறை என்று திரியும். உகரத்தின் பின் ஐகாரம் வந்தால் உகரம் ஒகரம் ஆகிவிடும் என்பது மொழியிலார் கண்டவிதி. பொறை என்ற சொல் புறை என்ற சொல்லின் திரிபு என்பதற்கு கல்வெட்டுச் சான்றுகள் உள்ளன. கி.பி. முதலாம் நூற்றாண்டிடைச் சேர்ந்த (கரூர்), புகழூர் ஆர்நாட்டார் மலைக்கல்வெட்டு ஒன்று கோ ஆதன் செல்லிரும் புறை என்று கூறுகிறது. இதே கல்வெட்டின் மற்றொருவாசகம் கோ ஆதன் சொல்லிரும் பொறை என்று கூறுகின்றது. கி.பி. முதல் நூற்றாண்டில் புறை என்ற சொல் பொறை என்று மாறிவருவதைப் பார்க்கிறோம். இதே நூற்றாண்டைச் சேர்ந்த காசு ஒன்றில் கெல் ஈப்புறைய் (கெல்லிப்புறைய்) என்று எழுதப்பெற்றள்ளது. ஆனால் சங்க இலக்கியத்தில் ஒரே இடத்தில் புறை என்று கூறும் வகையில் அமைந்துள்ளது. இந்தப் பொறையாற்றை பொறந்தை என்று கூறாமல் புறந்தை என்று ஓர் அகப்பாடல் கூறும். அகம் இது புறையாறு என்பதன் திரிந்தவடிவம்.

பொறையாற்றுக்கிழானை கல்லாடனார் பாடிய பாட்டு ஒன்று புறநானூற்றில் தொகுக்கப்பெற்றுள்ளது. பொறையாற்றுக் கிழானின் ஆட்சிக்கு உட்பட்ட பகுதி நெய்தல் திணையும் மருதத் திணையும் கலந்திருந்த பகுதி இந்த நிலையை புலவர் அழகாகக் கூறுகிறார்.

அளிய னாகலிற் பொருந னிவனென
நின்னுணர்ந் தறியுந ரென்னுணர்ந்து கூறக்
காண்கு வந்திசிற் பெரும். . . . .
...........பெருங்கழி நுழைமீ னருத்தும்
துதைந்து தூவி யம் புதா அஞ் சேக்கும்

தனதந்த புனனின் செழு நகர் வரைப்பின்
நெஞ்சமர் காந னின்வெய் யோ ளொ
டின் புறபி .... ஞ் சொல்
துளிபத னறிந்து பொழிய
வேலி யாயிரம் விளைகநின் வயலே

(புறம் 391:12-21)

இப்பாடல் அடிகளில் 'நீதான் சிறந்த கொடையாளன் நின் கடற் கரை கழிகளில் நாரை நுழை மீனைக்கவரும் நின்னாட்டில் பருவமழை காலமறிந்து பொழியட்டும். அங்கு ஒரு வேலி நிலத்தில் ஆயிரம் கள நெல் விளையட்டும் என்று புகழ்ந்து பாடுகிறார்.

சோழநாடு சோறுடைத்து என்பதற்கேற்ப இந்நாட்டு வேளிர் சாலி நெல் விளையும் மருத நிலத்து வேளிர் ஆவார். மேலும் சோழ நாட்டு வேளிர் நெய்தல் நாட்டுக்குத் தலைவர்கள் என்பதற்கு பொறையாற்றுக் கிழான், வீரைவேள், எவ்வி, பிடவூர் கிழான் சாத்தன் ஆகியோரைப் பற்றிய பாடல்களே சிறந்த சான்றுகள் உறந்தைவேள், வேளூர் வேள் ஆகியோர் மருத நிலத்து வேளிர் என்பதற்கு அவர்கள் பற்றிய பாடல்களே சிறந்த சான்றுகள், சோழநாட்டின் நெல் விளைச்சல் பற்றிப் பல பாடல்கள் குறிப்பிடுகின்றன. மேலும் கரும்பு விளைச்சலும் மிகுந்திருந்தது. காவிரியினின்றும் கால்வாய்கள் வெட்டப்பெற்று வயல்களுக்கு நீரைப் பாய்ச்சினார்கள் என்பதற்கு வெள்ளைக் குடிநாகனார் பாட்டே சிறந்த சான்று. கயம் என்ற நீர் நிலையில் இருந்தும் நீரைப் பாய்ச்சி வேளாண்மை செய்துள்ளனர் (386) என்று புறம் கூறும். ஏற்றும் அமைத்து நீர் இறைத்த செய்தியும் புறம் 388ல் கூறப் பெறுகின்றது.

துணை நூல்கள்

1. புறநானூறு
2. அகநானூறு
3. குறுந்தொகை
4. நற்றிணை
5. மொ. அ. துரை அரங்கசாமி சங்ககாலச் சிறப்புப் பெயர்கள்
6. ஸ்ரீ.ஸ்ரீதர், தமிழ்ப் பிராமிக் கல்வெட்டுகள்
6. பாண்டிய நாட்டு வேளிர்
7. *Romila Thapar, From Lineage to State*

6. பாண்டிய நாட்டு வேளிர்

பாண்டிய நாடு இன்றைய வைகை ஆற்றின் தென்புறத்திலிருந்து கன்னியாகுமரி வரை பரவியிருந்தது. பாண்டியர்களின் தலைமை யிடமாகக் கொற்கை விளங்கியது. கால அடைவில் பாண்டியர்கள் மதுரையை அகுதை வேளிடமிருந்து கைப்பற்றி தங்களுடைய தலைநகராக்கிக் கொண்டார்கள். பாண்டியர் எழுச்சிக்கு முன் பாண்டிய நாட்டில் வேளிர் ஆட்சியே நடைபெற்றது என்பது தமிழ்ப் பிராமிக்களால் அறிய முடிகின்றது. பாண்டிய நாட்டில் அகுதை, விச்சிக்கோ, பாரி, அதியன் (இவன் தகடூர் அதியனின் வேறானவன்) ஆகிய வேளிர் ஆண்டனர். மன்னெயில் ஆந்தை, அந்துவன் சாத்தன், வியக்கன், மாவன், ஆதனழிசி ஆகியோர் நண்பிற்கேளிர் (புறம். 71) என்று ஒல்லையூர் தந்த பூதப்பாண்டியன் குறிப்பிடுகிறார். இவர்களும் பாண்டிய நாட்டு வேளிர் ஆகலாம்.

தமிழ்ப் பிராமிக் கல்வெட்டில் வேளிர்

மூவேந்தர் நாடுகளில் பாண்டிய நாட்டில் தான் காலத்தால் முற்பட்டு வேளிர் எழுச்சி பெற்றிருந்தனர் என்பதற்குக் கல்வெட்டுச் சான்றுகள் கிடைக்கின்றன. அண்மையில் நான்கு நடுகற்கள் பாண்டிய நாட்டில் கண்டறியப் பெற்றன. அவை மாடுபிடி சண்டையைக் குறிப்பவை. அவற்றில் ஒன்று வேள் ஊர் அவ்வன் பதவன் என்ற வாசகத்தைக் கொண்டு உள்ளது. இங்கு வேள் ஊர் வேள் ஆட்சி செய்யும் ஊர் என்று கொள்ளலாம். அவ்வன் என்பது தலைவனைக் குறிப்பதாகலாம். பதவன் ஆள் பெயர் ஆகலாம். இக்கல்வெட்டு கி.மு. 4 ஆம் நூற்றாண்டு என்று கூறப் பெறுகின்றது. இதுவரையில் கிடைத்த தமிழ்ப் - பிராமிக் கல்வெட்டுகளைவிட காலத்தால் முற்பட்டது. (அண்மையில் பொருந்தல், கொடுமணல் ஆகிய

ஊர்களில் கி.மு. 5 ஆம் நூற்றாண்டு தமிழ்ப் – பிராமிக் பொறிப்பு கிடைத்துள்ளன). இந்த நடுகல் கல்வெட்டு வேளிர்க்கும் மாடுபிடி சண்டைக்குமிடையிலிருந்த தொடர்பினை வலியுறுத்தும். அதே பகுதியில் கிடைத்த மற்றொரு நடுகல்லில் கல் பேறதியன் அந்தவன் கூடலூர் ஆகோள் என்ற வாசகம் பொறிக்கப் பெற்றுள்ளது. இந்த வாசகத்தில் உள்ள பேறதீயன் என்பதை பேடுதீயம் என்று கா. இராஜன் அவர்களும், ஐராவதன் மகாதேவன் அவர்களும் வாசித்து உள்ளனர். பேறதியன் என்ற வாசிப்பே சரியானது. அவ்வாறு கொள்ளும் போது பொருள் சிறக்கும்.

பேறதியன் என்ற வாசகத்தை பேறு + அதியன் என்று பிரித்துப் பொருள் கொள்ளலாம். இங்கு பேறு என்பது செல்வம் என்று பொருள்படும். நடுகல் கிடைத்த பகுதி முல்லை நிலம். முல்லை நிலத்தில் செல்வம் என்பதே மாட்டைத்தான் குறிக்கும். அதனால் பேறதியன் என்பவன் மாட்டுச் செல்வத்தையுடையவன் என்று பொருள் கொள்ளலாம். தேவாரத்தில் மாட்டைக் குறிக்கப் பயின்று வரும் பெற்றம் என்ற சொல்லும் பேறு என்ற சொல்லிலிருந்து வந்தது என்பர். இந்தக் கல்வெட்டு வாசகம் தலைகீழாக எழுதப் பெற்றுள்ளது. இந்த வாசகத்தைக் கீழ்க்கண்டவாறு மாற்றியமைக்கலாம்.

கூடலூர் ஆகோள் பேறதியன் கல்

இந்த வாசகத்தின் படி கூடலூரில் நடந்த மாடு பிடிச் சண்டையில் மாட்டுச் செல்வமுடைய அதியன் இறந்தான் என்று பொருள் கொள்ளலாம். இந்த நடுகல் கி.மு. 5 ஆம் நூற்றாண்டு என்று கருதப் பெறுகின்றது.

குகைத் தளங்களில் உள்ள தமிழ் - பிராமிக் கல்வெட்டுகளில் வேள் பற்றிய செய்தி கிடைக்கின்றது.

அரிட்டாபட்டியில் உள்ள குகைத் தளத்தில் கீழ்க்கண்ட கல்வெட்டு வாசகம் பொறிக்கப் பெற்றுள்ளது.

நெல்வெளிய்சிழிவன் அதினன் வொளியன்

இந்த வாசகத்தில் நெல் வெளிய் ஓர் ஊரைக் குறிப்பதாகலாம். சிழிவன் அதினன் என்பது முனிவன் பெயராக இருக்கலாம். வொளியன் (ஒளியன்) அதியன் பள்ளியை உருவாக்கியவன் ஆகலாம். இங்கு அதியன் என்பவன் ஒளியன் என்ற அடைமொழியுடன் கூறப் பெறுவதால் இங்குள்ள அதியன் வேளிர் மரபினன் ஆகலாம். இதன் அருகில் மற்றொரு கல்வெட்டும் கிடைத்துள்ளது. அக்கல்வெட்டு பின்வருமாறு

இளஞ்சிய எளபேரா ஆதன் மகன் எமயவன்
முழாவுகை கொடுபிதோன்

எள பேராஆதன் என்பது இளம்பேராதன் என்பதன் திரிந்த வடிவம் ஆகலாம். அதேபோல் எமையன் என்பது இமயம் என்ற பெயரின் திரிபாகலாம். இரண்டு கல்வெட்டுகளும் கி.மு. 2 ஆம் நூற்றாண்டா கும்.

மாங்குளம் தமிழ் - பிராமிக் கல்வெட்டில் வெள் அறை என்ற ஊர் குறிக்கப் பெறுகின்றது.

வெள் அறை நிகமதோர் கொடிஓர்

மற்றொரு கல்வெட்டு

வெள் அறை நிகமதோர் கல்விதி கழிதிகள்

என்று கூறுகின்றது. இவ்விரு கல்வெட்டில் வரும் வெள் அறை என்பதை வேளறை என்றும் எடுத்துக் கொள்ளலாம். வேள் ஊர் என்பதைப் போலவே வேள் அறை என்பதும் ஊராகவே இருக்கலாம். அவ்வாறு கொள்ளும் போது வேளிர்க்கும் சமணர்க்கும் இடையிலான தொடர்பு புலப்படும்.

மறுகால் தலை என்ற ஊரில் உள்ள தமிழ் - பிராமிக் கல்வெட்டு வேள் பற்றிக் குறிப்பிடுகின்றது.

வேண் காசிபன் குடுபித கல் காஞ்சனம்

இங்கு வெண் காசிபன் என்பதை வேண் காசிபன் என்றும் கொள்ளலாம். காசிபன் என்பவன் வேளிர் மரபினைச் சேர்ந்தவன் ஆகலாம். காசிபன் என்ற பெயர் குடிப்பெயரின் அடிப்படையில் ஏற்பட்ட ஆள் பெயராகலாம். மாங்குடி மருதனார் என்ற பெயரில் உள்ள மருதன் என்ற பெயர் மரத்தின் அடிப்படையில் உருவான குடிப் பெயராகலாம். இங்கு காசிபன் என்பது காசியப என்ற வடமொழிக் கோத்திரத்தின் அடிப்படையில் ஏற்பட்ட பெயர் ஆகலாம். காஸ்யா என்ற வடசொல் ஆமை என்று பொருள்படும். தமிழில் ஆமையன் என்றிருந்த பெயரையே வடமொழியில் காஸ்யபன் என்று பெயர்த்தும் எழுதியிருக்கலாம்.

பாண்டிய நாடு தமிழ் வளர்த்த மதுரையைத் தலைநகராகக் கொண்டிருந்தது. பாண்டிய நாட்டிலிருந்த பல்வேறு பகுதியில் கிழார்கள் ஆட்சி நிலை பெற்றிருந்தது. மாங்குடி கிழார், உப்புரி குடிகிழார், கயத்தூர் கிழார், நொச்சி நியமங் கிழார் போன்ற வர்களும் வேளிராக இருந்திருக்கலாம். பாண்டிய நாட்டில் சிறப்புற்ற வேளிரைப் பற்றி ஆய்வு செய்தல் பயனுடையது.

பாரிவேள்

வேள்பாரியைப் பற்றி பலர் பாடியிருப்பினும் கபிலரே மிகுதியாகப் பாடியுள்ளார். கபிலர் பாரியின் கொடை மடம் படாத் தன்மை, அவன் நாட்டு வளம் மூவேந்தர் முற்றுகை, வாணிக வளம், பெருவழிவளம், பேருர் வளம் போன்ற பல பொருளைப் பற்றிப் பாடியுள்ளார்.

அறாயாணர்

யாணர் என்பது புது வருவாய் என்ற பொருள்படும். பாரி நாட்டில் இயற்கையாக விளைந்த உணவுப் பண்டங்களை பின்வரும் பாட்டு விவரிக்கும்.

அளிதோ தானே பாரியது பறம்பே
நளிகொள் முரசின் மூவரும் முற்றினும்
உழவருழாதன நான்கு பயனுடைத்தே
ஒன்றே சிறியிலை வெதிரினெல் விளையும்மே
இரண்டே தீஞ்சுளைப் பலவின் பழமூர்க்கும்மே
மூன்றே கொழுங்கொடி வள்ளிக் கிழங்கு வீழ்க் கும்மே
நான்கே அணிநிறவோரி பாய்தலின் மீதழிந்து
திணிநெடுங்குன்றந்தேன் சொரியும்மே

(புறம். 109:1-8)

பறம்பு முற்றுகையிடப்பட்டாலும் இயற்கை தரும் உணவே மக்களைக் காப்பாற்றும் என்பது இவ்வடிகளின் உட்கருத்து. மூவேந்தர் முற்றுகையால் வெளியிலிருந்து உணவு செல்ல வாய்ப்பில்லை. ஆனாலும் மலை தரும் உணவே மக்கள் பசியைப் போக்கும் என்பதாகும்.

வேளாண்மைத் தொழில்

பாரி நாட்டில் வேளாண் தொழில் சிறப்புற்றிருந்தமை பற்றி கபிலர் விரிவாகப் பாடியுள்ளார்.

மைம்மீன் புகையினும் தூமந்தோன்றினும்
தென்றிசை மருங்கின் வெள்ளி யோடினும்
வயலக நிறையப் புகற்பூ மலர
மனைத்தலை மகவை யீன்ற வமர்க்கண்
ஆமா நெடு நிரை நன்பு லாரக்
கோஒல் செம்மையிற் சான்றோர் பல்கிப்
பெயல்பிழைப் பறியாப் புன்புலத்ததுவே
பிள்ளை வெருகின் முள்ளெயிறு புரையப்
பாசிலை முல்லை முகைக்கும் ,
ஆய்தொழ யரிவையர் தந்தை நாடே

(புறம். 1- 10)

இந்தப் பாட்டில் வயல்கள் நிறையவும் புதர்கள் மலரவும் வீட்டில் குட்டி ஈன்ற ஆமா வளம் நிறைந்த புல்லை மேயவும் மழை பெய்தது. அதனால் பாரி நாட்டில் நிலத்தைப் பன்படுத்திப் பயிர் செய்தார்கள் என்பது புலப்படுகின்றது. மற்றொரு பாட்டில் பாரி நாட்டில் ஏரிகள் உருவாக்கப் பெற்றிருந்த செய்தி கூறப் பெறுகின்றது.

அறையும் பொறையு மணந்த தலைய
எண்ணாட்டிங்கள் அனைய கொடுங்கரைத்
தெண்ணீர்ச் சிறுகுளங் கீள்வது மாதோ
கூர்வேற் குவைஇய மொய்ம்பிற்
தேர்வண் பாரிதண் பறம்பு நாடே

(புறம். 118)

நிலம் முல்லை நிலம். அங்கு சிறு சிறு பாறைகளும், கல் அடுக்கு களும் நிறைந்திருந்தன. அங்கு ஆற்றுப்பாசனம் குறைவு. அதனால் ஆங்காங்கே ஏரிகள் உருவாக்கப் பெற்றிருந்தன. புறநானூறு புஞ்சை வேளாண்மையை விரிவாகப் பேசுகின்றது.

வெப்புள்விளைந்த வேங்கைச் செஞ்சுவற்
கார்ப் பெயற் கலித்த பெரும்பாட் டீரத்துப்
பூழி மயங்கப் பலவுழுது வித்திப்
பல்லி யாடிய பல்கிளைச் செவ்விக்
களைகால் கழாலிற் றோடொலிபு நந்தி
மென்மயிற் புனிற்றுப் பெடைகடுப்ப நீடிக்
கருத்தாள் போகி யொருங்குபீள் விரிந்து
கீழு மேலு மெஞ்சாமைப் பலகாய்த்து
வாலிதின் விளைந்த புது வர கரியத்

தினை கொய்யக் கவ்வை கறுப்ப அவரைக்
கொழுங்கொடி விளர்க்காய் கோட்பதமாக
நிலம்புதைப் பழுனிய மட்டின் தேறல்
புல்வேய் குரம்பைக் குடிதொறும் பகர்ந்து
நறுநெய்க் கடலை விசைப்பச் சோறட்டுப்
பெருந்தோ டாலம் பூசன் மேவர .
வருந்தா யாணர்த்து நந்துங் கொல்லோ

(*புறம். 120: 1-16*)

பாரி நாட்டில் நடைபெற்ற வேளாண்மையின் தொழில் நுட்பம் இங்கு பேசப் பெறுகின்றது. புழுதி கலங்க பலகால் உழுத (பூமி மயங்கப் பலவுழுது) என்று கூறுவது பல முறை உழுதலின் நன்மையை பாரி நாட்டு உழவர்கள் அறிந்திருந்தனர் என்பதை வலியுறுத்துகிறார் கபிலர். அவன் நாட்டில் வரகு, தினை, அவரை, எள் போன்ற பயிர்கள் விளைந்தமை பற்றி விவரிக்கிறார் புலவர். இந்த நான்கின் முதலில் மூன்று முல்லை நிலத்துக்குரியவை. முல்லை நிலத்திற்கரிய கொள்ளை (புறம். 335) விடுத்து எள்ளைக் குறிப்பிடுகிறார் கபிலர். அதனால் எள்ளும் முல்லை நிலத்துப் பயிர் என்று கருத வேண்டியுள்ளது.

மேலே காட்டிய பாடலடிகள் முல்லை நிலத்து வேளாண்மை கார்காலம் தொடங்குவதோடு அமைகின்றது. வேளாண்மை செய்தற் குரிய ஈரப்பதத்தையும் கபிலர் சுட்டுகிறார். மேலும், அவர் களை யெடுத்தல் பற்றியும் குறிப்பிடுகிறார். (மேலது 4-5) பல்லியாடுதல் பற்றிக் குறிப்புரை எழுதிய உ.வே.சா. அவர்கள் பல்லியாடும் கருவியைப் பற்றி ஒரு குறிப்புரையும் தந்துள்ளார். அது வருமாறு:

“பல்லியாடுதல், தாளியடித்தல், ஊட்டித்த லென்பன ஒரு பொருட் சொற்கள். அது நெருங்கி முளைத்த பயிர்களை விலக்குதற்கும் வருத்தமின்றிக் களைபிடுங்குதற்குமாகக் கீழ் நோக்கியுள்ள கூரிய பலமுளைகளையுடைய பலகையின் இரண்டு பக்கத்தும் மேற் புறத்திலுள்ள வளையங்களிற்கட்டிய கயிறுகளைச் சேர்த்துப் பிடரியில் வைத்துப் பூட்டி உழச்செய்தல்”

இந்தக் குறிப்புரையில் பல்லியாடும் கருவி பற்றி விரிவாகக் கூறியுள்ளார். இந்தக் கருவி இப்போது வழக்கத்தில் உள்ளதா என்று கண்டறிய வேண்டும். இரண்டாயிரம் ஆண்டுகட்கு முன்பே இப்படி யொரு பெரிய கருவி உருவாக்கப் பெற்றிருந்த சிறப்புப் புலப்படும். பாரி நாடு முல்லையும் குறிஞ்சியும் கலந்த பகுதி அதனால் இயற் கையாக விளைந்த உணவுப் பொருட்களும், செயற்கையாக விளைவிக் கப்பட்ட உணவுப் பொருட்களும் மிகுதியும் கிடைத்தன.

மேலும் நீரோடும் கால்வாய்களைப் பற்றியும் கபிலர் பாடியுள்ளார். புறம். 105ஆம் பாடலில் கால்வாய் பற்றிய குறிப்பு காணப் பெறுகின்றது.

பெய்யினும் பெய்யாதாயினும் அருவி
கொள்ளுழு வியன்புலத் துழைகாலாக

(புறம். 105: 4- 5)

இங்கு அருவி நீர் கால்வாயில் சென்றமை குறிக்கப் பெறுகின்றது. மழை பெய்தாலும், பெய்யாவிட்டாலும் அருவிநீர் வளம் மிக்கதாக இருந்தமை பற்றியும் கபிலர் குறிப்பிட்டுள்ளார்.

யாணர்

புறநானூறு 120ஆம் பாட்டில் யாணர் பற்றிய செய்தி பயின்று வருகின்றது. யாணர் என்பது புது வருவாய் என்று பொருள் கூறப் பெறுகின்றது. யாணர் என்பதற்கு புது வருவாய் என்ற பொருளுடன் அழகு, செல்வம், நன்மை, முறைமை, யவனர் வித்தியாதரர் ஆகிய பொருள்கள் உள்ளன. தமிழ்ப் பேரகராதி யாணர் என்ற சொல் யவனர் என்ற சொல்லின் திரிபாகலாம் என்று யூகமாகக் குறிப்பிடுகின்றது. யாணர் என்ற சொல் யவனர் என்ற சொல்லிருந்து திரிந்து வந்த சொல்லாகலாம் என்று அகராதி நிகண்டு குறிப்பிடுகின்றது.

யாணர் என்ற சொல்லுக்குரிய அழகு, புது வருவாய் யவனர் ஆகிய பொருள்கள் யவனரோடு தொடர்பு உடையவை. யவனர்கள் புது வருவாய்க்குக் காரணம் ஆனவர்கள் என்ற அடிப்படையில் யாணர் என்பது யவனர் என்ற சொல்லின் திரிபாகிறது என்று கூறலாம். இந்த முடிவு உறுதிப்படும் போது யாணர் என்பது யவனர் மூலம் கிடைத்த வருவாயாகவும் இருக்க வாய்ப்புண்டு. நல்லியக்கோடன், தொண்டைமான் ஆகியோர் ஆண்ட பகுதிகளில் யவனர் தொடர்பு இருந்துள்ளது. தமிழகத்திற்கு யவனர் வருகை கி.மு. மூன்றாம் நூற்றாண்டில் தொடங்கி இருக்கலாம். அவ்வாறு தொடங்கிய தொடர்பு கி.மு. முதல் நூற்றாண்டிலிருந்து படிப்படியாக விரிவு பெற்றது. சங்கப் புலவர்கள் (யாணர் பற்றிப் பாடியவர்கள்) இந்தக் கால கட்டத்தைச் சேர்ந்தவர்கள் ஆகலாம். யவனர் என்பதே யாணர் ஆகியிருக்கலாம் என்பது இங்குக் கருதுகோளாக முன் வைக்கப்படுகின்றது.

பாரிக்கும் வேந்தர்க்குமிடையில் முரண்பாடு ஏற்பட்டு அவன் மீது மூவர் படையெடுத்துள்ளனர். இந்தப் படையெடுப்பு மகள் கோடலுக்காக நடைபெற்றது என்ற கருத்தின் அடிப்படையில் பாரிக்காதை பாடப்பெற்றது. சு. வேங்கடராம செட்டியார் அவர்கள்

இந்தக் கருத்தினை மறுத்து எழுதினார். புறநானூறு 110ஆம் பாடலில் கடந்தடு தானை மூவிருங் கூடி உடன்றனிராயினும் பறம்பு கொளற் கரிதே (102) என்று வரும் அடிகளில் மூவிர் என்பது மூவேந்தரைக் குறித்து வந்தது என்று கருதுகின்றனர். பாரி மகளிர் பாட்டில் வென்றெறி முரசின் வேந்த ரெம் குன்றுங் கொண்டார் என்று கூறுவதால் மூவர் என்போர் மூவேந்தர் அதாவது சேர, சோழ, பாண்டியர் ஆகிய மூவேந்தர் என்று கொண்டுள்ளனர். மூவர் என்பது மூவேந்தரைக் குறித்து வந்தது உண்மையே. ஆனால் அச்சொல் சேர சோழ பாண்டியரைக் குறித்து வரவில்லை. இந்த மூவேந்தர் பெரும்பாலும் பாண்டியர் மரபினையோ சோழர் மரபினையோ சேர்ந்தவராக இருக்கலாம். சங்க காலத்தில் சோழர் மரபில் பத்து வேந்தர்கள் இருந்துள்ளனர். பாண்டியரில் ஒரே நேரத்தில் ஐந்திற்கும் மேற்பட்ட வேந்தர்கள் இருந்துள்ளனர். இந்த இரு மரபில் ஏதோ ஒரு மரபினைச் சேர்ந்த மூவேந்தர்கள் பாரியோடு முரண்பட்டிருக்க வேண்டும். உறுதியாக சேர மரபினைச் சேர்ந்தவர்களாக இருக்க முடியாது. காரணம் பாரி இறந்த பின் சேர வேந்தன் செல்வக் கடுங்கோ வாழி ஆதனைப் புகழ்ந்து பத்துப் பாட்டுகளைப் பாடியுள்ளார். முதல் பாட்டிலேயே

புலர்ந்த சாந்தின் புலரா வீகை
மலர்ந்த மார்பின் மாவண்பாரி
முழவுமண் புலர இரவலர் இனைய
வாராசேட் புலம் படர்ந்தோ னிரக்க
இரக்குவாரேன் எஞ்சக் கூறேன்

(பதிற். 61: 7- 11)

என்று பாடுகிறார். அவர் தன் நண்பனைக் கொன்றவனை புகழ்ந்து பாடுவதற்கு வாய்ப்பே இல்லை. மேலும், பாடலிலேயே பாரி மாய்ந்து விட்டதைப் பற்றிக் குறிப்பிடுகிறார். அதனால் அவன் இறந்த உடனே கபிலர் செல்வக்கடுங்கோவிடம் வந்துள்ளார். அதனால் செல்வக் கடுங்கோ பாரியைக் கொன்றிருக்க வாய்ப்பில்லை. ஏற்கெனவே குறிப்பிட்டதைப் போலவே வேறு மூவேந்தர் கொன்றிருக்க வேண்டும் என்று கருதலாம்.

பாரிக்கும் மூவேந்தர்க்கும் இடையில் நடந்த முரண்பாட்டினைப் பற்றி கபிலர் சில பாடல்களில் குறிப்பிட்டுள்ளார்.

மரந்தொறும் பிணித்த களிற்றினிராயினும்
புலந்தொறும் பரப்பிய தெரினி ராயினும்
தாளிற் கொள்ளலிர் வாளிற்றாரலன்
யானறிகுவனது கொள்ளு மாறே
சுகிர்புரி நரம்பின் சீறியாழ் பண்ணி

விரையொலி கூந்தனும் விறலியர் பின்வர
ஆடினிர் பாடினிர் செலினே
நாடுங் குன்று மொருங்கீ யும் மே

(புறம். 109:11-17)

இந்தப் பாடலடிகளில் கபிலர் ''களிற்றுப் படையுடனும் தேர்ப் படையுடனும் முற்றகையிட்டிருக்கும் வேந்தரைப் பார்த்து விறலியர் பின் வர நீங்கள் ஆடிப்பாடிச் சென்றால் நுமக்கு நாட்டையும் மலையையும் தருவான். ஆனால், போரில் வென்று அவன் நாட்டைப் பெற முடியாது என்று கூறுவன்'' என்றார்.

இந்தப் பாடல் உழிஞைத் திணையின் துறைகளுளொன்றான அகத்தோன் செல்வம் என்பதற்கான மேற்கோள் (தொல். பொருள். புறத். நூ.10 இளம். நூ12 நச்.) இந்தப் பாடலில் இயற்கையாக விளைந்த உணவுப் பண்டங்களைப் பற்றியதாகக் கூறப்பெறுகின்றன. இவை மட்டுமின்றி வாணிக வளத்தால் வந்த செல்வமும் அவனிடம் இருந்திருக்க வேண்டும். அதனால் தான் அகத்தோன் செல்வம் என்று கூறப் பெறுகின்றது. அறாயாணர் என்று கூறுவதும் வாணிகத்தின் மூலம் கிடைத்த செல்வமாகலாம்.

கபிலர் பாடிய மற்றொரு பாடலும் மூவேந்தர் முற்றுகையைப் பற்றிப் பாடியுள்ளார்.

கடந்தடு தானை மூவிருங் கூடி
உடன்றனி ராயினும் பறம்பு கொளற் கரிதே
முந்நூற்று றூர்த்தே தண்பறம்புநன்னாடு
முந்நூ றூரும் பரிசிலர் பெற்றனர்
யாமும் பாரியு முளமே
குன்று முண்டுநீர் பாடினிர் செலினே

(புறம். 110)

முதல் இரண்டிகளுக்குப் பழைய உரைகாரர் கூறும் உரை எடுத்துக் காட்டத்தக்கது. அவர் கூறுகிறார்: வஞ்சியாவது எதிர் நின்று வெல்லும் படையினையுடைய மூன்று திறத்திருங்கூடிப் பொருதீரயினும் பறம்பு கொள்ளுதற்கரிது. இங்கு உரையாசிரியர் மூவிர் என்பதற்கு மூவேந்தர் என்று கூறவில்லை என்பது குறிப்பிடத்தக்கது.

முந்நூறூர்கள்

பாரி நாட்டில் முந்நூறூர்கள் இருந்தமை பற்றி கபிலர் கூறுகிறார். அவர் ஏன் முந்நூறு ஊர்கள் என்ற கூற வேண்டும். இங்கு மெகஸ்தனிஸ்

பாண்டிய நாட்டைப் பற்றிக் கூறியதைப் பார்க்க வேண்டும். அவர் கூற்றுப்படி பாண்டிய நாட்டை ஹிராக்ளிஸின் மகளான பண்டேயா என்பவள் ஆளுகின்றாள் என்றும் அவளுடைய நாட்டில் 365 ஊர்கள் இருந்தன என்றும் ஒவ்வொரு நாளும் ஒவ்வொரு ஊரிலிருந்தும் பண்டேயா அரண்மனைக்குக் காணிக்கை செலுத்தப் பெறும் என்று கூறுவார். மெகஸ்தனிஸ் கிரேக்க ஆண்டினை மனதில் கொண்டு 365 நாட்களுக்கு என்று கூறினார். ஆனால், கபிலர் பாடலில் முந்நூறு ஊர்கள் என்று கூறுவது ஆண்டின் முந்நூறு நாட்களை மனத்திலிறுத்தியிருக்கலாம். கிரேக்கத்திலும் ஆண்டிற்கு முந்நூறு நாட்களே (பத்து மாதங்கள்) கணக்கிடப் பெற்றிருந்தன. மெகஸ்தனிஸ் வாழ்ந்த முன்பின் காலங்களில் 365 என்றாகிவிட்டது பார்க்க ஜியார்ஜ் தாம்ஸன் ஆய்வு குறிப்பிடத்தக்கது. பாண்டிய நாட்டைப் பற்றி மெகஸ்தனிஸ் கூறுவது பாரி நாட்டிற்கும் பொருத்திப் பார்த்தல் சிறப்புடையது. பாரி நாட்டில் ஆண்டிற்கு நாட்கள் கணக்கிடும் முறை இருந்திருக்க வேண்டும். அதாவது ஆண்டிற்கு 10 மாதங்கள் (10x30 = 300) வழக்கத்திலிருந்திருக்க வேண்டும். ஒவ்வொரு ஊரும் ஒவ்வொரு நாளும் பாரி அரண்மனைக்குக் காணிக்கை செலுத்தியிருக்கலாம். புது வருவாயினையுடைய 300 ஊர்களையும் பரிசிலர்க்கு வழங்கி விட்டான் என்று கபிலர் கூறுவது குறிப்பிடத்தக்கது.

இங்கு சங்க கால ஊர்கள் பற்றிச் சில செய்திகளைக் குறிப்பிட வேண்டும். இதுவரையில் கிடைக்கும் தொல்லியல் சான்றுகளை வைத்துப் பார்க்கும் போது ஒவ்வொரு ஊரிலும் ஒரு குடி மட்டுமே குடியிருந்துள்ளது. காரணம் ஒவ்வொரு ஊரகத்து ஊரிலும் ஒரு குறியீடு மட்டுமே கிடைக்கின்றது. ஒவ்வொரு குறியீடு (Grafitti)ம் ஒரு குடிக்குரியது என்று தொல்லியலாளர்கள் முடிவு கட்டியுள்ளனர். அது உறுதிபடும் போது ஒரு ஊரில் இரத்த உறவுள்ள ஒரு குடி மட்டுமே குடியிருக்க வேண்டும் எனலாம். ஆனால் பாரி நாட்டில் (அது பாலக்காட்டுப் பகுதி, திம்பம் பகுதி, இன்றைய பிரான் மலைப்பகுதி மூன்று வித கருத்து உள்ளது) இதுவரையில் அகழாய்வு நடைபெறவில்லை என்பது வருந்ததக்க செய்தி பாரி போரில் கொல்லப்பட்ட செய்தி அவன் மகளிர் பாடிய பாடலால் அறிய முடிகின்றது.

அற்றைத் திங்க ளவ்வெண் ணிலவில்
எந்தையு முடையே மெங்குன்றும் பிறர்கொளார்
இற்றைத்திங்கள் இவ்வெண் ணிலவில்
வென்றெறிமுரசின் வேந்தரெம்
குன்றுங்கொண்டார்யா மெந்தையு மிலமே

(புறம். 112)

இந்தப் பாடலில் திங்கள் என்பது மாதத்தையும் குறிக்கும் என்று பழைய உரைகாரர் குறிப்பிடுகிறார். அதனால் பாரி நாட்டில்

மாதக் கணக்கீடு முறையும் இருந்தது எனலாம். 300 நாட்கள் பத்து மாதங்களுக்குரியதாகலாம். ஞானசம்பந்தர் மைலாப்பூர் பதிகத்தில் பத்து மாதங்களையே குறிப்பதை இங்கு நினைத்தல் தகும். பாரி கொல்லப்பட்ட செய்தியை கபிலரும் குறிப்பிடுகிறார்.

மட்டுவாய் திறப்பவும் மைவிடை வீழப்பவும்
அட்டான் றானாக் கொழுந்துவை யூன்சோறும்
பெட்டாங் கீயும் பெருவளம் பழுனி
நட்டனை மன்னோ முன்னே யினியே
பாரி மாய்ந்தெனக் கலங்கிக் கையற்று
நீர்வார் கண்ணேந் தொழுது நிற் பழிச்சிச்
சேறும் வாழியோ பெரும் பெயர்ப் பறம்பே
கோறிரண் முன்கைக் குறுந்தொடி மகளிர்
நாறிருங்கூந்தற் கிழவரைப் படர்ந்தே

(புறம். 113)

இந்தப் பாட்டில் கையறு நிலை மட்டுமின்றி பாரி மகளிரை மணம் முடிக்க வேண்டிய பொறுப்பு பற்றியும் குறிக்கப் பெறுகின்றது. இது போலவே அரச குடும்பத்துப் பெண்டிரைப் பாதுகாக்கும் பொறுப்பை புலவரிடம் ஒப்படைத்த தன்மை கிரேக்கத்திலும் உண்டு.

குளம் வேளாண் நீர் நிலை

குளம் அரை நிலவைப் போல் அமைக்கப்பட்டுள்ளது. இந்தப் பாடலில் (118) "கொடுங்கரைத்தெண்ணீர்ச்சிறு குளம் கீள்வது மாதோ" என்று கூறுவது எடுத்துக் காட்டத்தக்கது. இந்த வரிகளுக்கு உரை எழுதிய பழைய உரைகாரர் ''வளைந்த கரையை யுடைத்தாகிய தெளிந்த நீரையுடைய சிறிய குளம் பாதுகாப்பாரின்மையின் உடைவது போலும்" என்று எழுதினார். பாரி மாய்ந்த பின் நீர் நிலைகள் அழிக்கப்பட்டதோ என்று கருதும் வகையில் அமைந்துள்ளது. இந்தப் பாடலடிகள் எட்டாம் திங்கள் போல ஏரிகள் அரை வட்ட வடிவத்தில் அமைக்கப் பெற்றிருந்தன என்பது புலப்படும். ஈழத்தில் 2000 ஆண்டுகளுக்கு முன் வெட்டப்பட்ட ஏரிகளும் அரை நிலா வடிவில் அமைந்திருக்கும் என்பது அங்குக் கிடைக்கும் கல்வெட்டுகள் உறுதிப்படுத்துகின்றன. தமிழ்நாட்டிலேயே நீரியில் தொழில் நுட்பத்தில் பாண்டிய நாடே சிறப்புற்றிருந்தது என்பதை சி.என். சுப்பிரமணியன் என்ற ஆய்வாளர் குறிப்பிடுவார். இந்த வகைத் தொழில் நுட்பத்தை ஈழத்திலிருந்து பாண்டியர்கள் பெற்றிருக்க வேண்டும் என்றும் அவர் குறிப்பிட்டுள்ளார்.

இதற்குப் புறம் 109ஆம் பாடல் வரிகளை எடுத்துக் காட்டலாம்.

வான்க ணற்றவன் மலையே வானத்து
மீன்க ணற்றவன் சுனையே

(9-10)

இவ்வரிகளுக்கு உரை எழுதிய பழைய உரைகாரர் அகல நீள உயரத்தால் அவன் மலை வாளிடத்தையொக்கும் போன்றவன் அம்மலையில் உள்ள தொகையின் மிக்க சுனைகள் அந்த வானத்தில் உள்ள மீன்களைப் போன்றிருந்தன. சுனை என்பது மலைகளில் இயற்கையாய் அமைந்த நீர் நிலையைக் குறிப்பதோடு செயற்கையால் அமைந்த நீர் நிலையையும் குறித்து வந்தது. (பிங்கலத்தை) இதற்கு கல்வெட்டுச் சான்றும் கிடைத்துள்ளது. சேலம் மாவட்டம் ஓமலூர் வட்டம் அம்மங்கோயில் பட்டியில் உள்ள கிபி. 4 ஆம் நூற்றாண்டுக் கல்வெட்டில் வெட்டப்பெற்ற சுனையைப் பற்றிக் குறிக்கப் பெறுகின்றது.

வரம் பன்கோகூர் கிழார் மகன் வியக்கன்
கோபன் கணதேவன் தொட சுனை

இந்தக் கல்வெட்டுக்கருகில் உள்ள சுனை இன்றும் குடி நீரளிக்கும் நீர் நிலையாக உள்ளது. யாழ்ப்பாண வழக்கில் சுனை என்பது நீர் நிலையும் மரநிழலும் உடைய பசும்புற்றரை என்று பொருள். இந்தப் பின்னணியில் சுனை என்பது முல்லை குறிஞ்சித் திணையில் உருவாக்கம் பெற்ற செயற்கை நீர் நிலை என்பது புலப்படும்.

கொடைமடம்

பாரி கொடை அளித்தலுக்குச் சிறந்த சான்றாக நிற்பவன். கபிலரே பல பாடல்களில் இந்தத் தன்மையைக் குறிப்பிடுகிறார்.

முந்நூ றூர்த்தே தண்பறம் புநன்னாடு
முந்நூ றூரும் பரிசிலர் பெற்றனர்

(புறம். 110: 3- 4)

மற்றொரு பாட்டில்

மடவர் மெல்லியர் செல்லினும்
கடவன் பாரிகைவண் மையே.

(புறம். 106: 4- 5)

என்று அவர் வள்ளல் தன்மையைப் போற்றியுள்ளார். மேலும்,

நிழலி னீளிடைத் தனிமரம் போலப்
பணைகெழு வேந்தரை யிறந்தும்
இரவலர்க்கீயும் வள்ளியோ னாடே

(புறம். 119: 5- 7)

இந்த அடிகளிலும் பாரியின் கொடைச் சிறப்பு கூறப் பெறுகின்றது.

முல்லைக்குத் தேர்

பாரியைப் பற்றி நினைக்கும் போதெல்லாம் அவன் முல்லைக்குத் தேர் கொடுத்த கொடையைப் பற்றிய நினைவு வராமல் போகாது. கபிலர் தேர்வன் பாரி (118) என்று கூறுவது முல்லைக்குத் தேர் கொடுத்த செய்தியைக் குறிப்பதாகலாம். மேலும், சிறுபாணாற்றுப்படையிலும் முல்லைக்குத் தேர் கொடுத்த செய்தி குறிக்கப் பெறுகின்றது.

நறுவீ உறைக்கும் நாக நெடுவழிச்
சிறுவீ முல்லைக்குப் பெருந் தேர் நல்கிய
பிறங்குவெள் அருவி வீழும் சாரல்
பறம்பின் கோமான் பாரி (சிறுபாண். 87 91)

என்று சிறுபாணாற்றுப் படை கூறும். பழமொழி நானூறு,

முல்லைக்குத் தேரும் மயிலுக்குப் போர்வையும்
தொல்லை யளித்தாரைக் கேட்டறிதும்

(74)

என்று கூறும். ஒருக்கால் முல்லைக்குத்தேர் அவர் கொடையாகக் கருத வாய்ப்பில்லை. சங்க காலத்தில் ஒவ்வொரு குடியும் தங்களுக் கென அடையாளப் பூவை வைத்திருந்தன. குறவர் குடியினர் காந்தள் பூவைச் சூடினர். குறவர் பெருமகன் எறைக்கோள் காந்தள் பூவைச் சூடி இருந்தான். அந்த முல்லை பாரி மரபினர் அணியும் அடையாளப் பூவாகலாம். அதற்கு மதிப்பளிக்கும் வகையிலும் முல்லைக்குத் தேர் ஈந்தான் எனலாம். அதனால் கபிலர் சிறப்பித்துப் பாடவில்லை போலும்.

பாரி நாட்டில் வணிக வழிகள்

பாரி நாடு பாண்டிய நாட்டின் வட எல்லையில் இருந்தது. பாரி நாட்டில் பெரு வழிகள் அல்லது வணிக வழிகள் இருந்தமைப் பற்றி கபிலர் குறிப்பிடவில்லை .

ஏந்தெழின் மழைக்க கணின்னகை மகளிர்
புன்மூக கவலைய முண்மிடை வேலிப்
பஞ்சி முன்றிற்றிற்றி லாங்கட்
பீரை நாறிய கரையிவர் மருங்கின்
ஈத்திலைக் குப்பை யேறி யுமணர்
உப்பொழுகை யெண்ணுப மாதோ

(புறம். 114:3-8)

இந்தப் பாடலின் இறுதி அடிகளில் பாரி மகளிர் வேந்தர் குதிரை களை எண்ணினர். ஆனால் பாரி மாய்த்த பின் அவர்கள் உப்பு வணிகர்களின் வண்டிகளை எண்ணும் நிலைக்குத் தள்ளப்பட்டனர் என்று கபிலர் துயரம் அடைகிறார். இந்தப் பாடலில் கவர்த்த வழிகளில் (வழிச்சந்தி) உள்ள புல் வேய்ந்த குடிசைகள் முற்றத்தில் பஞ்சைக் காய வைத்துள்ளனர். அந்த வழிகளில் செல்லும் உமணர் வண்டிகள் குறிக்கப் பெறுவதால் பாரி நாட்டில் இடைப்புலப் பெருவழிகளில் இருந்த சிற்றில்களில் வாழ்ந்தோர் கவர்ந்த வழிகளில் வரும் வணிகர்களிடம் உல்கு வாங்கியிருக்க வேண்டும். பெருப்பாணாற்றுப் படையில்

கவலை காக்கும் உல்குடைப் பெருவழி

என்று கூறுவது எடுத்துக் காட்டத்தக்கது. மேலே காட்டிய சான்றுகளால் வணிகப் பெருவழிகள் இருந்துள்ளன என்பது புலப்படும். பூலாங்குறிச்சிக் கல்வெட்டு வழிகளைப் பற்றிக் கூறு கின்றது. பூலாங்குறிச்சிக் கல்வெட்டில் வேள்கூரு குறிக்கப் பெறு கின்றது.

கபிலர் பாரியின் செங்கோன்மை பற்றி விரிவாகப் பாடியுள்ளார். (புறம் 117)

பண்டைக் கால நம்பிக்கையின் அடிப்படையில் சனி தனக்கு பகைவீடாகிய சிங்க ராசியிற்புகின் உலகிற்குப் பெருந்தீங்கு நேரும் என்பதனை மனத்திலிறுத்தி மைம்மீன் புகையினும் என்று பாடினார். தூமம் என்பது இன்று வால் நட்சத்திரம் என்று கூறப் பெறுவதாகும். அது தோன்றினாலும் உலகிற்குப் பெருந்தீங்கு என்று கருதப்பெறு கின்றது. இத்தகைய தீங்கு உருவாகி நின்றாலும் பாரியின் செங்

கோலாட்சியில் வளம் பெற்றிருந்தது என்பது கபிலரின் உள்ளக் கிடக்கை.

பாரி நாட்டின் மேல் வேந்தர் படையெடுப்பு : காரணம்

சங்க காலத்தில் நடந்த போர்கள், பூசல்கள், பொருளியல் காரணங்களுக்காகவே நடைபெற்றன. வேந்தர்கள் பாரி நாட்டின் மீது படையெடுத்ததற்கும் நெடுஞ்செழியன் முசிறி மீது படையெடுத் ததற்கும் காரணம் அந்நகரத்தின் வணிக வளமே ஆகும். சேர வேந்தனொருவன் மாந்தை (மரந்தை) மீது படையெடுத்ததற்குக் காரணம் வணிக வளமே ஆகும்.

பெருஞ்சேரல் இரும்பொறை தகடூர் மேல் படையெடுத்ததற்குக் காரணம் பெரு வழியில் கிடைத்த வணிக வளமே ஆகும். பாண்டியர்க்குரியதாக ஆய்நாடு கூறப் பெறுகின்றது. ஆய்நாடு வணிக வளத்தால் சிறப்புற்றிருந்தமையால் பாண்டியர்கள் ஆய்நாட்டைத் தங்களுடையதாக்கியிருக்க வேண்டும். (இந்தச் செய்தி) ஆய்நாடு பாண்டியர்க்குரியது என்பது கிரேக்க நில நூல் அறிஞர் தாலமியால் குறிக்கப் பெறுகின்றது. பூதப் பாண்டியன் ஒல்லையூரைக் கைப்பற்றியதும் வாணிக வளத்தைத் தன் கட்டுப்பாட்டில் வைத்திருக்க வேண்டும் என்பதால் ஆகும். ஒல்லையூர் நாடு பாரி நாட்டுக்கருகே இருந்திருக்க வேண்டும். (ஒருக்கால் ஒல்லையூர் ஆண்ட பெருஞ்சாத்தன் பாரியின் குடியினன் ஆகலாம். அவன் நாட்டில் பூத்த முல்லைப் பூவைப் பற்றி “முல்லையும் பூத்தியோ ஒல்லையூர் நாட்டே” (புறம். 242) என்று ஒரு புலவர் பாடியுள்ளார். பாரி நாட்டிலும் முல்லை, ஒல்லையூர் நாட்டிலும் முல்லை, அதனால் பாரிக்குடியும் பெருஞ்சாத்தன் குடியும் ஒன்றாக இருக்கலாம்).

பாண்டியர்கள் மதுரையை அகுதை வேளிடமிருந்து கைப்பற்றி யதும் மதுரையில் வணிக வளம், பெருவழி வளம் ஆகியவற்றின் அடிப்படையிலாகும். மதுரை பாண்டியர்க்குரியதல்ல. இது பற்றி பின்னர் விரிவாகப் பேசப் பெறும். இந்தப் பின்னணியில் பறம்பு நாட்டின் மீது வேந்தர் படையெடுப்பை அணுக வேண்டும். பாரி நாட்டில் நிகமம் (வணிக நகரம்) இருந்தமை பற்றித் தாலமி குறிப்பிடுகின்றார். பாரி நாடு என்று அவர் குறிப்பிடவில்லை. ஆனாலும் அவர் குறிப்பிடும் நிகமம் பாரி நாட்டிற்குள் அமைந்துள்ளது எனலாம். மேலும், புதுக்கோட்டை மாவட்டத்தில் ரோமானியக் காசுகளைக் கண்டுபிடித்துள்ளனர்.

கூடல்வேள் அகுதை

வள்ளல் அகுதை சங்கப் பாடல்கள் பலவற்றில் குறிக்கப் பெறுகிறான். குறுந்தொகை 298ஆம் பாட்டும், அகநானூறு 76ஆம்

பாட்டும் “இன்கடுங்கள்ளின் அகுதை” என்று கூறுகின்றன. “நன்மா வீசு வண் மகிழ் அகுதை” (அகம். 112, என்றும், “வயங்கு பெருந்தானை அகுதை” (அகம். 208) என்றும் அகுதை குறிக்கப் பெறுகின்றான். புறநானூற்றில் இரண்டு பாடல்களில் அகுதை குறிக்கப் பெறுகிறான். புறம் 233 ஆம் பாடல் பின்வருமாறு கூறுகின்றது.

பொய்யாகியரோ பொய்யாகியரோ
பாவடி யானை பரிசிலர்க் கருதகாச்
சீர்கெழு தோன்றா ல குதைகட் போன்றிய
பொன்புனை திகிரியிற் பொய்யாகியரோ

(வரி 1-4)

இந்தப் பாடலடிகள் அகுதை எவ்வியைக் கொன்றான் என்பது பெறப்படுகின்றது. பாண்டியன் தலையாலங் கானத்துச் செருவென்ற நெடுஞ்செழியன் எவ்விநாட்டைக் கைக்கொண்டதாகக் கூறப்பெறு கின்றான். (புறம். 24). ஒருக்கால் பாண்டியர்கள் மதுரையைக் கைக்கொண்ட பின் அகுதை வேள் பாண்டியர் தளபதியாகி எவ்வி யுடன் போரிட்டு அவனைக் கொன்றிருக்கலாம். ‘பாண்டியர்கள் மதுரையைப் பிடிக்கும் முன் மதுரை’ (கூடல்) எவ்வியின் நிருவாக மையமாக விளங்கியது. புறம் 347ஆம் பாடல் இந்தச் செய்தியை விவாதிக்கின்றது.

உண்போன் றானறுங்கள்ளினிடச்சில
நாவிடைப் பஃறேர் கோலச் சிவந்த
ஒளிறொள வாடக் குழைந்தபைந் தும்பை
எறிந்திலை முறிந்த கதுவாய் வேலின்
மணநாறு மார்பின் மறப்போர் அகுதை
குண்டுநீர் வரைப்பிற் கூடலன்ன

(புறம். *347:1- 6)*

பாண்டியர்கள் மதுரையைக் கைப்பற்றியமை பற்றி அகப்பாடல் ஒன்று குறிப்பிடுகின்றது. பாண்டியன் பசும்பூண் பாண்டியன் கூடல் நீடிய ஞான்று என்று குறிப்பிடுகின்றது. அவன் முற்றுகை இட்ட போது அகுதை ஆட்சியிலிருந்திருக்க வேண்டும். இது பற்றி கே.என். சிவராஜப் பிள்ளை அவர்கள் பாண்டியர்களிடமிருந்து மதுரையை அகுதை கைப்பற்றினான். மறுபடியும் பாண்டியர்கள் அகுதையிட மிருந்து மதுரையைக் கைப்பற்றினார்கள் என்று கூறுவார். உண்மையில் நிலைமை வேறு மாதிரியாக இருந்தது. பாண்டியர்கள் முதலில் கொற்கையை ஆண்டுக் கொண்டிருந்தார்கள். அதன் பிறகு படிப்

படியாக பாண்டிய நாடு முழுவதையும் பிடித்து மதுரையை தலை நகராக்கிக் கொண்டு ஆட்சி செய்திருக்க வேண்டும்.

மீனாட்சிபுரம் கல்வெட்டில் நெடுஞ்செழியன் வழுத்தி ஆகிய பாண்டிய மன்னர்களின் பெயர்கள் பயின்று வருகின்றன. இவர்கள் சமணமுனிவர்களுக்குப்படுக்கைஅமைத்துக்கொடுத்தனர். இத்தகைய கொடைகள் வேந்தர்கள் வென்ற பகுதியிலேயே அளித்துள்ளனர். தான் வென்ற பகுதியில் வாழ்பவர்கள் வேற்றுக் குடியினர். அவர்கள் இரத்த உறவின் அடிப்படையிலேயே தலைவர்களை ஏற்றுக் கொள்ள விரும்புவார்கள். இவ்விரு குடியினரும் ஏற்றுக் கொள்ளக்கூடிய சமயத் தலைவர்கள் மூலம் வெற்றி பெற்றவர்கள் தோற்றவர்களைத் தங்கள் பக்கம் நிலை நிறுத்திக் கொள்வர்.

அஃதை > அகுதை

அகப்பாடல்கள் சிலவற்றில் அஃதை என்ற பெயர் குறிக்கப் பெறுகின்றது. அகம் 113ஆம் பாட்டில் அஃதை அகவுநர் பெருமகன் என்று கூறப்பெறுகிறான்.

புன்றலை மடப்பிடி அகவுநர் பெருமகன்
மாவீசு வண்மகிழ் அஃதை போற்றி
காப்புக் கைந்நிறுத்த பல்வேல் கோசர்
இளங்கள் கமழும் நெய்தலந் செறுவின்
வளங்கெழு நன்னாடு

(அகம். 113:3- 7)

இப்பாடலில் கோசர்களோடு தொடர்புபடுத்திப் பேசப் பெறு கின்றது. மற்றொரு பாடலில் அஃதை சோழர்களோடு தொடர்படுத்தப் பெறுவதைப் பார்க்கிறோம்.

செம் பொற்சிலம்பின் செறிந்த குரங்கின்
அம்கலூழ் மாமை அஃதை தந்தை
அண்ணல் யானை அடு போர்ச் சோழர்
வெண்ணெல் வைப்பின் பருவூர்ப் பறந்தலை
இருபெரு வேந்தர் பொருது களத்து ஒழிய
ஒளிறு வாள் நல்லமர்க் கடந்த ஞான்றை .
களிறு இவர் கம்பலை....

(அகம். 96:12- 17)

இந்தப் பாடலில் வரும் அஃதை சோழர் மகள் என்று கருதப் பெறுகின்றது. அஃதையெனும் அதே பெயர் கொண்ட வேறொருவன் ஆண்மகனாகக் குறிக்கப் பெறுகின்றான். அந்தப் பாடலும் அகநானூற்றி லேயே பயின்று வருகின்றது. அங்கு அகவுநர் பெருமகன் என்று கூறுவதால் அவன் தலைமை சான்றவனாக இருந்திருக்க வேண்டும். பெருமகன் என்ற சொல் 'குடி' மக்களுக்குத் தலைவனையும், பிற மக்களுக்குத் தலைவனையும் குறிக்கும். அந்த வகையில் அஃதை என்பவன் அகவுநர்க்குத் தலைவன் என்று கூறுவதாகக் கொள்ளலாம்.

அகம். 76ஆம் பாட்டு அஃதையின் நாண் மகிழ் இருக்கை அவன் களிறுகளைப் பரிசாக அளிக்கும் வள்ளல் தன்மை ஆகியவை எடுத்துக் காட்டத்தக்கது.

இன் கடுங் கள்ளின் அஃதை களிற்றொடு
நன்கலம் ஈயும் நாண்மகிழ் இருக்கை
அவைபுகு பொருநர் பறையின்............

(அகம். 76:2- 4)

அஃதையின் நாளவை இங்குக் குறிக்கப் பெறுகின்றது.

அகநானூறு 208ஆம் பாட்டு அகுதை ஆய்வேளிர் மகளிரின் துயரங் களைய நன்னனுடன் போரிட்டான் என்று கூறுகின்றது.

.... சினம் சிறந்து
உருவினை நன்னன் அருளான் கரப்ப
பெருவிதுப்புற்ற பல்வேள் மகளிர்
குருஉப்பூம் பூசல் பைந்தார் அருக்கிய பூசல்
வசைவிடக் கடக்கும் வயங்கு பெருந்தானை
அகுதை களை தந்தாங்கு..........

(அகம். 208:13- 18)

இந்தப் பாட்டில் குறிக்கப் பெறும். அகுதை என்பான் மதுரை யிலிருந்து ஆண்ட அகுதை (புறம். 347) ஆகலாம்.

அஃதை > அகுதை

அஃதை என்பது அகுதை என்று மாறுமா என்பது பற்றி ஆய்வு செய்ய வேண்டும். அஃகுதல் என்ற சொல் அஃகு என்ற சொல்லடியாக வந்த சொல் என்று தமிழ்ப் பேரகராதி குறிப்பிடும் அதைப் போலவே அஃறிணை என்பது அல் + திணை என்பதன் திரிந்த வடிவம்.

ஆனால் ககரம் அஃகாக மாறியதற்குச் சான்றில்லை. காசு வகையில் சில அக்கம் என்று குறிக்கப் பெறுகின்றது. அந்தச் சொல்லும் அதிகம் என்ற சொல்லிலிருந்து வந்திருக்கலாம் என்று தமிழ்ப் பேரகராதி கூறுகின்றது. அதனால் அஃதை என்ற சொல் அகுதை என்று மாறுவதற்கு வாய்ப்பில்லை. எது எப்படி இருந்த போதிலும் இருவரும் வள்ளல்கள் என்பதை உறுதிப்படுத்தும் சான்றுகள் சங்க இலக்கியத்தில் உள்ளன.

மானவிறல்வேள் அழும்பில்

மதுரைக் காஞ்சியில் மானவிறல் வேள் அழும்பில் என்பவன் குறிக்கப் பெறுகிறான். இவன் எங்கிருந்து ஆண்டான் என்பது புலப்படவில்லை.

நன்னன்

நன்னனுடைய நாள் மங்கல விழா பற்றிக் குறிக்கப் பெறுகின்றது. இந்த நன்னன் யாவன் என்பதும் புலப்படவில்லை. பாண்டிய நாட்டில் வேந்தர் எழுச்சிக்கு முன் வேளிர் எழுச்சி நிகழ்ந்திருக்க வேண்டும். அந்த வேளிர் கடல் வளம், காட்டு வளம், நில வளம் ஆகியவற்றால் செழுமை பெற்று அருகில் உள்ள சீறூர் மன்னர்களையும், குறுநில மன்னர்களையும் தங்கள் ஆட்சியின் கீழ் கொண்டு வந்திருக்க வேண்டும்.

7. தொண்டை நாட்டு வேளிர்

தொண்டை நாடு தமிழகத்தின் வடகோடியில் உள்ள புவியியல் அமைப்பு. தென்பெண்ணை ஆற்றுக்கும், வடபெண்ணை ஆற்றுக்கு மிடையில் நிலை பெற்றிருந்த பகுதி. தொண்டை நாட்டின் தெற்குப் பகுதி நடு நாட்டின் பகுதியாகவும் கருதப் பெற்றது. காஞ்சி தொண்டை நாட்டின் தலைநகர் இவ்வூர் கச்சி என்னும் கச்சிப்பேடென்றும் வழங்கப் பெற்றது. காஞ்சிபுரம் உருவாகிய நாளிலிருந்து இன்று வரை வரலாற்றுப் புகழ் பரப்பி வரும் தலைநகர் இந்தியாவிலேயே இந்த நகர் ஒன்று தான் தொடர்ச்சியான வரலாறு பெற்றிருக்கும் நகர். வேறெந்த நகருக்கும் இந்தப் பெருமை இல்லை. அதனால் 1982ஆம் ஆண்டு இந்த நகர் பற்றிய ஆய்வினை யுனஸ்கோ மேற்கொண்டது. இந்த ஆய்வு ஆண்டுதோறும் ஒரு நாட்டின் தொடர்ச்சியான வரலாற்றைப் பெற்றிருக்கும் நகரை எடுத்துக் கொண்டு ஆய்வு செய்யும் திட்டத்தின் கீழ் நடைபெற்றது. அந்தளவிற்குப் பெருமை பெற்ற நகரம், அந்நகரம் காலந்தோறும் தொண்டை நாட்டின் தலைநகராக விளங்கியது.

தொண்டையர் குடி

சங்க இலக்கியத்தில் தொண்டையர் என்ற குடியினர் பற்றி குறிப்புகள் கிடைக்கின்றன. இவர்கள் வேங்கடமலைக்கருகில் வாழ்ந்தவர்கள். ஏதோ ஒரு காரணத்தினால் தெற்கு நோக்கிப் புலம் பெயர்ந்தனர். இன்றைய சென்னை, செங்கல்பட்டு, திருவள்ளூர், வேலூர், திருவண்ணாமலை, விழுப்புரம் மாவட்டத்தின் வடபகுதி ஆகியவற்றை உள்ளடக்கி நின்றது. பண்டைய தொண்டை நாடு ஆந்திர மாநிலத்தின் நெல்லூர் சித்தூர் மாவட்டங்கள் தொண்டை நாட்டின் ஒரு பகுதியாக விளங்கியது. தொண்டையர் வாழ்ந்த பகுதி

தொண்டையர் நாடு என்று அழைக்கப் பெற்று, தொண்டை என்பது ஒரு கொடிவகை தாவரம். இதுவே தொண்டையரின் குலக்குறி (*Totem*) ஆகும். இரண்டாம் நந்திவர்மன் காலத்திய கல்வெட்டு ஒன்ற வல்லம் தீக்காலி அடிகளுக்கு தொண்டை பூச்சாற்றுவதற்கு ஒரு சிற்றரசன் நிலக் கொடை அளித்துள்ளான் என்பது குறிப்பிடத்தக்கது. காரணம் பல்லவர்கள் தொண்டையர் மரபினைச் சேர்ந்தவர்கள் மகேந்திரவர்மன் தொண்டையந்தார் வேந்தன் என்று ஒரு கல்வெட்டில் குறிக்கப் பெறுகின்றான். தொண்டையர் என்ற பெயர் பல்லவர் என்ற பெயருடன் தொடர்புடையது. டாலமி என்ற கிரேக்க நில நூல் அறிஞர் அருவா நாட்டிற்கு அடுத்த பகுதியை பஸரோ நாகர் (பஸரோ நாகர் நாடு) என்று கூறுகிறார். இது பசலை நாகர் என்று பி.டி.சீனிவாச அய்யங்கார் கூறுவார். இங்கு பசலை என்பது பல்லவம் என்பதைக் குறிக்கும் என்பதும் அவர் கருத்து.

தொண்டைமான்

தொண்டைமான் என்பவன் தொண்டையர் மரபினைச் சேர்ந்தவன். அவன் பாடிய பாட்டுகள் சங்க இலக்கியத்தில் உள்ளது. இவன் பாடிய பாட்டுகள் புறநானூற்றில் ஒன்றும், நற்றிணையில் ஒன்றும் உள்ளது. இவன் தொண்டைமான் இளந்திரையன் என்றும் பெயர் பெற்றான். இவன் காலத்தில் வாழ்ந்தவர்கள் அதியன் நெடுமான் அஞ்சி அவ்வை ஆகியோர். இவனே பெரும்பாணாற்றுப் படையின் பாட்டுடைத் தலைவன். முடியுடை மன்னர் மூவரொடு சேர்த்தெண்ணப்படும் பெருமையுடையவன். இருப்பினும், மன்னர் மூவரோடு சேர்த்து எண்ணப்படும் பெருமை வாய்ந்தவரேனும் “வில்லும் வேலும் (தொல். மரபு சூ.83) என்பதன் உரையில் மன்பெறு மரபினன்பினோ ரெனப்படுவார். அரசு பெறு மரபிற்குறுநில மன்னரெனக் கொள்க. அவை பெரும் பாணாற்றுள்ளும் பிறவற்றுள்ளும் காணப்படும்” எனப் பேராசிரியர் எழுதியிருத்தலால் இவனைப் பண்டையோர் குறுநில மன்னர் என்று கொண்டிருந்தனர் எனலாம். இளந்திரையமென்னும் ஒரு நூல் இவனால் செய்விக்கப் பெற்றதென்று இறையனாரகப் பொருளுரை, நன்னூல் மயிலை நாதருரை முதலியன தெரிவிக்கின்றன. நன்னூல் மயிலைநாதருரையில் (சூ.372) திரையனாற் செய்யப்பட்ட ஊர் திரையனது ஊர் என்று பொருள் செய்திருத்தலின் இப்பெயருள்ள ஊர் ஒன்று பண்டைக் காலத்தில் இவனாலோ, பிறராலோ உருவாக்கப் பெற்றிருந்ததென தெரிகின்றது. அகப்பாட்டு ஒன்று

வினைநவில் யானை விறற்போர்த் தொண்டையர்
இனமலபூதவமூம் ஏற்று அரு நெடுங்கோட்டு
ஓங்கு வெள்ளருவி வேங்கடத் தும்பர்

(அகம். *213:1- 3*)

என்று கூறும். இத்தகைய தொண்டையர் மரபில் தோன்றியவன் தொண்டைமான் இளந்திரையன்,

பிற்காலத்தில் யாப்பருங்கல விருத்தியுரை மேற்கோளின் சில பாடல்கள் தரப் பெற்றுள்ளன. அவை பின்வருமாறு

பாடுகோ பாடுகோ பாடுகோ பாடுகோ
பாவீற் றிருந்த புலவீர்காள் பாடுகோ
ஞாயிற்றொளியான் மதிநிழற்றே தொண்டையார்
கோவீற் றிருந்த குடை

என்ற பாடல் தொண்டைமானை (தொண்டையர் கோப் புகழ்) பாடுகின்றது. மற்றொரு பாட்டு

வஞ்சி வெளிய குருகெல்லாம் பஞ்சவன்
நான் மாடக் கூடலிற் கள்வலிது சோழன்
உறந்தைக் கரும் பினிது தொண் டைமான்
கச்சியிற் காக்கை கரிது

என்று கூறுகிறது. மேலும் ஒரு மேற்கோள் பாட்டு

ஆழி யிழைப்பப் பகல்போ மிரவெல் லாம்
தோழித் துணையாய்த் துயர்தீரும் வாழி
நறுமாலைத் தாராய் திரைய ரென்னும்
செறுமாலை சென்றடைந்த போது
என்று புகழ்ந்து பேசுகின்றது.

இந்த மேற்கோள் பாடல்கள் தொண்டைமான் மரபின் புகழ் கி.பி. 10ஆம் நூற்றாண்டு வரையிலும் நிலை பெற்றிருந்த தன்மையை வலியுறுத்துகின்றது. மேலும் கி.பி. 11-12ஆம் நூற்றாண்டின் வாழ்ந்த அருவாளார் தொண்டைமான் புகழ் மேலோங்கி நின்றது.

பாண்கடன்

சங்க கால மன்னர்கள் கொடை மடம் படாதவர்கள். பாணர், விறலியர், பொருநர், புலவர் ஆகியோர்க்கு வரையாது வழங்கினர். மன்னர் தொழில்களில் ஒன்று கொடையளித்தல் ஆகும். மேலே கூறப்பட்ட கலைஞர்கள் குடிமக்களிடையில் கொடையாளியைப் பற்றிப் புகழ்ந்து பாடுவர். கொடையாளிக்கு எதிராக நிற்கும் இரத்த

உறவில் இயங்கும் தொல்குடிகளை உறவு எல்லைகளை உடைத்துக் கொண்டு 'பிறர்' குடியைச் சேர்ந்த வேளிரையும், வேந்தனையும் தலைவனாக ஏற்றுக் கொள்ள செய்ய வைப்பதே அக்கால கலைஞர் பணியாக இருந்தது. சிதறிக் கிடக்கும் தொல்குடிகளை ஒரு குடையின் கீழ்க் கொண்டு வந்த பெருமை பாணர் போன்ற கலைஞர்களையே சேரும்.

தொல்காப்பியர் கொடையை பாண்கடன் என்று கூறினார். இதற்குப் பொருள் பாணர்களுக்கு இருக்க வேண்டிய கொடை என்பதாகும். கொடை பண்டைய சமூகங்களில் சிறப்பிடத்தைப் பெறு கின்றது. கொடை அளிப்போன் சமூகத்தில் உயர்ந்து நிற்கிறான். அவன் கொடையளிப்பதால் பொருளை இழந்தாலும் புகழில் உயர்ந்து நிற்கிறான். அதனால் பலதிறப்பட்ட மக்கள் அவன் கீழ் நிற்கிறார்கள். அதனால் பொருள் மிகுதியாகி நிற்கும். கொடை அளிப்பவன் புலவர் களால் புகழப் பெறுகிறான்.

தொண்டை நாடு

தொண்டை நாடு என்ற பெயர் பிற்காலக் கல்வெட்டுகளில் குறிக்கப் பெறுகின்றது. தொடக்கக் காலத்தில் கல்வெட்டுகளிலோ இலக்கியங் களிலோ குறிக்கப் பெறவில்லை. சாளுக்கிய செப்பேடுகளில் தொண்டகா விஷயம் (கி.பி. 734) என்று கூறுகின்றது. இது தொண்டை நாடு என்பதன் வடமொழி வடிவம் என்பது குறிப்பிடத் தக்கது. இங்குச் செப்பேடுகளிலும் தொண்டைநாடு என்று குறிக்கப் பெறுகின்றது. ஆனால் தொண்டை என்ற பெயர் முற்காலக் கல்வெட்டு களில் குறிக்கப் பெறவில்லை. இது வியப்பிற்குரிய ஒன்று. ஒருக்கால் பல்லவர்கள் தங்களுடைய ஆவணங்களில் தங்களுடைய நாட்டுப் பெயரைக் குறிப்பிட வேண்டிய தேவை இல்லை. அதனால் அவர்கள் ஆவணங்களில் தொண்டை என்று குறிப்பிடாமல் அந்நாட்டுக்குட் பட்ட கோட்டங்களைப் பற்றி மட்டும் குறிப்பிட்டார்கள். ஆனால் பிற நாட்டினர் (சாளுக்கியர், கங்கர்) தொண்டை நாடு என்று குறிப்பிட்டனர்.

தொண்டை நாடு இருபத்தி நான்கு கோட்டங்களாக பிரிக்கப் பெற்றிருந்தது. ஆனால் கல்வெட்டுகளில் இருபத்தேழு கோட்டங்கள் குறிப்பிடப்படுகின்றன. எது எப்படி இருப்பினும் தொண்டை நாடு கோட்டங்களாகப் பிரிக்கப் பட்டிருந்தது என்பது உறுதியானது. கி.பி. 6ஆம் நூற்றாண்டைச் சேர்ந்த பள்ளங்கோயில் செப்பேட்டில் வெண்குன்றக் கோட்டம் குறிக்கப் பெறுகின்றது. கி.பி. 6ஆம் நூற்றாண்டிலிருந்து அல்லது 5ஆம் நூற்றாண்டிலிருந்து கோட்டங்கள்

உருவாக்கப் பெற்றிருக்க வேண்டும். தொண்டை நாட்டின் ஓரப்பகுதியிலிருந்த பெரும்பாணப் பாடி, புதுச்சேரிப் பகுதி, செங்கம் பகுதி போன்றவை கோட்டப் பிரிவுக்குள் அடக்கப் பெற்றன.

கிபி. 6ம் நூற்றாண்டிலிருந்து நாட்டுப் பிரிவுகள் அவற்றிற்கான நாட்டுச் சபைகள் குறிக்கப் பெறுகின்றன. அதே நேரத்தில் கோட்ட மன்றாடிகள், கோட்டத்தார் ஆகிய கோட்டப் பிரிவின் சபைகளும் கல்வெட்டுகளில் குறிக்கப் பெறுகின்றன. இவை பெரும்பாலும் தொண்டை மண்டலத்தின் ஓரப்பகுதியிலிருந்த பகுதிகள்.

குலமரபுத் தோற்றக் கதைகள்

இலக்கியத்தில் குல மரபுத் தோற்றக் கதைகள் பரவலாகப் பேசப் பெறுகின்றன. அந்தக் கதைகள் குறிப்பிட்ட வேளின் அல்லது வேந்தனின் குலம் ஆளத்தகுதியானது என்று காட்ட இத்தகைய கதை களைப் படைத்துக் கொண்டனர். வேளிர் மரபின் இத்தகைய கதைகள் நிறைய உண்டு. இதற்கு கபிலரின் புறநானூற்றுப் பாட்டே சிறந்த சான்று (புறம். 201) அந்த வகையில் தொண்டைமான் இளந்திரையனின் குலத்தோற்றம் பற்றிய கதை எடுத்துக் காட்டத்தக்கது.

இரு நிலங் கடந்த திருமறு மார்பின்
முந்நீர் வண்ணன் பிறங்கடை அந்நீர்த்
திரைதரு மரபின் உரவோன் உம்பல்

நிலங்கடந்த நெடுமுடி அண்ணலின் வழிவந்தவன் என்பது இந்த அடிகளின் உட்பொருள் திருவெஃகாவில் பாம்பணையில் படுத்திருக் கும் திருமாலின் கோயில் பற்றியும் புலவர் குறிப்பிடுகின்றார். நிலங்கடந்த நெடுமுடி அண்ணல் வழி வந்தவன் என்பதனால் அவனுடைய உருவங்கள் பல்லவப் பொருட்களில் சிறப்பிடம் பெற்றுள்ளன. மாபலி மன்னனின் வழி வந்தவர்கள் பெரும் பாணர்கள். அவர்களை அடக்கியதன் விளைவாக நிலங்கடந்த நெடுமுடி அண்ணலின் வழி வந்தவர்கள் தொண்டையர் என்பதை வலியுறுத்தவே அத்தெய்வத்தின் மரபினர் என்று கூறிக் கொள்கின்றனர். அதியமான் மரபினர் நாமக்கல் குடைவரை கோயிலில் நிலங்கடந்த நெடுமுடி அண்ணலின் உருவத்தை இரண்டிடங்களின் வடித்துள்ளனர். அதற்குக் காரணம் பாணர்களுக்கும் அதியமான்களுக்கு மிடையிலான முரண் பாடுகளே ஆகும்.

பல்லவர்களும், அதியமான்களும் திருவிக்ரம் (நிலங்கடந்த நெடுமுடி அண்ணல்) அவதாரத்தைச் தேர்ந்தெடுத்ததற்கு வரலாற்றுப் பின்னணி உண்டு. கடவுளர் உருவங்களில் எதை வடிப்பது எதைக்

கைவிடுவது என்பதைத்தான் முடிவு செய்கிறார்கள். விஷ்ணு குண்டினர் பகுதியில் நரசிம்மர் சிற்பங்கள் மிகுதி விஷ்ணுகுண்டினர் இலச் சினை சிம்மமாகும். நரசிம்ம அவதாரம் ஏதோ ஒரு வகையில் விஷ்ணுகுண்டினருடன் தொடர்பு படுத்தப் பெறுவதாகவே கொள்ள வேண்டும். அஹோபில மடத்துச் சுவர்களின் செஞ்சு பழங்குடிப் பெண்ணைக் காதலித்து நரசிம்மர் மணப்பது போன்ற வரலாற்றுச் சிற்பங்கள் வடிக்கப் பெற்றுள்ளன.

மேலே காட்டிய சான்றுகள் புராணக் கடவுளர்கள் பழங்குடி களிடையில் அரசு உருவாக்கம் ஏற்படும் போது அரசர்கள் தங்களைக் கடவுளர் வழி வந்தவர்கள் என்று குல மரபுத் தோற்றக் கதைகளைப் படைத்துக் கொண்டனர். பல்லவன் என்பதற்குக் கொடியவன், கீழ் மகன் என்று நிகண்டுகள் பொருள் கூறுகின்றன. இது அவர்கள் பழங்குடி நிலையிலிருந்த போது அரசும் அரசு சார்ந்தவர்களும் கொண்டிருந்த கருத்தைப் பிரதிபலிக்கின்றது. இந்த நிலை கணபதி (விநாயகர்) வரலாற்றில் நிகழ்ந்த ஏற்ற இறக்கங்களை நினைவுபடுத்துகின்றது. கணபதி வேதங்களில் புகழப்பட்டும், நீதி நூல்களின் இகழப்பட்டும், பின்னாளில் கடவுளாக எழுச்சி பெற்றும் வரலாறு படைத்தவர். இதுபோலவே இந்தியாவின் பல பழங்குடிகள் கீழ் மகன்களாகக் கருதப்பெற்று அரசை உருவாக்கிய பின் உயர்ந்தோராகக் கருதப்பெற்றனர் என்பது வரலாறு கண்ட உண்மை. இது போன்ற கதைகள் பலவற்றைக் கூறலாம். பல்லவர்கள் அரசை உருவாக்கிய பின் உயர்ந்தோராக பிரம்ம சத்திரியர்களாகக் கருதப் பெற்றனர் என்பது வரலாறு கண்ட உண்மை.

மேற்கண்ட பெருபாண் அடிகள் (1) திருவெஃகாவில் நிலங்கடந்த நெடுமுடியண்ணல் வழிபாடு சிறப்புற்றிருந் பெரும்பாணர்களை வென்றதால் ஆகலாம். வேளிர் மரபினரும் சிற்றரசர்களும் திருமால் மரபினைச் சேர்ந்தவர்கள் என்று கூறிக் கொள்வதில் முனைப்பாக இருந்தார்கள். காரணம் அவர்கள் ஆளத் தகுதியானவர்கள் என்பதைக் காட்டிக் கொள்வதற்காகவே ஆகும்.

காந்த ளம்சிலம்பில் களிறு படிந்தாங்குப்
பாம்பணைப் பள்ளி அயர்ந்தோன் ஆங்கண்

(பெரும். *372- 73)*

கச்சியில் பாம்பணைப் பள்ளியில் பாயல் கொண்ட திருமாலின் உருவம் வழிபாட்டில் உள்ளது. மேலே நிலங்கடந்த நெடுமுடி அண்ணலின் வழி வந்தவன் என்று கூறுப் பெறுகின்றது. இங்கு திருமாலின் ஒரு வடிவமான அனந்த சயனம் வைக்கப் பெற்ற வழிபடப் பெறுவதாகக் கூறுவது குறிப்பிடத்தக்கது. அனந்த சாயி

வழிபாடு பற்றிக் கூறும் போது திருமால் வழிபாட்டின் செல்வாக்கு ஓங்கி நின்றதைக் காட்டுகின்றது. தொண்டைமான்கள் திருமால் வழிபாட்டில் முனைந்திருந்தார்கள் என்பதற்கு மாமல்லையில் மகிடாசூர மர்த்தினிகுகையில் அனந்தசாயி உருவம் குறிப்பிடத்தக்க சான்று. அனந்த சாயி உருவம் வளமையின் சின்னம், நீர் வளத்தோடு தொடர்புடையது. சோழர் தொடர்பு?

திரையன் என்பதன் பெயர்க் காரணத்தை உருத்திரங்கண்ணனார் விவரிக்கிறார்.

திரைதரு மரபின் உரவோன் உம்பன்
மலர்தலை உலகத்து மன்னுயிர் காக்கும்
முரசு முழங்கு தானை மூவருள்ளும்
இலங்குநீர் பரப்பின் வரவு மீக் கூறும்
வலம்புரி அன்ன வசை சிறப்பின்
அல்லது கடிந்த அறம்புரி செங்கோல்
பல்வேல் திரையன்

(பெரும். 31-37)

இந்த அடிகளின் பொருள் இதுதான். தொண்டை மான் இளந் திரையன் திருமால் மரபினன். கடல் கொணர்ந்த சோழ மன்னனின் பரம்பரையினைச் சேர்ந்தவன். சங்குகளில் வலம்புரி சிறந்ததாகப் பேசப் படுகின்றது. அது போலக் குற்றம் நீங்கிய தலைமையுடையவன். மறத்தைப் போக்கி அறத்தை நிலை பெறச் செய்தவன். பல வேல் படையை உடையவன். இந்த அடிகளில் குறிக்கப்பெறும் சோழன் தொண்டைமான் தொடர்பு பற்றி மணிமேகலை காவியம் விளக்கமாகக் கூறுகின்றது.

திரை தரு மரபின் உரவோன்

சோழன் கிள்ளிவளவன் பிலத்துவாரத்து வழியாக நாகவுலகம் சென்றான். அங்கு நாகக் கன்னி ஒருத்தியை மணந்தான். அவள் கருக் கொண்டாள். அப்போது நான் பெறப்போகும் மகனை என்ன செய்வேன் என்று கவலையுடன் கூறினாள். தொண்டைக் கொடியை அடையாளமாகக் கட்டி குழந்தையைக் கடலில் விடுக. அவன் வந்து கரையேறியபின் அவனுக்கு நான் அரச உரிமையை அளிப்பேன் என்று அம்மன்னன் கூறினான். குழந்தை பிறந்த அவ்வாறே குழந்தையைக் கடலில் விட்டாள். அவன் அரசன் ஆனான். அதனால் திரையன் என்று அழைக்கப் பெற்றாள். தொண்டையர் நாக மரபினர் என்பதற்கு டாலமி குறிப்புகளை முன்பே எடுத்துக் காட்டினோம். சோழர்களும் நாக மரபினர் என்பதற்குக் சான்று டாலமி நூலிலேயே உள்ளது.

டாலமி சோழர்களை சோறோ நாகர் என்று குறிப்பிடுவார். காரணம் அவர்களும் நாக மரபினர். அவர்கள் நாக மரபினர் என்பதற்கு தஞ்சை பெரிய கோயிலில் ஒரு சிற்பம் சான்றாக உள்ளது. தெற்குப் பக்கத்தில் உள்ள ஒரு துவார பாலகர் கையில் உள்ள ஒரு தண்டில் சுற்றியுள்ள நாகம் ஒன்று யானையை விழுங்குவது போன்ற காட்சி வடிக்கப் பெற்றுள்ளது. இது ஒரு வேளை யானைக் குலத்தவர்க்கும் சோழர்களுக்கும் இடையிலான முரண்பாட்டினைக் குறிப்பதாகலாம்.

பல்லவர்கள் நாக மரபினர் என்பதற்கு அவர்கள் செப்பேடுகளின் முதல் பல்லவன் கார்த்தவீரியன் நாகக் கன்னியை மணந்ததால் நாட்டையும் பெற்றான் என்று கூறப் பெறுகின்றது. பல்லவர்கள் தாய் வழியில் நாக மரபினைச் சேர்ந்தவர்கள். அது மட்டுமின்றி அவர்களும் வேளிரே பள்ளங்கோயில் செப்பேட்டில் “பிராஜி வம்சம் ஸ்வம் அலங்க ரிஷ்ணு” என்றொரு வாசகம் பயின்ற வருகின்றது. இந்த வாசகம் சமஸ்கிருத செய்யுள் வடிவத்திற்குப் பொருந்தி வரவில்லை என்றும், இந்த வாசகம் பின்வருமாறு அமைந்திருக்க வேண்டும் டி.என்.சுப்பிரமணியன் அவர்கள் கூறுவார்.

பிராஜிஷ்ணுவம்சம் ஸ்வம் அலங்கரிஷ்ணு

சிம்ம விஷ்ணு தான் பிறந்ததாலே ஒளிக் (பிராஜிஷ்ணு) குலத்தை அலங்கரித்தவன் என்று இந்த வாசகத்திற்குப் பொருள் கொண்டுள்ளார். கரிகால் (திருமாவளவன்) சோழன் வென்றாடக்கியவர்களைப் பற்றிக் கூறும் போது பல்லொளியர் பணிபொடுங்க என்று புலவர் கூறுகிறார். இங்கு ஒளியர் பல்லவர்களின் முன்னோராக இருக்கலாம் என்பது டி.என். சுப்ரமணியத்தின் கருத்து ஒளியர் முதலாம் இராஜராஜன் காலம் வரையில் இருந்தார்கள் என்பதற்குக் கல்வெட்டுச் சான்றையும் அவர் தந்துள்ளார். டி.என். சுப்ரமணியம் அவர்கள் ஒளியர் என்பாரை தனி இனமாகக் கருதியுள்ளார். ஆனால் இலக்கியச் சான்றுகள் அதற்கு மாறாக உள்ளன. வேணாநாடு என்பதற்குப் பதிலாக ஒளி நாடு குறிக்கப் பெறுகின்றது. அதனால் இங்கு ஒளியர் என்பவர்கள் வேளிர் என்றும் கொள்ளலாம்.

வாணிகப் பெருவழிகள்

தொண்டை நாட்டில் வாணிகப் பெருவழிகள் மிகுந்திருந்தன என்பதை உருத்திரங்கண்ணனார் விவரித்துள்ளார். பெருவழிகள் கூடுகின்ற சந்திப்பில் சுங்கம் வாங்கினார்கள். பெருவழியில் செல்லும் வாணிகருடன் வாணிக வீரரும் சென்றனர் என்பதற்குப் பின்வரும் அடிகளே சிறந்த சான்று

மலையவும் கடலவும் மாண்பயம் தரூஉம்
அரும்பொருள் அருத்தும் திருந்து தொடை நோன்றாள்
அடிபுதை அரணம் எய்திப் படம்புக்கு
பொருகணை தொலைச்சிய புண்தீர் மார்பின்
விரவு வரிக்கச்சின் வெண்கை ஒள்வாள்
வரை ஊர் பாம்பின் பூண்டு படை தூங்கச்
சுரிசை நுழைந்த சுற்றுவீங்கு செறிவு உடை
கருவில் ஒச்சிய கண்ணகன் எறுழ்ந்தோல்
கடம்பமர் நெடுவேள் அன்ன மீளி
உடம்பிடித் தடக்கை ஓடா வம்பலர்

(பெரும். 67-76)

இந்த அடிகளில் வணிக வீரர்களின் தோற்றத்தையும் வீரத்தையும் புகழ்ந்துபாடுகிறார்புலவர். மலைப்பொருளையும்கடற்பொருளையும் தந்து பெறுவதற்குரிய பொருளைப் பெற்றுத் தம் சுற்றத்தாரை துய்க்கச் செய்து வாழும் வாணிகர். அவர்களுடன் செல்லும் வீரத் திருந்தியதாய்த் தொடுத்த செயலில் வலிய முயற்சியை யுடையவர் பாதம் மறையும் படி செருப்பு அணிந்த அடியினர். மெய்ப்பை (சட்டை) அணிந்த உடலையுடையவர். ஆறலைப்பவர் (வழிப்பறி செய்வோர்) எய்த அம்பின் வலியைத் தொலைத்த மார்பினர். மார்பில் கச்சின் வெண்மையான கைப்பிடியாய் உடைய ஒளி மிக்க வாளைப் பக்கவாட்டில் தொங்கவிட்டவர். அந்த வாள் மலையில் ஊரும் பாம்பைப் போலத் தொங்கிக் கொண்டிருக்கின்றது. ஆறலைப்பவர் விடும் அம்பின் வலியைத் தொலைத்த தோளை உடையவர். கடம்ப மரத்தில் அமர்ந்திருக்கும் முருகனை மீட்டும் தன்மையையும், வேல் ஏந்திய கையையும் உடையவர். அவர் தொண்டை நாட்டிற்கு வந்த வம்பமாக்கன்.

வம்பர் என்பதற்குக் காரணம் உண்டு. தொண்டை நாடு வடுக நாட்டினை அடுத்துள்ளது. வடுக தேயத்திற்குப் பொருள் தேட தமிழ் வாணிகர்கர்கள் சென்றுள்ளனர். பண்டைய வடுக தேயம் இன்றைய ஆந்திர கருநாடக மாநிலங்களை உள்ளடக்கி நின்றது. இது பண்டை நாளில் சாத வாகனர் ஆட்சியில் நிலை பெற்றிருந்தது. அவர்களின் ஆட்சியின் கீழிருந்த பகுதியில் பருகச்சம் என்ற நகரிலிருந்து காஞ்சிபுரத்திற்கு ஒரு பெருவழி சென்றதாக தொல்லியலாளர் கூறுவர். மேலும் கனேரி மலையில் (மகாராட்டிரம்) தமிழ் வாணிக மரபைச் சேர்ந்தவர்கள் கொடை அளித்துள்ளனர். இவர்கள் சாத வாகனர் தலைநகரரான பிரதிஷ்டானத்தில் (இன்றைய பைத்தான்)

வாழ்ந்தவர்கள் என்று அக்கல்வெட்டு கூறுகின்றது. பருகச்சம் (இன்றைய பரோச்) பட்டனகாமம் என்று வடமொழி நூல்கள் கூறும் இதில் பட்டனம் (பட்டினம்) என்பது தமிழில் கடற்கரைப் நகரத்தைக் குறிக்கும். இந்தச் சான்றுகளால் வடுக தேயத்தில் தமிழர் செய்த வாணிகத்தைப் போலவே வடுக நேயத்தினரும் தமிழக நகரங்களுக்கு வாணிகம் செய்ய வந்திருக்க வேண்டும்.

காஞ்சிபுரம் அகழ்வுச் சான்றுகள்

காஞ்சிபுரத்தில் சென்னைப் பல்கலைக் கழகத் தொல்லியல் துறை அகழாய்ச் செய்தது. அந்த அகழாய்வின் புத்த விகாரத்து எச்சங்களும், சாதவாகனர் வெளியிட்ட காசுகளும், காசு வார்ப்புக் கூடுகளும் கிடைத்துள்ளன. வார்ப்புக் கூடுகள் வாசிட்டி புத்ர புலுமாயி, வாசிட்டி புத்ர சாதகர்ணி ஆகியோர் காலத்தவை. அவை கி.பி. இரண்டாம் நூற்றாண்டைச் சேர்ந்தவை. இந்தக் காசுகளும், கலைப் பொருட்களும் சாத வாகன நாட்டிற்கும், தொண்டை நாட்டிற்குமிடையிலான தொடர்பினை வலியுறுத்துகின்றன. புத்த விகாரத்தின் எச்சங்கள் பௌத்தம் காஞ்சியில் காலூன்றி நின்ற தன்மையைச் சுட்டுகின்றன. பேராசிரியர்கள் கே.வி. இராமன், ப. சண்முகம் ஆகியோர் சாத வாகனக் காசுகள் வட தமிழகத்தில் புழக்கத்திலிருந்தன என்பதைக் காட்டுகின்றது என்று கூறுவர். சாதவாகனர் ஆட்சியிலிருந்த வடுக நேய வாணிகர்கள். காஞ்சிபுரத்திற்கு வந்து வாணிகம் செய்ததையே இது காட்டுகின்றது. புத்த விகாரம் வாணிகர்களால் கட்டப்பட்டிருக்கலாம். உருத்திரங்கண்ணனார் பௌத்த பள்ளிகளைப் பற்றிக் கூறவில்லை.

உலகம் புகழ் பெற்ற காஞ்சி கச்சி நகரத்தைப் புகழ வந்த உருத்திரங் கண்ணனார் உலகம் புகழும் கச்சிமூதூர் என்று கூறுவார்.

மலர்தலை உலகத்துள்ளும் பலர் தொழு
விழவு மேம்பட்ட பழவிறல் மூதூர்

(*பெரும்: 410- 11*)

அகன்ற உலகத்து நகரங்களில் எல்லாச் சமயத்தாரும் தொழ விழாவை எடுக்கும் சிறப்பாலும் வெற்றியுடைமையாலும் மேம்படக் கூறும் புகழ் அமைந்த காஞ்சி என்று இவ்வடிகளுக்குப் பொருள் கூறுவதைக் காணலாம். இந்தக் கருத்தை உள்ளடக்கி ஒரு வட மொழி நூல் நகரேஷு காஞ்சி என்று கூறுகின்றது. இதன் பொருள் "நகரங்களில் சிறந்தது காஞ்சி என்பதாகும்.

நகர அமைப்பு

நகர அமைப்பை சுருக்கமாகக் கூறுகிறார் உருத்திரங் கண்ணனார்.

காழேர் இகழ்பதம் நெய்ம் மிதி கவளம்
கடுஞ்சூல் மந்தி கவரும் காவில்
களிறுகதன் அடக்கிய வெளிறில் கந்தின்
திண்டேர் குழித்தகுண்டு நெடுந்திதருவில்
படை தொலைபு அறியாமைந்துமலி பெரும்புகழ்க்
கடைகால் யாத்த பல்குடி கெழீஇக்
கொடையும் கோளும் வழங்குநர்த் தடுத்த
அடையா வாயில் மிளைசூழ் படப்பை

(பெரும்: 393-400)

மூதூர் (காஞ்சி) குத்துக் கோற்காரர், அவர் திறக்கும் போது சமயத்தைப் பார்த்துக் கீழே வைக்கப்பட்ட பெரிய யானைக்கு நெய் வார்த்து மிதித்த கவள உணவை முதற்கருவையுடைய குரங்கு எடுத்துக் கொண்டு போய் உண்ணும் சோலைகள் நிறைந்திருந்தன. அங்கு ஆண் யானைகள் சினம் தணிவதற்குரிய கட்டுத்தறிகள் நிறைந்திருந்தன. திண்மையான தேர்கள் ஓடுவதால் குழிந்த நீண்ட தெருக்கள் உள்ளன. புகழ் மிக்க போரில் தோற்றதாக மறவர்களின் குடியிருப்புகள் நிறைந்த ஊர். கொள்பவரும் கொடுப்பவரும் நிறைந்த இயங்குபவரைத் தடுக்கும் கடைத் தெருக்கள் நிறைந்த ஊர். பரிசலர்க்கு அடையாத வாயிலை உடைய ஊர். காவற்காடு சூழ்ந்துள்ள ஊர். மேலும், நகரின் உட்பகுதி அமைப்பைப் பற்றிக் கூறுகின்றன பின்வரும் அடிகள்

நீல்நிற உருவின் நெடியோன் கொப்பூழ்
நான்முக ஒருவற் பயந்த பல்லிதழ்த்
தாமரைப் பொகுட்டின் காண் வரத் தோன்றி
சுடுமண் ஓங்கிய நெடு நகர் வரைப்பி

(பெரும்: 403- 05)

நீல நிறமுடைய திருமாலின் திருவுந்தியில் தோன்றிய நான்கு முகங்களையுடைய ஒருவனைப் பெற்ற பல இதழ்களையுடைய தாமரைக் கொட்டை போல் தோன்றிச் செங்கல்லால் செய்யப்பட்டு உயர்ந்த புறப்படை வீட்டைச் சூழ்ந்த மதிலை உடைய ஊர். தமிழ்நாட்டு நகரங்கள் தாமரை மலர் போல அமைக்கப்பட்டிருக்கும். மதுரை மாநகரம் அவ்வாறு அமைக்கப்பட்டிருக்கும். தகடூர் என்ற பெயரே இது போன்ற தொரு அமைப்பால் வந்த பெயர். மையப் பகுதியில் அரண்மனை அல்லது கோயில் அமைந்திருக்கும். எல்லாத் திசைகளிலும் தெருக்கள் நீண்டு செல்லும். அரண்மனையைச் சுற்றி

அமைச்சர் காவிதிமாக்கள், படைத்தளபதிகள் காலம் கணிப்போர், படைகள் அமைந்திருக்கும். அவற்றிற்குப் பின்னால் வேளாளர் தெரு அமைந்திருக்கும். அதற்குப் பின்னடைத் தெருக்கள் இருக்கும்.

கல்வி நகரம்

பல்கலைக் கழகம் என்று சொல்லும் அளவிற்கு கல்லூரிகள் நிறைந்திருந்த ஊர். கி.பி. 4ம் நூற்றாண்டைச் சேர்ந்த பல்லவர் செப்பேடு ஒன்றில் காஞ்சியிலிருந்த கடிகையை வென்றான் என்று கூறும் கடிகை வடமொழிபயிலும் கல்லூரி அங்கு வேதப்பயிற்சி, நாட்டு நிருவகம், தத்துவம் போர்ப் பயிற்சி ஆகியவை அளிக்கப் பெற்றன. கடிகை பல்லவ அரசோடு முரண்பட்டிருக்க வேண்டும். அதனால் பல்லவ மன்னன் கடிகையைக் கைப்பற்றினான். நாவுக் கரசரும் "கல்வியிற் கரையிலாக் காஞ்சி மாநகர்" என்று கூறினார். இந்தக் கல்வி நகரத்திலிருந்த தர்ம பாலர் நாலாந்தா பல்கலைக் கழகத் தில் தலைவராக அமர்த்தப் பெற்றவர்.

வேளாண் வளர்ச்சி

உருத்திரங்கண்ணனார் முல்லை வேளாண்மையையும், மருத வேளாண்மையையும் விரிவாகப் பேசியுள்ளார். முல்லை வேளாண் மையில் வரகு, திணை போன்ற பயிர்கள் விளைவிக்கப் பெற்றன. அங்கு வேளாண் தொழில் நுட்பம் பின் தங்கிய நிலையிலேயே இருந்தது. ஆனால் உழவர் இல்லங்களில் குடிக்கான உணவு நிறைந் திருந்தது.

புல்லார் வியன்புலம் போகி முள்ளுடுத்து
எழுகா டோங்கிய தொழுவுடை வரைப்பில்
பிடிக்கணத் தன்ன குதிருடை முன்றில்
களிற்றுத்தாள் புரையும் திரிமரப் பந்தர்
குறுஞ்சாட்டுருளையொடு கலப்பை சார்த்தி
நெடுஞ்சுவர் பறைந்த புகைசூழ் கொட்டில்
பருவ வானத்துப் பாமழை கடுப்பக்
கருவை வேய்ந்த கவின்குடிச் சீறூர்

(பெரும். 184 - 91)

மரங்களடர்ந்த காவற்காடுகள் சூழ்ந்திருக்க மாட்டுத் தொழுவங்கள் நிறைந்திருந்தன. பெண் யானைக் கூட்டத்தைப் போன்ற குதிர்கள் வீட்டு மூன்றிலில் நிறைந்திருந்தன. கொட்டிலில் புகை படிந்திருந்தன. அந்தக் குடிசைகளில் தங்கினால் வரகரிசி சோறும் அவரைப் பருப்பும் கலந்த உணவைப் பெறுவீர். மேலும் வன்னியத் தழுவர் வேளாண்மை செய்து வளமான வாழ்க்கையைப் பற்றி உருத்திரங்கண்ணனார் விவரிக்கின்றார். முல்லை நிலத்து உழவர் கடுமையாக உழைத்து விளைச்சலைக் கொண்டு வந்து வீடுகளில் சேர்த்து வைப்பர். அதையே ''குடிநிறை வல்சி'' என்று கூறுகிறார். (பெரும். 197). அவர்தம் உழவுத் தொழில் நுட்பத்தையும் விவரித்துள்ளார். அங்கு நீர்ப்பாசன வாய்ப்பு குறைவு. முல்லை வேளாண்மையில் நீர்ப்பாசனம் தேவை இல்லை.

மருத வேளாண்மை

மருத வேளாண்மை முல்லை வேளாண்மையிலிருந்து வேறுபட்டது. நீர் நிறந்த வயல்வெளியில் எருதுகள் சண்டையிட்டன. அந்தச் சண்டையின் போது மண்ணைக் குத்திக் கிளறின. அதனால் வயல் சேறாயிற்று. சேற்றைச் சமப்படுத்தி அந்த வயலில் நாற்றை நட்டனர். நாற்றை நட்ட பின் களை எடுப்பவர் களையோடு நெய்தல் செடியையும் பறித்து எறிவர். நெய்தல் பூவைச் சூடிக் கொள்வர்.

மிதிஉலைக் கொல்லன் முறிகொடிற் றன்ன
கவைத்தாள் அலவன் அளற்றளை சிதையப்
பைஞ்சாய் கொன்ற மண்பகு மருப்பின்
கார்ஏறு பொருத கண்ணகன் செறுவின்
உழாஅ நுண் தொளி நிர்விய வினைஞர்
முடிநாறு அழுத்திய நெடுநீர்ச் செறுவில்
களைஞர் தந்த கணைக்கால் நெய்தல்

(பெரும். 207- 13)

மருத நில வேளாண்மைக்கு நீர்ப்பாசன வாய்ப்பு தேவை மிகுதி. அதனால் தொண்டைமான் குளத்தொட்டு வனம் பெருக்கினான். இந்தச் செய்தியை உருத்திரங் கண்ணனார் விரிவாகக் கூறியுள்ளார்.

புலவு நுனைப் பகழியும் சிலையும் மானச்
செவ்வரிக் கயலொடு பச்சிறாப் பிறழும்
மையிருங் குட்டத்து மகவொடு வழங்கிக்
கோடை நீடினும் குறைபடல் அறியாத்
தோள் தாழ் குளத்த கோடு காத்திருக்கும்
கொடுமுடி வலைஞர் குடி.................

(பெரும். 269-74)

மீனவர் குடில்களைப் பற்றிய வருணனை இயல்பாக அமைந்துள்ளது. குடிலுக்கு முன்புற்ற பந்தலில் முதியவர்களும், இளைஞர்களும் கூடி இருப்பர். கயல் மீனும், இறா மீனும் துள்ளுகின்ற கரிய பெரிய மக்களுடன் உலாவி மீனைப் பிடிக்கக் கோடைக் காலம் நீண்டதாயினும் வற்றாத நீர் நிலை என்பதைக் காட்ட நீரில் இறங்கி மூழ்கித் தண்ணீர் அளவைக் காட்டுவர். கைகள் அமிழ்கின்ற நீரையுடைய குளக்கரையைக் காவல் செய்திருக்கின்ற வலையுடைய காவலர் குடியிருப்பு உள்ளது. அவர்கள் மீனையும் பிடித்துக் கொள்ள வலையையும் வைத்திருப்பர்.

பல்லவர்க்கு முன்பே ஏரி உருவாக்கம்

பொதுவாக பல்லவர்கள் தாம் தொண்டை மண்டலத்தில் ஏரிகளை வெட்டினார்கள் என்ற கருத்து நிலை பெற்றுள்ளது. ஆனால் பல்லவ அரசு உருவாவதற்கு முன்பே ஏரிகள் வெட்டும் பணி தொடங்கி நடைபெற்றுள்ளது. ஏரிகள் வெட்டப் பெற்றதோடு கரையையும், நீரையும் பாதுகாப்பதற்கு காவலர்களையும் நியமித்ததோடு ஏரியில் உற்பத்தியாகும் மீனை காவலர்கள் உரிமையாக்கிக் கொள்ளலாம். இது எழுதப் பெறாத ஒப்பந்தமாக நிலை பெற்றிருந்தது. தமிழ்நாட்டில் சங்க காலம் முதல் நீரியல் தொழில் நுட்பத்திலும் நீர் மேலாண்மையிலும் மேம்பட்டிருந்தார்கள் என்பது சில அறிஞர் கொள்கை. ஒரு வகையில் அது உண்மையே. பாண்டியர்கள் நீரியல் தொழில் நுட்பத்தினை ஈழத்திலிருந்து கற்றுக் கொண்டார்கள். உருத்திரங்கண்ணனார் கரிகாலன் குளந்தொட்டு வளம் பெருக்கினான் என்று கூறுவார். அதே பாட்டில் எண்ணற்றவாவிகளை (ஏரி) உருவாக்கினான் என்றும் கூறுவார். வாவி என்பது ஈழத்துக் கல்வெட்டுகளில் பாவி *(Baavi)* என்று குறிக்கப் பெறும். தென்னிந்தியாவில் நீர்நிலை ஆக்கத்தின் ஊரக ஆட்சியாளர்களே ஈடுபட்டனர். பேரரசர்களும் சிற்றரசர்களும் அப்பணியில் முனைப்பு காட்டவில்லை. இந்தியா முழுவதும் இந்த நிலை தான் நிலைத்திருந்தது. அதனால் அரசு நீர் நிலைகளைத் தங்கள் ஆளுகையில் வைத்திருக்கவில்லை. நீர் நிலை, ஆற்று நீர், குளத்து நீர் ஆகியவற்றினால் ஏற்படும் முரண்பாடுகளை அரசர்கள் தலையீடு இன்றியே தீர்க்கப் பெற்றன. நாட்டுச் சபைகளே அந்த முரண்பாடுகளைத் தீர்த்து வைத்தன. இந்த முடிவிற்கு நிறைய கல்வெட்டு செப்பேட்டுச் சான்றுகள் கிடைத்துள்ளன. தொண்டை மண்டலத்தில் ஏரிகள் குளங்கள் ஆகியவற்றை பல்லவர் வெட்டியதற்குக் காரணம் தொண்டையர்களே. அவர்கள் உருவாக்கிய இந்தத் தொழில் நுட்பத்தை பல்லவர்கள் பின்பற்றியிருக்க வேண்டும்.

வளமார் மருதம்

சங்க காலத்தில் சேயாற்று நீர் வளத்தையும் பாலாற்று நீர் வளத்தையும் தொண்டையர், அருவாளர் ஒவியர் ஆகிய குடியினர் பயன்படுத்

தியிருக்க வேண்டும். மருதம் ஆறும் ஆறு சார்ந்த பகுதியும் ஆகும். மருத வளத்தைப் பாடிய உருத்திரங் கண்ணனார் வேளாண் குடியின் மனை வளம் பெற்றிருந்த தன்மையைச் சிறப்பாகப் பாடியுள்ளார்.

நீங்கா யாணர் வாங்கு கதிர்க் கழனி
கடுப்புடைப் பறவைச் சாதி அன்ன
பைது அற வளைந்த பெருஞ்செந் நெல்லின்
தாம்புடைத் திரள்தாள் துமித்த வினைஞர்
யாப்புன்ற மருதின் ஓங்குசினை நீழல்
பலிபெறு வியன்களம் மலிய ஏற்றிக்
கணம் கொள் சுற்ற மொடு கையுணர்ந்து ஆடும்
துணங்கை அம்பூதம் துகில் உடுத்தவை போல்

(பெரும். *228-35)*

வளம் குறையாத புது வருவாயை உடைய வயல்கள் நிறைந்த ஊர்கள் உள்ளன. அவ்வூர்களில் விளைந்த நெற்கதிர்களை அறுத்து களத்தில் சேர்த்தனர். அங்கு மருத மரப்பொந்துகளில் பாம்பு தங்கியிருக்கும். அங்கு பலியீடும் நடந்தது. இந்தப் பலியீடும் மருத மரப் பொருந்திலிருந்த பாம்புக்கு அளிக்கப் பெற்றதாக இருக்கும். தொண்டைமான் நாக மரபினன். தங்களுடைய குல தெய்வத்திற்கு பலியீடு செய்ததாகவே கருத வேண்டும். தொண்டை மண்டலத்தில் நாக வழிபாடு இன்றும் செல்வாக்கு பெற்றிருப்பதைக் காணலாம். அர்ச்சுணன் தபசு சிற்பத் தொகுப்பில் நாக அரசனும், அரசியும் கங்கையிலிருந்து வெளிப்படுவது போல வடித்திருக்கிறார்கள். அந்தப் பின்னணியில் மருதுறை பாம்பினை அணுக வேண்டும். அந்தக் களத்தில் துணங்கை கூத்து நடந்தது. நெல்லைத் தூற்றி நெற்குவியல்களாகக் குவித்து வைத்தனர். அவை மேரு மலையைப் போல காட்சி அளித்தன.

மனைகளில் நெல் கூடுகள்

வீட்டு முற்றத்தில் கூடுகள் நிறைந்திருந்தன. அவற்றில் புதிதாக விளைந்த நெல் மட்டுமின்றி பழைய நெல்லும் கொட்டி வைக்கப் பெற்றிருந்தன. வீட்டின் பக்கவாட்டில் எருதுகள், பசுக்கள், கன்றுகள் ஆகியவை கட்டப் பெற்றிருந்தன.

பகட்டா ஈன்ற கொடுநடைக் குழவிக்
கவைத் தாம்பு தொடுத்த காழூன்று
ஏணிஎய்தா நீள்நெடு மார்பின்
முகடு துமித்த டுக்கிய பழம்பல் லுணவிற்
குமரிமூத்த கூடுஓங்கு நல்லில்

(பெரும். *243-47)*

பழைய நெல்லைப் பாதுகாத்து வைத்திருக்கும் பழக்கம் இன்றும் இப்பகுதியில் நிலை பெற்றுள்ளது. அதற்கு விலை மதிப்பும் அதிகம்.

பொதுவாக வளமனைகள் என்று கூறுவதற்கு இளஞ்சிறார்கள் சிறு தேர் உருட்டுவதை எடுத்துக் காட்டுவர்.

தச்சச் சிறாஅர் நச்சப் புனைந்த
ஊரா நற்றேர் உருட்டியபுதல்வர்
தளர்நடை வருத்தம் வீட அலர் முலைச்
செவிலியம் பெண்டிர்த் தழீஇ பாலார்த்துச்
அமளித் துஞ்சும் அழகுடை நல்லில்

(பெரும். *248-52)*

தேர் உருட்டும் சிறார் பற்றி பட்டினப்பாலையிலும் உருத்திரங் கண்ணனார் பாடியுள்ளார். அங்கு சிறுவர்கள் தேர் உருட்டும் போது மகளிர் தானியத்தைத் தின்ன வந்த கோழியை விரட்ட எறிந்த கொடுங்குழை அந்தச் சிறுதேரின் சக்கரத்தை உருளாமல் தடுத்து நிற்கும். இங்குக் கொடுங்குழையைக் கூறியதற்குக் காரணம் செல்வவளத்தை எடுத்துக் காட்டவே ஆகும். பெரும்பாணாற்றுப்படையிலும் செல்வ வளத்தை விளக்கவே சிறுவர்கள் தேர் உருட்டுவதைப் பற்றிப் பாடியிருக்க வேண்டும்.

விருந்தோம்பல்

மருத நில மக்கள் தங்கள் மனைகளில் இருக்கும் நெல்லைக் கொண்டு பாணர் சுற்றத்திற்கு கோழிக் கறியுடன் விருந்தளிப்பர். மேலும் மருத நிலத்தில் விளைந்த கரும்பைச் சாறு பிழியும் எந்திரத்தின் ஓசை கேட்கும். பிழிந்த சாற்றை பாணர் சுற்றத்திற்கு அளிப்பார்கள்.

மல்லல் பேரூர் மடியின் மடியா
விளைஞர் தந்த வெண்ணெல் வல்சி
மனைவாழ் அளகின் வாட்டொடும் பெறுகுவீர்
மழைவிளை யாடும் கழைவளர் அடுக்கத்து
அணங்குடை யாளி தாக்கலின் பலவுடன்
கணம்சால் வேழம் கதழ்வுற் றாஅங்கு
எந்திரம் சிலைக்கும் துஞ்சாக் கம்பலை
விசையம் அடூஉம் புகைசூழ் ஆலை தொறும்
கரும்பின் தீஞ்சாறு விரும்பினிர் மிசை மின்

(பெரும். *254-62)*

உருத்திரங் கண்ணனார் இதே செய்தியை பட்டினப் பாலையிலும், எடுத்துக் கூறுகிறார். மருத நிலத்தில் நெல்லும் கரும்பும் தலைசிறந்த பயிர் வகைகள் என்பது குறிப்பிடத்தக்கது.

நெய்தல் வாழ்க்கையில் நகரம்

மருத நிலங்கடந்த பின் நெய்தல் நிலத்திற்குச் செல்கிறார். இங்கு நெய்தலுடன் மருதமும் கலந்து நிற்கின்றது. பெரும்பாணாற்றுப் படை 283-96 அடிகளில் நெய்தல் வளம், மீன் பிடி தொழில் குளத்தில் மலர்ந்த கடவுள் ஒண் பூ, நெய்தல் மக்களின் விருந்தோம்பல் ஆகியவை விரிவாகப் கூறப்படுகிறது.

வேள்வியந்தணர் குடியிருப்பு

நெய்தல் நிலங்கடந்த பின் வேள்வியந்தணர் குடியிருப்பு ஒன்றைப் பார்ப்பீர்கள் என்று புலவர் கூறுகிறார். அந்தணர் இயல்பு.

முட்டாச் சிறப்பின் பட்டினம்

பரிசில் பெற்ற பாணன் எதிரே வரும் பாணனிடம் பல திணை வளத்தைக் கூறிய பின் அந்தணர் குடியிருப்பையும் வேள்விச் சாலையையும் கடந்த பின் நீர்ப் பெயற்று எல்லையை அடைவாய் என்ற கூறுகின்றான். பட்டின அமைப்பைப் பற்றி ஐம்பது வரிகளில் விளக்குகிறார் புலவர். நீர்ப்பெயற்று என்ற பெயரே குறிப்பிடத்தக்க சிறப்புடையது. ஒரு சாரார் நீர்ப் பெயற்று என்பதை நீர்ப்பாயல் என்பதன் திரிபு என்று கொள்கின்றனர். மேலும் “இதனைத் தல சயனம் என்று வைணவர் உரைப்பர். ‘சல சயனம்’ என்பதே தல சயனம் என ஆயிற்று என்பர் ஒரு சாரார். நீர்ப் பாயல் என்பதன் நேர் பொருள் சல சயனம். சலம் - நீர், சயனம் - பாயல் படுக்கை. நிரிடையே திருமால் பள்ளி கொண்டிருக்கும் தலம் என்று பொருள் காண்க. அவர் கூறுவதைக் காண்க. இவ்வாறு பொருள் கொள்ளும் போது நீர்ப்பாயல் என்பது மாமல்லையைக் குறிக்கும் எனலாம். (தொல்லியல் துறையினர் இன்றைய மாமல்லைக்குத் தெற்கில் உள்ள வசவ சமுத்திரமே நீர்ப் பெயற்று என்று கருதுகின்றனர்.) எது எப்படி இருந்த போதிலும் நீர்ப் பெயற்று மாமல்லையைச் சுற்றி அமைந்திருந்த பகுதியாகலாம்.

திருமால் நீர்ப்பாயல் கொள்ளும் காட்சியை மாமல்லை கலைக் கோயில்களில் காட்சிப் படுத்தியுள்ளனர். கடற்கரை தல சயன பெருமாள் கோயில் பற்றி வடமொழிக் காவிய மொன்றில் கூறப்

பெறும் நிகழ்ச்சி ஒன்று எடுத்துக் காட்டத்தக்கது. கடற்கரை தல சயனப் பெருமாள் கோயில் சிற்பத்தைக் கண்ட போலாலயச் சிற்பியின் மகன் சிற்பத்தில் உள்ள குறையை நீக்கிச் சரி செய்தான் என்றும், சரி செய்த பின் நீரில் மலர்ந்திருந்த தாமரைப் பூ ஒன்று திருமாலின் மார்பில் வந்து விழுந்தென்றும் அந்தக் காவியம் கூறுகின்றது. தொண்டை மண்டலத்தில் தல சயனப் பெருமாள் சிறப்புற்றிருந்தமை வரலாற்றுக் காலம் முழுவதும் காணலாம். வேலூர் மாவட்டம் பள்ளி கொண்டா, வாணியம்பாடி போன்ற இடங்களில் தல சயனப் பெருமாள் உருவங்கள் இருந்துள்ளன.

மாட வீதிகளும், மரக்கலங்களும்

உருத்திரங்கண்ணனார் நீர்ப்பெயற்றுப் பட்டினத்தின் துறைமுகம் பற்றியும், மாடவீதிகள் பற்றியும் உரைக்கிறார்.

நீர்ப்பெயற் றெலை போகிப் மாந்கேழ்
வாலுளைப் புரவியொடு வடவளம் தரூஉம்
நாவாய் சூழ்ந்த நனிநீர்ப் படப்பை
மாட மோங்கிய மணல் மலி மறுகின்
பரதர் மலிந்த பல்வேறு தெருவின்
சிலதர் காக்கும் சேணுயர் வரைப்பின்

(பெரும். 319-23)

நீர்ப்பெயற்றுத் துறைமுகத்தில் வெண்மையான தலையாட்டத் தையுடைய குதிரைகளுடன் வடநாட்டு நுகர் பொருள்களைக் கொண்டு வந்த மரக்கலங்கள் உள்ள கடல் பக்கம் மாடங்கள் உயர்ந்து நின்ற மணல் நிறைந்த தெருக்கள் (கடை வீதிகள்), வாணிகர்கள் வாழும் பல தெருக்கள், தொழில் செய்வோரால் காக்கப்படும் பண்ட சாலைகள் நிறைந்த தெருக்கள் ஆகிய தெருக்கள் நிறைந்திருந்தன. மேலும் நெல்லுக்காக உழுகின்ற எருதையும் அவற்றுடன் சேராமலிருக்கும் பசுக்களையும் சோறுடைய இல்லங்களையும் கொண்டுள்ள தெருக்கள் அப்பட்டினத்தில் உள்ளன.

வளமார் மனைகள்

நீர்ப்பெயற்றுப் பட்டினத்து வளம் மிக்க வீடுகள் பற்றி புலவர் பாடுகிறார். மகளிர் கொன்றைக் கொம்பில் பணி மாசு தவழ்வதைப் போல் பசிய மணிகள் கோத்த வடங்கள் அசையும் இடையில்

அணிந்த ஆடை அசைய மலைப் பக்கத்தில் ஆரவாரத்தோடு ஆடும் மயிலைப் போல் காற்சிலம்பு ஒசையுடன் உயர்ந்தோங்கிய மாடத்தில் பந்தாடினர். பிறகு இளைப்பாறுவர். பிறகு பொன்னாலான கழற்சிக் காயைக் கொண்டு கழங்காடுவர். ஓங்கிய மாடங்களைப் பற்றியும், பெண்கள் பொன்னாலான கழற்சியை கழங்காடுதலில் பயன்படுத்தியமை பற்றியும் பாடியதன் மூலம் செல்வர் மனைகளில் செல்வம் செழித்திருந்தலை எடுத்துக் காட்டியுள்ளார்.

கொடி அசையும் ஆவணம்

ஆவணத்தில் (கடைத்தெரு) கடையில் உள்ள பொருள்களைச் சுட்டும் கொடிகள் அசைந்து கொண்டிருக்கும். அவர் கொடி அசையும் கடையில் கள் குடிப்பவர்கள் மிகுந்திருந்தனர். கள் தயாரிக்கும் பெண்கள் கள்ளை வடித்த நீரைத் தெருவில் பாய விட்டனர். ஆண் பன்றிகளை பெண் பன்றிகளுடன் சேராமல் கொழுவியதாக வளர்த்து வைத்துள்ளனர். அவற்றை கள் உண்பவர்களுக்கு சமைத்து வைப்பர். சமைத்து வைத்த பன்றி ஊனையும், கள்ளையும் உங்களுக்கு அளிப்பர் என்று அரசனிடம் செல்லும் பாணனுக்கு அரசனிடமிருந்து வரும் பாணன் கூறுகிறான்.

கலங்கரை விளக்கம்

கலங்கரை விளக்கம் வானத்தைத் தொடும் உயரத்தைக் கொண்டது. வானம் கீழ் விழாத படி முட்டி நிற்கும் கால் போன்றது ஏணி வைத்தும் ஏற இயலாத உச்சியைக் கொண்டது. மாடத்தின் உச்சியில் இரவில் ஏற்றிய விளக்கு திக்கு மாறிக் கடல் பரப்பில் ஓடுகின்ற மரக்கலங்களை அழைக்கின்ற நீர்ப்பாயல் துறைமுகம் அமைந்துள்ளது.

தோட்டக்குடி மனைகள்

நீர்ப்பெயற்றுத் துறைமுகத்தைக் கடந்த பின் தென்னங்கீற்றால் வேய்ந்த யானை போன்ற குடில்களின் மணம் வீசும் முற்றம் உள்ளது. மணம் கமழும் பூந்தோட்டங்கள் உள்ளன. அங்கு வாழும் உழவர்கள் பலாவும் தெங்கும் பனை நுங்கும், முதிர்முனைக் கிழங்கும் வழங்கி விருந்தோம்புவர்.

வெஃகாவிற்குச் செல்லும் வழி

தோப்புக்குடிகளின் விருந்தோம்பலைச் சுவைத்த பின் வெஃகா விற்குச் செல்லும் வழியில் நகரங்களிலுள்ள மாடங்களில் இளநீரை

யும், சுவையான உணவினையும் பெற்று மகிழ்வீர் என்று பாணன் கூறுகிறான் (பரிசு பெற்று வந்த பாணன்.)

அரண்மனை

தொன்டைமானின் அருளையும், நட்பையும் பெறுதற்கு அரண்மனை முற்றத்தில் திறையுடன் காத்துக் கிடக்கும் மன்னர் பலர். துதிக்கை யானைக் கொம்புக்குப் பூண் செய்யும் கொல்லன் களத்தில் கேட்கும் ஓசைக்கு அரண்மனைப் புறாக்கள் அஞ்சி ஓடும். முறை வேண்டி வந்தவர்க்கும் குறை வேண்டி வந்தவர்க்கும் வேண்டியது செய்யும் ஆற்றலுடையவன். கொடை மடம் படாதவன், கொடுமையில்லாத அமைச்சர் சுற்றத்துடன் வீற்றிருந்தான். பகைவர் சந்து செய்ய விரும்பினாலும் அவர் காவல் மதிலை அழித்து அவர்தம் செல்வத்தினைக் கொள்ளை அடித்தவன். கொள்ளைப் பொருளை உணவாகக் கொள்ளும் தொண்டையர் தலைவன் (பெரும். 435-44)

கொள்ளையும் கொடையும்

பாணன் 'தண்டா சிகை நின்ற பெரும் பெயர் வாழ்த்தி நிற்கும் போது அவனுடைய வறுமையைப் போக்கப் பரிசில் அளிப்பான். கந்தலாடையை நீக்கிப் பாலாவியன்ன ஆடையை அளிப்பான். சமையல் தொழிலில் சிறந்தவன் சமைத்த ஊன் உணவினை சிறந்த அரிசிச் சோறுடன் தருவான். அவனே உடன் நின்று உணவளிப்பான். பாணனுக்குப் பொற்றாமரையை அளிப்பான் விறலிக்குப் பொன் மாலையை அளிப்பான்.

நூலோர் புகழ்ந்த மாட்சிய மால்கடல்
வளைகண் டன்ன வால்டனைப் புரவி
துணை புணர் தொழில் நால்குடன் பூட்டி
அரித்தேர் நல்கியும் அமையான் செருத் தொலைத்து
ஒன்னாத் தெவ்வர் உலையிடத்து ஒழிந்த
விசும்பு செல் இவுளியொடு பசும்படை தரீஇ
அன்றே விடுக்கு அவன் பரிசில் (பெரும். 487 - 93)

அவன் செல்வத்தை மட்டுமின்ற போரில் கொள்ளையடித்ததையும் வரையாது வழங்கும் வள்ளல் தன்மையுடையவன் தொண்டைமான்.

நானிலத் தலைவன்

அவனுடைய நாட்டில் மருதம், நெய்தல் திணைகளைப் பற்றி ஏற்கெனவே விவாதித்துள்ளோம். குறிஞ்சி முல்லைத் திணைகள் பற்றி

பார்ப்போம். குறிஞ்சித் திணையில் நிலை பெற்ற கானவர் வாழ்க்கை, எயினர் வாழ்க்கை மறவர் வாழ்க்கை ஆகியவர் வாழ்க்கை பேசப் பெறுகின்றன. ஒவ்வொரு குடியினரும் ஒரு படி நிலையில் உள்ளனர்.

எயினர் குடில் ஈஞ்சைப் புல்லால் வேயப் பட்டிருக்கும். எயிற்றிய பெண்கள் மான் தோலின் மீது படுப்பர். புல்லரிசியைக் கொண்டு வந்து விளாமரத்தின் கீழுள்ள மண் உரலில் குற்றி கிணற்று நீரைப் பானையில் ஊற்றி உணவு சமைப்பர். சமைத்த சோற்றினை தெய்வங்களுக்குப் படைக்கும் தேக்கிலையில் கருவாட்டுடன் வைப்பர் (பெரும். 83-105)

கானவர் இரவு நேரங்களில் பன்றி வேட்டைக்குச் செல்வர். வேட்டையில் பன்றி கிடைக்கவில்லையானால் நாயுடன் முயல் வேட்டைக்குச் சென்று முயலைப் பிடித்துப் பகிர்ந்துண்பர். (மேலது, 106-111)

ஊகம் புல்லால் வேயப்பட்ட உயர்ந்த மதில், அம்புக் கட்டுகளும், துடியும் தொங்கும் பந்தர் ஆகியவை முன்னே காட்சி அளிக்கும். புலால் நாறும் வேலைச்சார்த்தி வைப்பர். காவலுக்கு நாய் நிற்கும். இத்தகைய காவல் பொருந்திய வீடு உள்ளது. முள்வேலி, காவற்காடு ஆகியவை சூழ்ந்து நிற்கும். மேலும் உயர்ந்த வாயிலையுடையது எயினர் அரண். மேட்டு நிலத்தில் விளைந்த நெல்லின் அரிசிச் சோற்றையும் உடும்புக் கறியையும் பாணர் பசியாற உண்பர். (மேலது 122-33)

குறிஞ்சி நில மறவர் மகளிர் யானை வந்தாலும், தன் மீது பாம்பு ஊர்ந்து சென்றாலும் அஞ்சாதவர். மறவர் கொள்ளையடித்துண்பதையே தொழிலாகக் கொண்டவர். (மேலது 134-38) ஆகோன்ழவர்

மறவர்களின் தலைவன் தன் மறவர்களுடன் பகை மன்னர்களின் காவலமைந்த இடங்களுக்குச் சென்று ஆநிரைகளைக் கவர்ந்து வருவான். அந்த பசுக்களைக் கள் விலையாகக் கொடுத்துக் கள்ளைப் பெறுவர் பின்னர் வீட்டில் சமைத்த கள்ளை உண்டு மகிழ்ச்சியுடன் ஆடுவர்.

கேளா மன்னர் கடிபுலம் புக்கு
நாளா தந்து நறவு நொடை தொலைச்சி
இல்லடு கள்ளின் தோப்பிப் பருகி
மல்லன் மன்றத்து மதவிடை கெண்டி
மழவாய்த் தன்னுமை நடுவன் சிலைப்ப
சிலை நவில் ஏறுழ்த்தோள் ஓச்சி வளன் வளையூலை
பல்மகிழ் தூங்கும் தூங்கா இருக்கை

(மேலது 139- 47)

மறவர் குறிஞ்சி நிலத்தில் வாழ்ந்த இளம் வீரர்கள். மழவர் என்ற சொல்லே மறவர் என்றாகியிருக்க வேண்டும் என்று ஒரு சாரார் கருதுவர். அது உண்மையாயின் மறவர்களும் இளம் வீரர்களே.

கூறாக்கக் குடிகள்

சங்க இலக்கியத்தில் பயின்று சில செய்திகள் வேந்தர் எழுச்சிக்குப் பின்னும் தமிழகத்தில் பூசல் குடிகள் *(Segmentamy Lineages)* நிறைந்திருந்த தன்மை புலப்படும். கேளா மன்னர் கடிபுலம் என்ற வாசகம் குறிப்பிடத்தக்கது. குறிஞ்சி நிலத்தில் வாழும் மறவர்கள் குடித்தலைவன் கீழ் இயங்கி வந்தனர். ஒவ்வொரு குடிக்கும் ஒரு தலைவன் (மன்னன்) இருந்தான். இங்குக் கூறப்பெறும் மன்னர்கள் நிறைந்த பகுதி குறிஞ்சி நிலம். இங்குக் குறிக்கப் பெறும் 'கேளா மன்னர்" முல்லை நிலத்துக் குடித்தலைவர்களாகவும் இருந்திருக்கலாம். (இந்தச் செய்தி விரிவாக தனியாக ஆய்வு செய்யப் பெற வேண்டும்). கால்நடை வளர்ப்பு சமூகத்தில் தவிர்க்க முடியாமல் கூறாக்கக் குடிகளே மிகுந்திருப்பர். இந்தக் குடிகள் தலைமையற்ற குடிகள் என்றும் கூறுவர். ஆப்பிரிக்க வசாய் பழங்குடிகளிடம் கூறாக்கக் குடிகள் நிறைந்திருப்பதையும், அக்குடிகள் தலைமையற்ற குடிகளாகவும் இன்று வரை வாழ்ந்து வருவதையும் காணலாம். நிரைகோடலின் போதும், நிரை மீட்டலின் போதும் பூசல் தலைவர் களைத் தேர்ந்தெடுத்துக் கொள்வர். ஆப்கானித்தானத்து பலுசி பழங்குடிகளிடையிலும் இந்தப் போக்கே நிறைந்திருக்கின்றது. எந்த நேரமும் பூசலும், மாடுபிடி சண்டையும் நிறைந்திருந்தமையால் குடிகள் ஒன்றுடன் ஒன்று மோதிக் கொண்டே இருந்தன. இந்தக் குடிகள் வேளாண்மையில் ஈடுபட்டதாகத் தெரியவில்லை.

வேள் நன்னன் சேய் நன்னன்

தொண்டை நாட்டில் வாழ்ந்த மூன்று வள்ளல்களைப் பற்றி மூன்று பாட்டுகள் பத்துப்பாட்டில் தொகுக்கப் பெற்றுள்ளன. அவற்றுள் ஒன்று தொண்டைமான் இளந்திரையனைப் பற்றியது. மற்றொன்று நல்லியக்கோடனைப் பற்றியது. மூன்றாவது நன்னன் சேய் நன்னனைப் பற்றியது. இப்பாட்டில் (மலைபடுகடாம்) நன்னனின் மலை நாட்டையும் சமவெளி நாட்டையும் அவன் தலைநகரம் செங்கண்மாவையும் பற்றி விரிவாகப் பேசுவதைக் காணலாம். அவர் கூறும் ஒவ்வொரு செய்தியும் இன்றும் நிலைத்திருப்பதைக் காணலாம். மலைபடுகடாத்தில் கானவர் வாழ்க்கை, குறவர் வாழ்க்கை, கோவலர் வாழ்க்கை, மருதநில வாழ்க்கை, செங்கண்மாத்து நகர வாழ்க்கை ஆகியவை பற்றி விரிவாகப் பேசப் பெறுகின்றது. பெருங்கௌசிகனார் பாண்டிய நாட்டுப் பெருங்குன்றூர் என்ற ஊரைச் சேர்ந்தவர். ஆனால்

பாண்டிய வேந்தர்களைப் பற்றி அவர் பாடவில்லை எத்தனையோ கல் தொலைவில் வாழ்ந்த நன்னனைப் பற்றிப் பாடியுள்ளது யாரையும் வியப்பில் ஆழ்த்தும். ஒருக்கால் பாண்டிய நாடு களப்பிரர் ஆட்சியில் வந்திருக்கலாம். சிறுபாணாற்றுப்படையில் மதுரையும் வறிதே என்று கூறுவதிலிருந்தே மதுரைக்கு ஏற்பட்ட வீழ்ச்சி புலப்படுகின்றது. இந்தப் பாட்டும் சங்ககாலத்திறுதியில் பாடப் பெற்றிருக்கவேண்டும்.

கௌசிகனார் கூத்தன் மற்ற கூத்தர்களுக்கு ஆற்றுப் படுத்தும் கடமையைத் தெளிவாக செய்யும் நிலையைப் படம் பிடித்துக் காட்டுகிறார். முதல் 55 அடிகளில் (1/55) இசைக் கலைஞர்களைப் பற்றியும் இசைக் கருவிகளைப் பற்றியும் விரிவாகப் பாடுகிறார். அதன் பின் தான் என்ன சொல்லப் போகிறார் என்பதை சுருக்கமாகச் கூறுகிறார் புலவர்.

ஆற்றின் அளவும் அசையுநற் புலமும்
வீற்றுவளஞ் சுரக்கு அவனாடுபடு வல்சியும்
மலையும் சோலையும் மாபுகல் கானமும்
தொலையா நல்லிசை யுலகமொடு நிற்பப்
பலர்புறங் கண்டவர் அருங்கலந்தரீ இப்
புலவர்க்குச் சுரக்கும் அவனீகை மாரியு
மிகழுநர்ப் பிணிக்கு மாற்றலும் புழுநர்க்கு
அரசுமுழுது கொடுப்பினும் அமரா நோக்கமொடு
தூத்துளி பொழிந்த பொய்யா வானின்
வீயாது சுரக்குமவ னாண்மகி ழிருக்கையும்
நல்லோர் குழீஇய நாநவில் அவையத்து
வல்லா ராயினும் புறமறைத்துச் சென்றோரைச்
சொல்லிக் காட்டிச் சோர்வின்றி விளக்கி
நல்லிதின் இயக்குமவன் சுற்றத் தொழுக்கமு
நீரகம் பனிக்கு அஞ்சுவரு சுடுந்திறல்
பேரிசை நவிர மேஎ யுறையும்
காரிஉண்டிக் கடவுள தியற்கையும்
பாயிருணீ க்கப் பகல்செய்யா வெழூதரு
ஞாயி றன்னவன் வசையில் சிறப்பும்
இகந்தன வாயினுந் தெவ்வர் தேஎம்
நுகம்படக் கடந்து நூழி லாட்டிப்

புரைத்தோல் வரைபின் வேனிழற் புலவோர்க்குக்
கொடைக்கடனி றுத்த வவன் தொல்லோர் வரவும்
இரைதேர்ந் திவருந் கொடுந்தாள் முதலையொடு
திரைப்படக் குழிந்த கல்லகழ் கிடங்கின்
வரைபுரை நிவப்பின் வான்றோய் இஞ்சி
யுரைசெல வெறுத்தவன் மூதூர் மாலையும்
கேளினி . . . . (மலை 67-94).

''நன்னன் நாட்டின் உணவு வளமும், மலை சோலை, நிரை நிறைந்த கானம் ஆகியவையும், பலரை வெற்றி கண்டு கவர்ந்த புகழும், புலவர்க்குச் சுரக்கும் அவன் ஈகை வளமும் இகழ்ந்தோரைக் கட்டும் ஆற்றலும், புகழ்பவர்களுக்கு அரசையே அளிக்கும் வானின் வந்து கொண்டு நிறைந்து நிற்கும் வான் மகிழிருக்கையும், நாள் மகிழிருக் கையில் அமர்ந்திருக்கும் உடன் கூட்டத்தினர் எடுத்துச் சொல்ல முடியாதவர்களைச் சொல்லிக் காட்டி வழிநடத்தும் ஆற்றலும், நவிரத்தின் மேல்நிலைத்திருக்கும் காரியுண்டிக் கடவுளின் இயல்பும், ஞாயிறு போன்ற அவர் புகழும், புலவர்க்குக் கொடைக் கடன் தீர்க்கும் அவர் முன்னோர் இயல்பும், முதலை தங்கும் அகழியும், கொடி பறக்கும் வானம் தொடும் மதிலும், அவன் மூதூரின் மாலைக் காலமும் பற்றி இனிக் கூறுவேன்.'' என்று பொருள்.

குறிஞ்சிவளம்

கூறப்போவதைச் சுருக்கமாகக் கூறிய பின் முதலில் மலை நாட்டு வளத்தை விவரிக்கிறார். குறிஞ்சி நிலத்தில் இயற்கையாகவும் செயற் கையாகவும் விளைந்த காடுபடு பொருட்களைப் பற்றி விரிவாகப் பேசுகிறார் கௌசிகனார். இயற்கையோடியைந்த வாழ்க்கையைப் பற்றிய ஞானம் மிகுந்திருப்பதை குறிஞ்சி வருணனை பற்றிய அடிகளில் பார்க்க முடியும்.

மிகுவளம் பழுநிய யாணர் வைப்பிற்
புதுவது வந்தன் றிதுவதன் பண்பே
வானமின்னு வசிவு பொழிய வானா
திட்ட வெல்லாம் பெட்டாங்கு விளையப்
பெயலொடு வைகிய வியன்கணி ரும்புனத்து
அகலிரு விசும்பி னாஅல் போல
வாலிதின் விரிந்த புன்கொடி முசுண்டை

நீலத்தன்ன விதைப்புன மருங்கின்
மகுளி பாயாது மலிதுளி தழாலி
னகளத் தன்ன நிறைகனைப் புறவிற்
கௌவை போகிய கருங்காய் பிடியேழ்
நெய்கொள வொழுகின பல்கவ ரீரெண்
பொய்பொரு கயமுனி முயங்குகை கடுப்பக்
கொய்பத முற்றன குலவுக்குர லேனல்
விளைதயிர்ப் பிதிர்வின் வீவுக் கிருவிதொறும்
குளிர்புரை கொடுங்காய் கொண்டன வவரை
மேதி யன்ன கல்பிறங்கி யலின்
வாதிகை யன்ன கவைக்கதிரி றைஞ்சி
இரும்புகவர் வுற்றன பெரும்புன வரகே
பால்வார்பு கெழீஇப் பல்கவல் வளிபோழ்பு
வாலிதின் விளைந்தன வைவன வெண்ணெல்
வேலீண்டு தொழுதி இரிவுற் றென்னக்
காலுறு துவைப்பிற் கவிழ்க்கனைத் திறைஞ்சிக்
குறையறை வாரா நிவப்பி னறையுற்
றாலைக் கலமருந் தீங்கழைக் கரும்பே
புயற்புனிறு போகிய பூமலி புறவி
அவற்பதங் கொண்டன வம்பொதித் தோரை
தொய்யாது வித்திய துளர்படு துடவை
வையவியமன்ற வெண்காற் செறுவின்
மையென விரிந்தன நீணறு நெய்தல்
செய்யாப் பாவை வளர்ந்துகவின் முற்றிக்
காயங் கொண்டன இஞ்சிமா விருந்து
வயவுப்பிடி முழந்தாள் கடுப்பக் குழிதொறும்
விழுமிதின் வீழ்ந்தன கொழுங்கொடிக் கவலை
காழ்மண் டெஃகம் களிற்றுமுகம் பாய்ந்தென
ஊழ்மல ரொழிமுகை யுயர்முகந்தோயத்
துறுகல் சுற்றிய சோலை வாழை
யிறுகுகுலை முறுகப் பழுத்த பயம்புக்கு
கூழுற்றலமரும் முந்தூழ கலறைக்

கால மன்றியும் மரம்பயன் கொடுத்தலிற்
காலின் உதிர்ந்தன கருங்கனி நாவல்
மாறுசொள வொழுகின ஊறுநீ ருயவை
நூறொடு குழீஇயின கூவை சேறுசிறந்
துண்ணுநர்த் தடுத்தன தேமாப் புண்ணரிந்
தரலை யுக்கன நெடுந்தாள் ஆசினி
விரலூன்று படுகண் ஆகுளி கடுப்பக்
குடிஞை இரட்டு நெடுமலை அடுக்கத்துக் (மலை : 102 - 41)

புனத்தில் முசுண்டை மலர்ந்தன எள்ளிளங்காய் முதிர்ந்து நின்றன. தினைக் கதிர் முற்றி நின்றன. அவரை காய்த்து நின்றன. வரகுக் கதிர்கள் அரிவாளால் அறுக்கும் பதம் பெற்றிருந்தன. ஐவன நெல், கரும்பு, மூங்கில்நெல், நெய்தல் உழாதே விளைந்த வெண்சிறுகடுகு, (இந்தக் கடுகுகளைக்கொட்டால் கொத்தி தோட்டத்தில் பயிரிடப் பெற்றது). இஞ்சி விளைந்தது. வள்ளிக் கிழங்கு விளைந்தது. மலை வாழைக் குலை பாறை மீது முட்டி நின்றது. காலமல்லாக் காலத்தில் நாவல் பழுத்து நின்றது. கோடியர் வைத்திருந்த மத்தளங்களைப்போல பலாப் பழங்கள் பழுத்து நின்றன.

இவ்வாறு புனத்திலும், சோலையிலும் மனித முயற்சியாலும், இயற்கை வளத்தாலும் மனிதர்களுக்கு உணவளித்து நின்றன. புனம் என்ற சொல் புன்மை என்ற சொல்லிருந்து வந்ததென்பர். புன் என்பதற்கு கீழானது, வறுமை தீமை என்றெல்லாம் பொருள் சொல்லப் பெறுகின்றது. அவ்வறாயின் புனம் பொருளாதார நிலையில் வளமற்றது, பெருமை இல்லாது, மானாவாரிப் பயிர் மட்டும் விளைவது. மலைவாழ் மக்களின் உயிரோடிணைந்தது. புனம் என்பதில் ஐயமில்லை. ஆனால் மருத வேளாண்மையில் விளைந்த நெல் பெருமைக் குரியதாகக் கருதப் பெற்றது. அதனால் நெல் விளைந்த நிலத்தை நஞ்செய் என்று பெயரிட்டனர் போலும்.

குறிஞ்சியில் நெய்தல்

மலைபடு கடாத்தில் குறிஞ்சியில் பூத்து நிற்கும் நெய்தல் பற்றிய குறிப்பு பயின்றுகின்றது.

ஐயவியமன்ற வெண்காற் செறுவின்
மையென விரிந்தன நீணறு நெய்தல்

(மலை 723- 24)

புலவர் திணைமயக்கத்தைக் கூற நெய்தல் பூவைப் பற்றிப் பாடுகிறாறோ? பொருநராற்றுப்படையில் திணைமயக்கம் விரிவாகக் கூறப் பெறுகின்றது

தேனெய்யொடு கிழங்குமாறியோர்
மீனெய்யொடு நறவுமறுகவுந்
தீங்கரும்போ டவல்வகுத் தோர்
மான்குறையொடு மதுமறுகவுங்
குறிஞ்சிபரதவர் பாடநெய்த
னறும் பூங்கண்ணி குறவர் சூடக்
கானவர் மருதம் பாட வகவர்
நீனிற முல்லைப் பறிணை நுவல
கானக் கோழி கதிர்குத்த
மனைக் கோழி தினைக்கவர
வரைமந்தி கழிமூழ்கக்
கழிநாரை வரையிறுப்பத்
தண்வையினா னாடுகுழீஇ *(பொருநர் : 214 - 216)*

இந்த அடிகளில் முடத்தாமக் கண்ணியார் திணைமயக்கத்தை விரிவாகக் கூறியுள்ளார். திணை மயக்கம் என்பது ஒவ்வொரு திணையும் தனித்தனி உலகமாகக் கருதப் பெற்ற நிலை மாறி ஒரு திணைக்குரிய கருப்பொருட்கள் பிற திணைகளுக்குக் கொண்டு செல்வதைக் காண்கிறோம். நான்கு திணைகளும் வேந்தன் ஆட்சிக்குட்பட்டிருந்த நிலையை வலியுறுத்தவே ஆகும். பொருநாற்றுப்படை கரிகால் வேந்தனைப் பற்றியதாகையால் திணைமயக்கம் கூறப்பெற்றிருக்கலாம். ஆனால் நன்னன் சேய் நன்னன் மூன்று திணைகள் கலந்துநின்ற நாட்டை ஆண்டான். உண்மையில் அவன் ஆட்சியில் முல்லையும் குறிஞ்சியும் மட்டுமே நிலை பெற்றிருந்தது. வேந்தர் எழுச்சி பெற்று ஒடுங்குதலை அடைந்த நிலையில் வேந்தராட்சியின் இயல்பு வேளிர்க்கும் பொருந்தும் வாய்பாடாக மாறியிருக்க வேண்டும். புறநானூற்றில் மூன்று பாட்டுகள் (49,372,392) வேந்தராட்சியில் நான்கு திணைகள் நிலை பெற்றிருந்த தன்மை பேசப் பெறுகின்றது.

தொடர்ந்து பெருங் கௌசிகனார் கானவர் குடியிருப்புகளைப் பற்றிப் பேசுகிறார்.

வெறிக்களம் கடுக்கும் வியலறை தோறும்
மணயில் கமழு மாமலைச் சாரல்
தேனினர் கிழங்கினரூ னார் வட்டியர்
சிறுகட் பன்றிப் பழுதுளிப் போக்கிப்
பொருதுதொலை யானைக் கோடுசீ ராகத்
தூவொடு மலிந்த காய கானவர்
செழும்பல் யாணர்சிறுகுடிப் . . . . (மலை 150- 56)

கானவர்கள் யானைத் தந்தங்களை இணைத்துக் கட்டிய காவு (காவடி)க் கொம்பில் வட்டிகளைத் தொங்கவிட்டுக் கொண்டு வருவர். இந்தக் காவடியில் தேன், கிழங்கு, ஊண்(மாமிசம்), ஆகியவற்றைப் போட்டு எடுத்து வருவர். [இந்தக் காட்சி கி.மு. 2ம் நூற்றாண்டைச் சேர்ந்த சாதவாகனர் ஓவியத்தில் வரையப் பெற்றுள்ளது. அந்த ஓவியம் ஓர் அரசத் திருமணம் பற்றியது. அதில் இரண்டு கானவர்கள் யானைத் தந்தத்தாலான காவடிக் கொம்பில் வட்டிகளைத் தொங்க விட்டுள்ளனர்]. இது மலைபடுகடாத்துக் கானவர் பற்றிய வருணனையோடு ஒத்துள்ளது.

மலைமக்கள் விருந்தோம்பலில் சிறந்திருந்த தன்மையை இருபது வரிகளில் விவரிக்கின்றார். அந்த மக்களின் விருந்தோம்பல் மானவிறல்வேள் நன்னனிடம் சென்று பரிசு வாங்க வேண்டும் என்ற எண்ணத்தையே மறக்கச் செய்து விடும் என்று கூறுகிறார்.

அகமலி உவகை ஆர்வமொ டளைஇ
மகமுறை தடுப்ப மனைதொறும் பெறுகுவீர்
செருச் செய் முன்பிற் குருசில் முன்னிய
பரிசில் மறப்ப நீடலும் உரியீர்
அனைய தன்றவன் மலைமிசை நாடே (மலை 184- 89)

மேலும் உணவைத் தரும் திணைப்புனங்களைக் காத்து நிற்கும் குறவர்கள் தங்கள் புனங்களை அழிக்கவரும் யானைகளை விரட்ட கவண்கற்களை வீசுகின்றனர்.

புலந்துபுனிறு போகிய புனஞ்சூழ் குறவ
ருயர்நிலை இதணம் ஏறிக் கைபுடையூஉ
வகன்மலை யிறும்பில் துவன்றிய யானைப்

பகனிலை தவிர்க்கும் கவணுமிழ் கடுங்கல்
இருவெதிரீ ர்ங்கழை தத்திக் கல்லெனக்
கருவிர லூகம் பார்ப்போ டிரிய (மலை 203- 208)

சங்ககாலந் தொட்டே இன்று வரை யானைகள் பயிர்களை அழிக்கும் போக்கு தொடர்ந்து வருகின்றது. இந்த வகையில் சங்க காலத்திற்கும், தற்காலத்திற்குமிடையில் பெரிய வேறுபாடு உண்டு. சங்ககாலத்து மனிதர்கள் யானைகளின் போக்குவரத்தில் ஒரு நாளும் தடையாக இருந்ததில்லை. ஆனால் தற்காலத்தில் யானைகளின் வழித்தடத்தில் பயிர் செய்வது, பள்ளிக்கூடம் கட்டுவது, வீடுகளைக் கட்டுவது போன்ற கெடுதல்களைச் செய்தால் யானை என்ன செய்யும். திணைப்புனம் குறவர்களுக்கு உண்டி கொடுத்து உயிர்வளர்க்கும் நிலம். அதனால் அதனைப் பாதுகாப்பதில் முனைந்து நின்றனர்.

தொடர்ந்து மலையிலுள்ள பக்கங்களைப் பற்றியும், அங்கு வாழ்ந்த மக்களின் வளமான வாழ்க்கையையும், மக்களின் கொடைத் திறத்தையும் விளக்கியுள்ளார் புலவர். மலைபடுகடாத்தில் 153 – 187 வரிகள் கானவர், குறவர் விருந்தோம்பல் பற்றி விரிவாகக் கூறப்படுகின்றது. இந்த அடிகளில் அம்மக்களின் உணவுமுறை, விருந்தோம்பும் தன்மை ஆகியவை விவரிக்கப் பெறுகின்றன.

சிலம்படைந் திருந்த பாக்க மெய்தி
நோனாச் செருவின் வலம்படு நோன்றாள்
மான விறல்வேள் வயிரிய மெனினே
நும்மில் போல நில்லாது புக்குக்
கிழவிர் போலக் கேளாது கெழீஇச்
சேட்புலம் பகல இனிய கூறிப்
பரூஉக்குறை பொழிந்த நெய்க்கண் வேவையொடு
குரூஉக்க ணிறடிப் பொம்மல் பெறுகுவிர் (மலை 164-169)

அடுத்த வரியில் "ஏறித் தரூஉம் இலங்குமலைத் தாரமொட" என்று கூறுகிறார். பதிற்றுப்பத்தில் மலைத்தாரமும் கடல்தாரமும் சேரனுக்கு வருவாயாக வந்தன என்று கூறப் பெறுகின்றது. இவ்வரிக்கு நச்சினார்க்கினியர் பொருள் கூறும்போது "மலையிலே ஏறிக்கொண்டு வரும் விளங்குகின்ற மலையிற் பண்டங்கள்" என்று பொருள் கூறுவார். மேலும் "அவை சந்தனம், அகில், பொன்மணி முதலியன" என்றும் கூறுவார். அகநானூற்றுப் பாடல் ஒன்றில் (282) மலையில் பொன் அகழச் சென்ற வேட்டுவன் ஒருவன் மணிகள், யானைத் தந்தத்திலிருந்து உதிர்ந்த முத்து ஆகியவற்றுடன் பொன்னையும்

பண்டமாகப் பெற்றான் என்று கூறப்பெறுகின்றது. அப்பாடல் பின் வருமாறு:

பெரு மலைச் சிலம்பின் வேட்டம் போகிய
செறிமடை அம்பின், வல்வில், கானவன்
பொருது தொலை யானை வெண்கோடு கொண்டு,
நீர்திகழ் சிலம்பின் நன் பொன் அகழ்வோன்,
கண் பொருது இமைக்கும் திண் மணி கிளர்ப்ப,
வைந் நுதி வான் மருப்பு ஒடிய உக்க
தெண்ணீர் ஆலி கடுக்கும் முத்தமொடு,
மூவேறு தாரமும் (அகம் 282 : 1- 8)

மலைகளில் கிடைக்கும் பண்டங்களைப் பற்றி நச்சினார்க்கினியர் அறிந்தவர் என்ற வகையில் மலைத்தாரம் என்றவுடன் சந்தனம், அகில், பொன், மணி ஆகியவற்றைக் கூறினார். மலைபடுகடாத்தில் காடுகாத்துறையும் கானவர் பற்றி மூன்று இடங்களில் குறிக்கப் பெறுகின்றது. கானத்திற்கும், காட்டிற்கும் காவல் வைத்தமைக்குக் காரணமே மேலே கூறப் பெற்ற மலைத்தாரமே மலை வருவாய் ஆகும்.

குறும்பு

குறும்பு பற்றிய குறிப்புகள் சங்க இலக்கியம் முழுவதும் பரவலாகக் கிடைக்கின்றன. குறும்பு என்பது பாதுகாப்பான என்ற பொருளில் வாழங்கப்பெற்றது. குறும்பில் யானையாலும் உடைக்க முடியாத கதவுகள் உண்டு. குறும்பில் தங்கியிருந்த வீரர்கள் கள்குடித்து மகிழ்ந்திருந்தனர். குறும்பில் வைரம், பொன், கல்மணிகள், மாட்டுச் செல்வம் ஆகியவை பாதுகாப்பாக வைக்கப் பெற்றிருந்தன. அகப்பாடல் ஒன்றில் மறவர்கள் அருங்குறும்பு அலறத்தரக்கிநிரை கவர்ந்த செய்தி கூறப் பெறுகின்றது. மாடு மேயும் புறவும், குறும்பும் அருகருகே இருந்தன என்று மற்றொரு அகப்பாடல் குறிப்பிடும் மலைபடுகடாத்தில் குறும்பு பற்றிய குறிப்பு ஒன்று உள்ளது.

அருங்குறும் பெறிந்த கானவர் உவகை
திருந்துவேல் அண்ணற்கு விருந்திறை சான்மென (318 - 19)

இவ்வடிகளில் கடத்தற்குரிய குறும்புகளைத் தாக்கி பொருட்களைக் கவர்ந்த கானவர்கள் பெருமகிழ்ச்சி அடைந்தனர். காரணம் கவர்ந்த பொருட்களை நன்னனுக்குத் திறையாகக் கொடுக்க முடியும் என்பதாலாகும். இங்கு பயின்று வரும் திறை என்ற சொல்லும் குறிப் பிடத்தக்கது. திறை என்பது திருக்குறளில் தெறுபொருள் என்று கூறப்பெறுகின்றது.

திறை

அகநானூற்றில் வரும் முல்லைத்திணைப் பாடல்களில் வேந்தர் களுக்கிடையில் நடைபெற்ற போரில் பங்கெடுத்த மன்னன் "மாற்றரசர்களும் திறை கொடுத்து தமராயினர். இனி தலைவியைப் பார்க்கச் செல்லலாம் என்று தன்மனத்திற்குக் கூறிக் கொண்டான்" என்ற குறிப்பு பயின்று வருகின்றது. திறை என்பது வரியல்ல; சிறப்பான நேரங்களில் தலைவனைச் சந்தித்துத் தரும் காணிக்கைப் பொருளே திறை. ஆய்வேளைச் சந்திக்க சென்ற கானவர் தேன், யானைத் தந்தம், மான்கறி போன்ற பொருட்களைத் திறையாக அளித்தனர் என்று புறப்பாடல் ஒன்று கூறும். சங்க இலக்கியம் முழுவதும் திறை என்ற சொல் காணிக்கை என்ற பொருளில்தான் வழங்கப் பெற்றுள்ளது. வரி என்பது செய்க்கடன் என்ற சொல்லால் குறிக்கப்பெற்றது. அச்சொல் சங்க இலக்கியத்தில் அகச் சான்றாகக் கிடைக்கவில்லை. வெள்ளைக் குடிநாகனார் பாடிப் பழஞ் செய்க்கடன் வீடு பெற்றது என்று கூறுவதிலிருந்து தெரிகின்றது. நிலவருவாய்க்கான வரியாகக் கருதப் பெற்றது. வாணிகப் பண்டத்தின் மேல் வாங்குவதை உல்கு என்றனர். மலைபடுகடாத்தில் வரும் திறை என்பது குறும்பெறிந்து கொண்டு வந்த பொருள்கள்.

குறும்பு என்பதற்கு பகைவர் அரண் என்றும் பொருள். நன்னன் நாட்டில் வாழ்ந்த கானவர் நன்னன் நாட்டிற்கு வெளியில் இருந்த பகைவர் அரண் என்று பொருள் கொள்ள வேண்டும். உண்மையில் நன்னன் நாட்டிற்குள்ளேயே அந்தப் பகைவர் அரண்கள் இருந்தன. தவிர மலை நாடும் வேணாடும் நன்னன் ஆட்சியிலிருந்தாலும் ஒன்றிற்கொன்று நில உரிமைக்காகவும், மாட்டிற்காகவும், குறும்பிலிருந்த அரும் பொருட்களுக்காகவும் பூசலிட்டுக் கொண்டே இருந்தன. அந்தக் குடிகள் நன்னனுக்குக் கட்டுப்பட்ட குடிகளாக இருந்தாலும் ஒன்றுடன் ஒன்று மோதிக் கொண்டே இருந்தன. இந்த இயல்பு பல்லவர் கால நடுகற்களில் பயின்று வரக் காணலாம்.

செங்கம் பகுதியில் கிடைக்கும் நடுகற்களில் வரும் அரசர், மக்கள், சேவகர் என்ற இறங்கு முகம் படிநிலையில் குறிக்கப் பெறுவதைக் காணலாம். பருமர், அரைசர் ஆகிய அரசியல் தலைவர்கள் செங்கம் பகுதி சமூகத்திற்கு வெளியில் நிற்பவர்கள். ஆனால் குடித்தலைவர்களாகிய மக்கள் அவர்களின் கீழிருந்த சேவகர் ஆகியோர் இரத்த உறவுள்ள குடியிலிருந்து எழுச்சி பெற்றவர்கள். அவர்கள் ஆயிரமாயிரமாண்டுகளாக மாற்றமில்லாப் பழங்குடி வாழ்க்கையில் வாழ்பவர்கள். சங்க காலக் குடிகளைப் புரிந்து கொள்ள ஓரளவு உதவியாக இருக்கின்றன. செங்கம் பகுதியில் கிடைக்கும் மூன்று நடுகற்கள் வாணகோவரைசர் கீழ் வாழ்ந்த

இருகுடிகளுக்கிடையில் முரண்பாடுகளும் மோதல்களும் நிகழ்ந்த வண்ணமிருந்தன. ஆறாண்டுகளுக்குள் (623-628) நடந்த பூசலுட் மூன்று பேர் மாண்டனர். இரண்டு நடுகற்கள் ஒரே ஆண்டில் நடந்த இருவேறு பூசல்களில் இரண்டு வீரர்கள் மாண்டனர். ஒரு நடுகல் சே.கூடலூரில் நடப்பெற்றுள்ளது. கோட்டையூர் நடுகற்கள் ஒரே பூசலில் மாண்ட இரண்டு வீரர்கள் வரலாற்றைக் கூறுகின்றன. இந்தப் பூசல் மகேந்திரவர்மனின் 33-ஆம் ஆட்சி ஆண்டில் நடைபெற்றது. கல்வெட்டுகள் பின் வருமாறு

1. கோவிசையம
2. சீந்திர பருமற்கு
3. முப்பத்து மூன்றாவது
4. வாணகோ அரைசரு மரும
5. க்கள் பொன்னரம் பனார்
6. மேல் வாணகோ அரைசருமரு
7. மக்கள் கந்த விண்ணனா
8. ர் வேல் மறுத்துச் சென்றநா
9. ன்று கந்தவிண்ணனா
10. ர் தஞ்சிற்றப்பனார் இளமகன்
11. பொங்கியார் மகன் கத்
12. தி எய்துபட் டான்கல்

கல்வெட்டு II

1. கேவிசைய மயேந்திர பருமற்கு
2. முப்பத்து மூன்றாவது வாணகோ அரைசரு
3. மருமக்களுட் பொணை மணைனார் மகன்
4. னார் பொன்னரம்பனார் மேல் இன்னபந்த
5. மகன்னார் கந்தவிண்ணனார் வேலட்டுண்
6. மேல் சென்றெறிந்த ஞான்று
7. நல்ல
8. னாய்தி
9. ரிந்துப
10. ட்டான்
11. கந்தவிண்ண
12. சேவகன்

இரண்டு நடுகற்களும் ஒரே சண்டையில் மாண்டவர்களுக்காக நடப் பெற்றவை. ஒருவன் குடித்தலைவனுடைய சிற்றப்பா மகன்,

மற்றொருவன் தலைவனுடைய அல்லது குடித் தலைவனுடைய சேவகன் (வீரன்) கந்தவிண்ணனா (தலைவன்)ருடைய சிற்றப்பன் மகனுக்கு எடுக்கப் பெற்ற நடுகல் கல்வெட்டை எழுதியவன் வேறு சேவகனுக்கு எடுக்கப் பெற்ற நடுகல் கல்வெட்டை எழுதியவன் வேறு. சேவகன் பற்றிய கல்வெட்டில் குடித்தலைவர்களுடைய தந்தை பெயர்கள் வருகின்றன. ஒரு குடியினுடைய தலைவன் பொன் என்ற அடை மொழி சேர்த்து பொன்னரம்பனார் என்று அழைக்கப் பெறுகின்றான். ஆனால் மற்றொரு குடியின் தலைவன் கந்தவிண்ணன் அவ்வாறு அழைக்கப் பெறவில்லை.

பொன் எனும் சொல்

நடுகல் கல்வெட்டுகளில் பொன்மாந்தனார், பொன்மாதனார், பொன்னந்தியார், பொற்றொக்கையார், பொற்சேந்தியார், பொன்னிரேவர், பொன்னக்கனார் ஆகிய பெயர்கள் பயின்று வருகின்றன. இது செங்கம் பகுதி நடுகற்களில் மட்டும் காணப்படும் போக்காகும். தகடூர் நாட்டுப் பகுதியில் இந்த அடைமொழி தரப் பெறவில்லை. செங்கம் பகுதியில் கூட எல்லாக் குடித்தலைவர்களுக்கும் இந்த அடைமொழிதரப் பெறவில்லை. இந்த நிலைக்கு ஏதோ காரணம் இருந்திருக்க வேண்டும். பொன் என்பதற்கு செல்வம் என்று பொருள். மாடு என்ற சொல்லிற்கும் எருது செல்வம், பொன் என்று பொருள் கூறப் பெறுகின்றது. தேவாரத்தில் மாட்டுப் பள்ளி என்பதற்குக் கருவூலம் என்று பொருள் கூறப்பெறுகின்றது. கால் நடை தங்கி இருக்கும் இடம் என்றும் பொருள் கொள்ளலாம். பொன் என்பதற்கு ஏற்றம் அழகு ஆகிய பொருள்களும் உண்டு. பொலிவு என்ற பொருளும் உண்டு. அழகு, ஏற்றம், பொலிவு ஆகிய பொருள்கள் நடுகல் கல்வெட்டில் பயின்று வரும். பொன் என்ற அடை மொழிக்குப் பொருந்தலாம். பராந்தகன் காலத்து நடுகல் ஒன்று "மானமூர்த்தி பொன்னைத் தொறுவிய ஞான்று பட்டான்", இந்த வாசகத்தில் பொன்னைத் தொறுவிய என்பது மாட்டு மந்தையைக் கவர்ந்த என்று பொருள் கொள்ளும் வகையில் அமைந்துள்ளது. அதனால் நடுகல்லில் பயின்று வரும் பொன் என்ற அடைமொழி மாட்டுச் செல்வத்தையும் குறித்து வந்திருக்கலாம். மாட்டுப் பொருளா தாரம் செல்வாக்குப் பெற்றிருந்தது. அதனால் பொன் என்ற சொல் மாட்டுச் செல்வத்தையும் குறித்திருக்க வாய்ப்புண்டு. கணக்கணந்தல் நடுகல் கூட சே. கூடலூர் நடுகல் காலத்தை (கி.பி. 628)ச் சேர்ந்த தாகலாம். சிற்ப அமைதி, எழுத்து வடிவம் ஒன்று போலவே உள்ளன. அந்த நடுகல்லில் மேல்பகுதி உடைந்த நிலையில் அரசன் பெயரும் ஆட்சி ஆண்டும் கிடைக்கவில்லை. ஆனால் பொன்னரம் பனார்க்கும் கந்தவிண்ணனார்க்குமிடையில் நடந்த பூசல் பற்றிக் கூறப்பெறுகின்றது.

பொன்னரம்பானார் தலைமையேற்ற குடிக்கும் கந்த விண்ணனார் தலைமையேற்ற குடிக்குமிடையில் மாடு பற்றிய பூசல்கள் நடந்த வண்ணமிருந்தன. இந்தக் குடிகளைப் போலவே வேறு பல குடிகளும் மாட்டிற்காக பூசலிட்டுக் கொண்டே இருந்தன. காரணம், அதுவே தலையாய செல்வம். அதனால் அந்தச் செல்வத்தை உரிமையாக்கிக் கொள்வதில் முனைந்து நின்றனர். தொல்பழங்கால ஓவியங்களில் மாடுபிடி சண்டை நயம் பற்றிய செய்திகள் கிடைக்கின்றன.

மாட்டின் பெருமை

செங்கம் ஆண்டிப்பட்டியில் நடந்த அகழாய்வில் சுடுமண் எருது உருவம் ஒன்று கிடைத்தது. ½ அடி உயரமும் ½ அடி நீளமும் கொண்ட அந்தச் சிற்பம் எருது வழிபாட்டினைச் சுட்டி நிற்கின்றது. இந்தச் சிற்பத்தின் காலம் கி.பி. 5 மற்றும் 6ம் நூற்றாண்டாக இருக்கலாம். எருது வழிபாடு முல்லை வாழ்கையில் கி.மு. இரண்டாயிரத்திலிருந்து நிலை பெற்றுள்ளது. அதற்கான சான்றுகள் ஆந்திர மாநிலம் பெல்லாரி மாவட்டம் பிக்ஹால், உட்னூர் ஆகிய ஊர்களில் நடந்த அகழாய்வில் கிடைத்துள்ளன. அவை சுடுமண் மாட்டுருவங்கள். அவை எருது வழிபாட்டின் எச்சங்கள் என்று தொல்லியலாளர்கள் கூறுகின்றனர். அதனுடைய தொடர்ச்சியே ஆண்டிப்பட்டி எருது பொம்மை என்று கொள்ளலாம். சோலார்பேட்டை, கேதண்டபட்டி அருகில் ஒரு வட்டெழுத்து நடுகல்லும் இரண்டு அடி தள்ளி ஒரு கல்லும் நடப்பெற்றுள்ளது. இந்தக் கல்லில் பெரிய நந்தி உருவமும், சூலமும் வரையப் பெற்றுள்ளன. இவற்றுடன் சிறிய இலிங்கமும் வரையப்பட்டுள்ளது. ஆண்டுதோறும் தை மாதத்தில் மூன்று நாட்கள் விழா நடைபெறும். இந்த விழாவின் போது ஏலகிரி பழங்குடிகள் நடுகல்லுக்கும் நந்திக் கல்லுக்கும் வழிபாடு செய்வர். அப்போது தங்கள் மாடுகளை நடுகல்லுக்கும், நந்திக் கல்லுக்குமிடையில் உள்ள இடைவெளியில் ஓட்டுவர். இது நடுகல்லையும் மாட்டையும் வழிபடுவதன் தொடர்ச்சியாகும். புதிய கற்காலம் தொடங்கி இன்று வரை மாட்டு வழிபாடு தொடர்ந்து இந்தப் பகுதியில் நடைபெற்று வருகின்றது.

இந்தப் பின்னணியில் மலைபடுகடாத்தில் குறும்பெறிதலை நோக்க வேண்டும். குறும்பு பற்றியும் அதனைக் கொள்ளையடித் தலைப் பற்றியும் விரிவாகப் பேசப் பெறுகின்றது. குறும்பு மாடுபிடி சண்டையின் மையமாகவும் தாக்குதலுக்குரியதாகவும் அமைந்துள் ளது. குறும்பு அடர்ந்த காட்டினாலோ, கற்களாலோ, பின்னப்பெற்ற மூங்கில் பட்டைகளாலோ அமைந்திருக்கும். பெரும் பாணாற்றுப் படை குறும்பைப் பற்றி விரிவாகப் பேசுகின்றது.

வொன்னாத் தெவ்வர் நடுங்க வோச்சி
வைந்நுதி மழுங்கிய புலவுவா யெஃகம்
வடிமணிப் பலகையொடு நிலைஇ முடிநாட்
சாபஞ் சார்த்திய கணைதுஞ்சு வியனக
ரூகம் வேய்ந்த வுயர்நிலை வரைப்பின்
வரைத்தேன் புரையுங் கவைக்கடைப் புதையொடு
கடுந்துடி தூங்குங் கணைக்காற் பந்தர்த்
தொடர்நா யாத்த துன்னருங் கடிநகர்
வாழ்முள் வேலிச் சூழ்மிளைப் படப்பைக்
கொடுநுகந் தழீஇய புதவிற் செந்நிலை
நெடுநுதி வயக்கழு நிரைத்த வாயிற்
கொடுவி லெயினக் குறும்பிற் . . . . . (பெரும் 118 – 129)

அந்தக் குறும்பிலே பகைவரைக்குக் கத்தி முனை மழுங்கிய வேலினையும், வளைத்துக் கட்டப்பெற வில்லோடு அம்பு சேர்த்து வைத்திருக்கும் வீடுகளையும், ஊகம் புல் வேய்ந்த உயர்ந்த மதிலையும் காணலாம். அம்புக் கட்டுகளுடன் துடி தொங்கும் பருத்த கால்களையுடைய பந்தல் நிற்கின்றது. காவற்காடு நிறைந்த பக்கத்தினையும் பார்க்கலாம். கட்டி வைத்திருக்கும் நாய்கள் காத்திருக்கும் வீடுகள் உள்ளன. அது வாழ்முள் வேலியால் சூழப்பட்டிருக்கும். கணைய மரத்தால் செய்யப் பெற்ற உட்கதவினையும், பகைவர்களைக் குத்தும் கழு மரங்களையும் கொண்ட ஊர் வாயிலும் அந்த எயினக் குறும்பில் உண்டு.

பெரும்பாணாற்றுப்படை கூறும் குறும்பு பரப்பிலும் அளவிலும் பெரிது. குறும்பில் எயினர் குடியிருந்தமையால் எயினர் குறும்பு என்று கூறினார். அதியமானைப் பற்றி அரிசில் கிழார் பாடிய பாட்டில் குறும்பு பற்றிப் பாடினார், பெரும்பாணாற்றுப் படையில் வீல்வீரர், வேல்வீரர், போன்ற வீரர்கள் குடும்பத்துடன் வாழ்ந்தனர். குறும்பு ஒரு கோட்டையைப் போலவே அமைக்கப் பெற்றது. ஒருக்கால் தொடக்கக் காலத்திருந்து காலந்தோறும் உயரிய கோட்டையாக மாறி வந்தது. பிற்கால மரபு வழி நூல்களில் கோட்டையை குறும்பு என்று அழைக்கின்ற போக்கைக் காணலாம்.

புறநானூற்றில் (97) ஒரு பாட்டில் அவன் நாட்டில் இருந்த குறும்புகள் பற்றிய குறிப்புகள் கிடைக்கின்றன.

வேலே, குறும்படைந்த அரண் கடந்தவர்
நறுங் கள்ளின் நாடு நைத்தலின்
சுரை தழீஇய இருங் காழொடு
மடை கலங்கி நிலைதிரிந் தனவே;
களிறே, எழூஉத் தாங்கிய கதவம் மலைத்து, அவர்
குழூஉக் களிற்றுக் குறும்பு உடைத்தலின்,
பரூஉப் பிணிய தொடிகழிந் தனவே; (புறம் 97: 4- 10)

இந்தப் பாடல்களில் குறும்பில் யானைகள் நிறைந்திருந்தன என்று கூறப்பெறுகின்றது. யானைக் கூட்டம் நிறைந்திருந்த குறும்பு என்று கூறுகின்றபோது ஒரு வேலை குறிஞ்சி நிலத்தில் இருந்த குறும்பு ஆகலாம். குறிஞ்சி நாடன் தன் குறும்பில் அடைத்து வைத்திருந்த யானைகளாகலாம், அல்லது அதியமான் நாட்டில் இருந்த குறிஞ்சி நிலக் குறும்பிலிருந்த யானைகளாகலாம்.

கிள்ளிவளவனைப் பற்றிய புறப்பாடல் (386) ஒன்றில் குறும்பு பற்றிய குறிப்பு ஒன்று கிடைக்கின்றது.

வயலே, நெல்லின் வேலிநீடியக் கரும்பின்
பாத்திப் பள்மலர் பூத்த தும்பின
புறவே புல்லருந்து பல்லாயத்தான்
வில் இருந்த வெங்குறும் பின்று

இங்குக் கூறப்பெறும் குறும்பு முல்லை நிலத்திற்குரியது. புல்வெளி நிறைந்த புறவில் மாடுகள் மேய்கின்றன. இந்தப் புறவிற்குள் குறும்பு இருந்துள்ளது. இது முல்லை நிலத்திலிருந்த குறும்பு பற்றியதாகும்.

சங்கப் பாடல் குறிப்புகளை வைத்துப் பார்க்கும் போது குறும்பு என்பது தொல்குடி ஒவ்வொன்றும் தன்னுடைய செல்வங்களைப் பாதுகாப்பாக வைத்துக் கொள்வதற்கு உருவாக்கிய பாதுகாப்பரண் என்றோ உருவாக்கப்பெற்ற பாதுகாப்பிடம் என்றோ கொள்வதே சரி. குறிஞ்சி நிலத்திலும், முல்லை நிலத்திலும் குறும்புகள் நிறைந் திருந்தன. அந்தக் குறும்புகளில் மாட்டு மந்தை, யானை மந்தை, பொன் மணிகள், வேறு பல விலை மதிப்பு மிக்கப் பொருட்கள் வைத்துப் பாதுகாக்கப் பெற்றன. அதனால் தான் குறும்பு அடிக்கடி தாக்குதலுக்குள்ளாயிற்று. புறநானூற்றில் ஒரே இடத்தில் குறும்பன் என்று கூறப்பெறுகின்றது. இச்சொல் சிற்றரசன் என்ற பொருளில்

ஆளப்பெற்றுள்ளது. இது சரியான பொருளே. குறும்பிற்குத் தலைவன் குறும்பன் என்றழைக்கப் பெற்றான். நாட்டிற்குத் தலைவன் நாடன் என்று அழைத்ததைப் பார்க்கலாம். ஊர்க்குத் தலைவன் ஊரன் என்று அழைக்கப் பெற்றான். அது போலவே குறும்பிற்குத் தலைவன் குறும்பன்.

இந்தப் பின்னணியில் நன்னன் நாட்டுத் தொல்குடி வாழ்க்கை உடைந்து கிடந்த சமூக சித்திரத்தைக் காட்டி நிற்கின்றது எனலாம். சங்கப் புலவர்கள் இந்த வாழ்க்கையைப் பற்றி விரிவாக எதையும் குறிப்பிடவில்லை. அவர்களுக்கு அது அவசியமானதும் அன்று. போகிற போக்கில் கூறுகின்ற சில குறிப்புகளைக் கொண்டே அந்தச் சமூகத்தின் முழுச் சித்திரத்தை வரைய வேண்டியுள்ளது. பல்லவர் கால நடுகற்கள் தரும் சில விரிவான குறிப்புகளைக் கொண்டு குடிகளிடையில் நிலை பெற்றிருந்த முரண் பாட்டினையும் மோதல்களையும் விளக்க முடியும் இந்த நடுகல் கல்வெட்டுகள் கிடைக்காமல் போயிருந்தால் அந்தப் பகுதி சமூக அமைப்பு பற்றித் தெரிந்து கொள்ள முடியாது.

கௌசிகனார் தெடர்ந்து கூத்தர் தலைவனுக்கு குறிஞ்சி நில மக்களின் வாழ்க்கை, பொருளுக்காக அன்றாடம் போராடும் நிலை, அவர்களுடைய பொருளியல் நடவடிக்கைகள் ஆகியவை பற்றி விரிவாகப் பாடியுள்ளார். மலைபடுகடாத்தில் 53 வரிகளில் மலையிலும், நிலத்திலும் ஏற்படும் ஓசைகளைத் தொகுத்து மலைபடுகடாம் என்று கூறினார். இங்கு மக்களின் பொருளியல் நடவடிக்கைகளைத் தொகுத்துக் கூறினார். யானையினிடமிருந்து தினைப்புனத்தைக் காக்கும் விளிபடு பூசலால் ஏற்படும் ஒலியைக் கூறுகிறார்.

இலங்கேந்து மருப்பின் இனம்பிரி ஒருத்தல்
விலங்கல் மீமிசைப் பணவைக் கானவர்
புலம்புக் குண்ணும் புரிவளைப் பூசல்   *(மலை: 297- 99)*

பரண்மேல் நிற்கும் கானவர் தன் கூட்டத்தை விட்டுப் பிரிந்த யானைத் தலைவன் தினைப்புனத்தை உண்ண வருவது கண்டு அதனை வளைத்துப் பிடிக்க கூச்சலிடும் ஓசை கேட்கும். மேலும் ஆற்றில் பழக்குதற்கு (ஏவல் செய்வதற்கு) காரணமான பேச்சுகளைப் பேசி, அதனைப் பயிலப் பண்ணும் பாகருடைய ஆரவாரம் கேட்கிறது. (யானையைப் பழக்குவதும் அதனைப் பண்டமாக்கிவிற்பதற்குத்தான்).

நெடுஞ்சுழிப் பட்ட கடுங்கண் வேழத்து
துரவுச்சினந் தணித்துப் பெருவெளிற் பிணிமார்
விரவுமொழி பயிற்றும் பாக ரோதை   *(மலை: 325-27)*

மகளிர் தினைப் புனத்திற்குக் கதிர் கவர வரும் கிளிகளைத் துரத்த தட்டையைப் புடைத்து எழுப்பும் ஒலி கேட்கிறது.

ஒலிகழைத் தட்டை புடையுநர் புனந்தொறும்
கிளிகடி மகளிர் விளிபடு பூசல் (மலை: 328 – 29)

நல்லெருதுக்கும், காட்டெருமைக்குமிடையில் சண்டை மூட்டி அவை இரத்தம் சிந்த போரிடும் காட்சியைக் கண்டு களிக்கும் குறவர், கோவலர் ஆகியோர் எழுப்பும் கல்லின் ஓசை மலை மீது படுகின்றது.

இனத்திற்றீர்ந்த துனங்கிமி னல்லேறு
மலைத்தலை வந்த மரையான் கதழ்விடை
மாறா மைந்தி னூறுபடத் தாக்கிக்
கோவலர் குறவரோடு டொருங்கியைந் தவிர்ப்ப

(மலை: 330 - 334)

மேலும் மருத நிலத்தில் விளைந்த கரும்பினை ஆட்டும் ஆலையில் போட்டுப் பிழியும் எந்திரத்தின் ஓசை மலையில் எதிரொலிக்கின்றது. *(34041)* மேலும் சேம்பு, மஞ்சள் ஆகியவற்றைக் கவர வரும் பன்றியை ஓட்டுவதற்கு ஒலிக்கும் பன்றிப் பறையின் ஓசை மலையில் ஒலிக்கும் *(343 – 344)*. மலைபடுகாடத்தைப் பற்றிக் கூறும்போது கூட மக்கள் பொருளாதார வாழ்க்கையைப் பற்றிப் பாடியுள்ளமை சங்கப் புலவர்கள் மக்கள் வாழ்க்கையோடும், இயற்கையோடும் கலந்து நின்ற தன்மையைக் காட்டுகின்றது.

மேலும் கால்நடை வளர்ப்பு பற்றியும் ஆயர் வாழ்க்கை பற்றியும் புலவர் பாடியுள்ளார்.

தலையிறும்பு கதழும் நாறுகொடிப் புறவின்
வேறுபுலம் படர்ந்த ஏறுடை இனத்த
வளையான் தீம்பால் மிளைசூழ் கோவலர்
வளையோரு வப்பத் தருவனர் சொரிதலின்
பலம்பெறு நசையொடு பதிவயிற் றீர்ந்தநும்
புலம்புசே ணகலப் புதுவிர் ஆகுவிர்
பகர்விரவு நெல்லின் பலவரி யன்ன
தகர்விரவு துருவை வெள்ளையொடு விரைஇக்
கல்லென் கடத்திடைக் கடலின் இரைக்கும்
பல்யாட் டினநிரை வெல்லினிர் புகினே
பாலும் மிதவையும் பண்ணாது பெறுகுவிர்

(மலை : 407 – 413)

புறவில் தங்கியிருக்கும் பசுகளின் சங்கு போன்ற வெண்மையான பாலினை காவற்காடு சூழ்ந்த கோவலர் குடியிருப்புகளில் பெறுவீர் என்று புலவர் கூறுகிறார். கல்லென்னும் ஓசையையுடைய காட்டில் ஆடுகள் நிறைந்திருக்கும். அங்கு வாழும் இடையர் தரும் பாலையும் சோற்றையும் பெறுகுவீர். அந்தப் பகுதியின் நிலை பெற்றுள்ள பண்பாடு, விருந்தோம்பல், அன்புடைமை போன்றவற்றை புலவர் விவரித்துச் சொல்கிறார். மேலும் அந்த மக்கள் கழிகளால் கட்டப் பெற்று புல்லால் வேயப்பட்ட குடிசைகளில் வாழ்கின்றனர்.

மருதநில வாழ்க்கை

கௌசிகனார் மலைமிசை நாடுகழிந்த பின் மருதநிலத்து வனத்தைப் பற்றிப் பேசுகிறார்.

நன்பல வுடைத்தவன் தண்பணை நாடே
கண்புமலி பழனங் கமழத் துழைஇ
நிலையோர் இட்ட நெடுநாண் தூண்டிற்
பிடிக்கை ணன்ன செங்கண் வராஅல்
துடிக்க ள்அன்ன குறையொடு விரைஇப்
பகன்றைக் கண்ணிப் பழையர் மகளிர்
ஞெண்டோடு செறுவிற் றாரா ய்க்கண் வைத்த
விலங்க லன்ன போர்முதற் றொலைஇ
வளஞ்செய் வினைஞர் வல்சி நல்கத்
துளங்குதசும்பு வாக்கிய பசும் பொதித் தேற
லிளங்கதிர் ஞாயிற்றுக் களங்கடொறும் பெறுகுவிர்

(மலை : 453 – 64)

எருதெறி களமரோ தையொடு நல்யாழ்
மருதம் பண்ணிய சையினிர் கழிமின்
வெண்ணெ லரிநர் தண்ணுமை வெரீஇச்
செங்கணெ ருமை இனம்பிரி ஒருத்தல்

(மலை : 468 – 71)

மருதநிலத்தில் கம்பு விளைந்த பழனம் இருந்தது. நீர்நிலைகளில் வாளையும் வராலும் மிகுந்திருந்தன. பழையர் மகளிர் கள்ளை விற்கின்றனர். மேட்டுப் பகுதி நெற்களங்கள் தோறும் கள் விற்பனை

நடைபெறுகின்றது. பண்டங்களை விற்றுக் கிடைத்த நெல்லை நன்கொடையாகக் கொடுத்தனர். பாணர்களுக்கும் கூத்தர்களுக்கும் வேளாளர் நெல்லை வாரி வழங்கினர். ஏனோ மருத வாழ்க்கையைப் பற்றி மிகக் குறைந்த அளவிலேயே பாடப்பட்டுள்ளமை குறிப்பிடத் தக்கது. ஒரு வேளை நன்னன் நாட்டில் முல்லை நிலம் மருத வேளாண்மைக்கு மாறிக் கொண்டிருக்கும் நிலைக்கு மாற்றிக் கொண்டிருந்ததா? நீர்நிலைகளும், ஏரிகளும் ஆக்கம் பெற்று வந்த காலமாக இருக்கலாம். பல்லவர் காலத்திலும் கூட நீர்நிலை ஆக்கம் குறைந்ததே அல்லது இல்லா நிலையே மேலோங்கி நின்றது. ஆற்றங்கரையை ஒட்டிய பகுதியில் மருதவேளாண்மை நடந்திருக்க வாய்ப்புண்டு.

முல்லை நிலத்தையும், குறிஞ்சி நிலத்தையும் நூற்றுக்கணக்கான வரிகளில் விவரித்த புலவர் மருத நிலத்தைப் பற்றி 22 வரிகளில் மட்டும் வருணித்திருத்தல் அந்நிலம் புகழத் தக்கதாக இல்லை என்பதை உறுதிப்படுத்தும். அதன் மூலம் அரசுக்குப் பெரும் வருவாயை ஈட்டித் தரவில்லை என்பதைச் சுட்டி நிற்கின்றது.

தொல்திணை மூதூர்

சேயாற்றின் ஒரு கரையோரமே சென்றால் நன்னனுடைய தலை நகரமான செங்கண்மாவை அடையலாம் என்று கூத்தனைப் பார்த்துக் கூறுவார் புலவர். செங்கண்மாவைப் பற்றி மருதநிலம் பற்றிக் கூறத் தொடங்கும் போதே கூறி விடுகிறார்.

தேம்பாய் கண்ணித் தேர்வீசு கவிகை
யோம்பா வள்ளற் படர்ந்திகு மெனினே
மேம்பட வெறுத்தவன் றொஃறிணை மூதூர்

(மலை : *399 – 401*)

இறுதி அடியில் பயின்று வரும் தொல்திணை மூதூர் என்ற சொல்லுக்குப் பொருள் கூறும் போது பழையதான ஒழுக்கத்தினை யுடைய பழைய ஊர் என்று நச்சினார்க்கினியர் பொருள் கூறினார். திணை என்பது நிலம், இடம், வீடு, ஒழுக்கம், குலம் ஆகிய பொருள்களைக் கொண்டுள்ளது. திணை என்ற சொல் பயன்படும் இடம் நோக்கிப் பொருள் கொள்ள வேண்டும். நச்சினார்க்கினியர் சிறந்த உரையாசிரியர் என்பதில் ஐயமில்லை, ஆனால் சில இடங்களில்

அவர் கூறும் உரை பொருந்தி வரவில்லை. நெடுநல்வாடை சுட்டி ஒருவர்ப் பெயர் கொள்ளாமையின் (தொல். அகத்.சூ. 54) அகப்பொருளாமெனினும். "வேம்பு தலையாத்த நோன் காழெஃகம் (176) என அடையாளப் பூக் கூறினமையின் அகமாகாதாயிற்று" என்று கூறுவார். இந்த உரையை பேராசிரியர் வ.சுப.மாணிக்கம் அவர்கள் வேம்பு, பேய்களை புண்பட்ட வீரர்களை நெருங்க விடாமல் தடுக்கும் என்ற நம்பிக்கையின் அடிப்படையில் வேம்பு தலையாத்த வேலினை எடுத்துச் சென்றனர். இங்கு வேம்பு பாண்டியனின் அடையாளப் பூ என்ற அடிப்படையில் அல்ல என்பதை சான்றுகளுடன் காட்டியுள்ளார். இது போன்ற சில குழப்பங்கள் நச்சர் உரையில் கலந்துள்ளன. திணையைப் பற்றிய கருத்தும் குழப்பமானதே.

தொல் திணை என்பதன் பொருள் தான் என்ன? திணை என் பதற்குரிய பல பொருள்களில் குலம் அல்லது குடி என்றும் பொருள் உண்டு. தொல்திணை மூதூர் என்பதற்கு தொன்மையான உயர்குடி களைக் கொண்ட பழைய ஊர் என்று கொள்ளலாம். இச்சொல் வேந்தர்களைப் பற்றிய பாடலில் தான் பயின்று வருகின்றது. வேளிர் களைப் பற்றிய பாடலில் கூறப்பெறவில்லை. அரசியல் வானில் வேந்தர்கள் உயர்ந்தவர்கள் என்பதைக் காட்டவே திணை என்ற சொல் பயன்படுத்தப் பெற்றது என்று கொள்ளலாம். குடி என்பது இரத்த உறவுள்ள மக்கள் கூட்டத்தைக் குறித்து வந்தது. தொல்குடி என்பது அவர்களுக்கிடையில் உயர்ந்த-போரிட-ஆட்சி செய்ய தகுதி யான தலைவர்களின் குழுவே ஆகும். இந்தத் தொல்குடியிலும் உயர்ந்த நிலையைக் காட்டுவதுதான் திணை என்று சொல்லும் வகையில் அமைந்துள்ளது. சங்க இலக்கியத்தில் வேந்தர்களைப் பற்றிய பாட்டில் திணை பயின்று வருவதைக் காணலாம். புறப்பாட்டு ஒன்று "ஆடுகுடி மூத்த விழுத்திணை" என்று வேந்தர் குடியைப் பற்றிக் கூறுகின்றது. இங்கு ஆடுகுடி என்பது ஆட்சி செய்யும் குடி என்று பொருள் கொள்ளலாம் அல்லது ஆளும் தகுதியுடைய என்று பொருள் கொள்ளலாம். அந்தக் குடிகளிலேயே மூத்த விழுத்திணை என்ற செறிவு மிக்க சொல்லைப் பயன்படுத்தியுள்ளார் புலவர். மூத்த என்பது தொன்மைமிக்க என்றும், விழு என்பது புகழ்மிக்க என்றும் பொருள் கொள்ளும் போது திணை என்ற சொல்லின் பொருள் செறிவுடையதாகின்றது. தொல்குடிகளிலேயே உயர்ந்து நிற்கும் குடியே திணை என்பதாகும். அந்த வகையில் செங்கண்மா தொன்மை மிக்க ஆளும் குடிகள் நிறைந்த மூதூராக நிலை பொற்றிருந்தது எனலாம்.

நியமம்

வடமொழியில் நிகம என்பதே நியமம் என்று தமிழில் வழங்கியது. இலக்கியத்தில் நியமம் என்றும், கல்வெட்டுகளில் நிகம என்றும் வழங்கப் பெற்றது. கல்வெட்டில் அச்சொல் பயின்று வரும் போது வணிகக் குழுவோடு தொடர்புடைய சொல்லாகப் பயின்று வருகின்றது.

நிதியந் துஞ்சு நிவந்தோங்கு வரைப்பிற்
பதியெழ லறியாப் பழங்குடி கெழீஇ
வியலிடம் பெறாஅ விழுப்பெரு நியமத்
தியாறெனக்கிடந்த செருவிற் சாறென
யாறெனக் கிடந்த தருவில் சாகறன
இகழுநர் வெரூஉங் கவலை மறுகிற்
கடலெனக் காரென வொலிக்குஞ் சும்மையொடு
மலையென மழையென மாட மோங்கித்
துனிதீர் காதலிற் இனிதமர்ந்துறையும்
பனிவார் காவிற் பல்வண்டிமிரு
நனிசேய்த் தன்றவன் பழவிறன் மூதூர்

(*மலை : 478 – 487*)

மலர் நிறைந்த பொழில்கள் நிறைந்துள்ளன. ஓங்கிய மதில்கள் உள்ளன. விழா நாள் என்று கருதும்படி மாந்தர் நிறைந்திருப்பதால் கடவொலி போலவும் மழையொலி போலவும் ஒலிக்கும். ஆரவாரத்தோடு திரிவதற்கு அகன்ற இடம் பெறாத அங்காடித் தெரு உள்ளது. பல கவர்த்த தன்மையுடைய குறுந்தெருக்கள் உள்ளன. பதியை விட்டுப் போதலை விரும்பாத பழங்குடிகள் வாழும் ஊர். அந்த மக்கள் உயர்ந்த மாடங்களில் பொருந்தி வாழ்கின்றனர். அதனால் தெருக்கள் ஆறு போல காட்சி அளிக்கின்றன.

இனி அவர் முற்றத்தில் கொண்டு வந்து வைக்கப் பெற்ற காணிக்கைப் (திறை) பொருட்களைப் பற்றிக் கூறுகிறார்.

எரிகான்றன்ன பூஞ்சினை மராஅத்துத்
தொழுதி போக வலிந்தகப் பட்ட
மடநடை யாமான் கயமுனிக் குழவி

யூமை வெண்கின் குடாவடிக் குருளை
மீமிசைக் கொண்ட கவர்பரிக் கொடுந்தாள்
வரைவாழ் வருடை வன்றலை மாத்தக
ரரவுக்குறும் பொறிந்த சிறுகட் டீர்வை
யளைச்செறி யுழுவை கோளுற வெறுத்த
மடக்கண் மரையான் பெருஞ் செவிக் குழவி
யரக்குவிரித் தன்ன செந்நில மருங்கிற்
பரற்றவழ் உடும்பின் கொடுந்தா ளேற்றை
வரைப்பொலிந் தியலு மடக்கண் மஞ்ஞை
கானக் கோழிக் கவர்குரற் சேவல்
கானப் பலவின் முழவுமருள் பெரும்பழ
மிடிக்கலப் பன்ன நறுவடி மாவின்
வடிச்சேறு விளைந்த தீம்பழத் தாரத்
தூவற் கலித்த விவர்நனை வளர்கொடி
காஅய்க் கொண்ட நுகமரு ணூறை
பரூஉப்பளிங் குதிர்த்த பலவுறு திருமணி
குரூஉப்புலி பொருத புண்கூர் யானை
முத்துடை மருப்பின் முழுவலி மிகுதிரள்
வளையுடைந் தன்ன வள்ளிதழ்க் காந்த
ணாகந் திலக நறுங்கா ழாரந்
கருங்கொடி மிளகின் காய்த்துணர்ப் பசுங்கறி
திருந்தமை விளைந்த தேக்கட் டேறல்
கானிலை யெருமைக் கழைபெய் தீந்தயிர்
நீனிற வோரி பாய்ந்தென நெடுவரை
நேமியிற் செல்லு நெய்க்க ணிறாஅல்
உடம்புணர்வு தழிஇய வாசினியனைத்துங்
குடமலைப் பிறந்த தண்பொருங் காவிரி
கடன்மண் டழுவத்துக் கயவாய் கடுப்ப
நோனாச் செருவி னெடுங்கடைத் துவன்றி
வானத் தன்ன வளமலி யானைத்
தாதெருத் ததைந்த முற்ற முன்னி (மலை : 498 – 531)

நிறைக்கொடி, நூறைக்கிழங்கு, கருப்பூரம், விலைமிக்க மாணிக்கம், யானைத் தந்தம், காந்தட்பூ, புன்னைப்பூ, திலகப்பூ, சந்தனம், மிளகு, கள், தெளிவு, இனிய எருமைத்தயிர், தேனடைகள், ஆசினிப் பலா ஆகியவற்றை முற்றத்தில கொண்டுவந்து வைத்தனர்.

மேலே கூறப் பெற்ற பொருட்களில், மிளகு, மாணிக்கம், யானைத் தந்தம், அகில், கரடிக்குட்டி, கீரி, மயில் ஆகியவை வாணிகப் பண்டங்களாயின. இந்தப் பொருட்கள் செங்கண்மாவில் இருந்த நியமத்தில் விற்கப் பெற்றிருக்கலாம். இந்த வாணிக வளம் நன்னன் கருவூலத்தை நிரப்பியது. வாணிகம் செழிக்கக் காசுகள் தேவைப் பட்டன. ஆண்டிப்பட்டி என்ற ஊரில் நூற்றுக்கும் மேற்பட்ட ஈயக் காசுகள் புதையலாகக் கிடைத்தன. அந்தக் காசுகளில் 'திண்ணன் எதிரான் சேந்தன் அ' என்ற வாசகம் பொறிக்கப்பட்டிருந்தது. இந்த வாசகம் நேர்க் கோட்டிலோ, வட்டத்தின் விளிம்பிலோ வரிசையாக எழுதப்பட்டதல்ல. அதனால் இந்த வாசகத்தை சேந்தன் அதிண்ணன் எதிரான் என்றும் வாசிக்கலாம். இரு தலைவர்களுடைய சமாதான ஒப்பந்தத்தின் நினைவாக வெளியிடப் பட்டிருக்கலாம். ஆண்டிப்பட்டி அகழ்வில் எழுத்து ஓடு ஒன்று கிடைத்துள்ளது. அதில் 'சாத' என்று தமிழ்-பிராமி எழுத்தில் பொறிக்கப்பட்டுள்ளது. ஆனால் செங்கண்மாவில் நன்னன் மேடு என்றொரு மேடு உள்ளது. அந்த மேட்டினை அகழ்ந்தால் சங்க கால வரலாறு துலங்கும்.

பண்டை நாளில் செங்கண்மா சிறந்த வாணிக மையமாக எழுச்சி பெற்றிருக்க வேண்டும். அதனால் பதி எழல் அறியாப் பழங்குடி களைப் பெற்று விளங்கியது. வாணிக வளத்தால் தாங்கள் வாழும் பதியை விட்டுப் போக விரும்பாத மக்கள் அங்கு வாழ்ந்தனர். செங்கன்மாவைப் பற்றிய குறிப்பு மலைபடுகடாம் தவிர வேறெந்த நூலிலும் கூறப் பெறவில்லை. அதனால் சங்க காலத்தில் இறுதி நாட்களில் செங்கண்மா வளமான நகரமாக எழுச்சி பெற்றிருக்கலாம். ஆனால் செங்கண்மா என்ற பெயர் பாட்டில் அகச் சான்றாகக் கிடைக்கவில்லை என்பது குறிப்பிடத்தக்கது. கி.பி. 7 ஆம் நூற்றாண்டு நடுகல் ஒன்றில் மற்செங்கை என்று கூறப்பெறுகின்றது.

வேள் நன்னன் சேய் நன்னன்

கௌசிகனார் மலைபடுகடாத்தில் நன்னனைக் குறிப்பிடும் போதெல்லாம் வேள் என்றே சுட்டுவார். நன்னனுடைய மானவிறல்,

அரசியல் சூழ்ச்சி, போர் வெற்றி, கொடைத்திறம் ஆகியவற்றைப் பாராட்டியுள்ளார். அவனுடைய மனைவியின் சிறப்பும் முனை பாழ்படுக்குந் துன்னருந் துப்பு புகழ் என்றால் உயிரையும் கொடுக்கும் பண்பும் நல்லதே செய்ய நினைக்கும் எண்ணமும், வில் தாங்கும் தடக்கையும், பெரிய அணிகலன்களையும் உடைய நன்னன் சேய் நன்னன் என்று கூறுகிறார்.

புனைதார்ப் பொலிந்த வண்டுபடு மார்பின்
வனைபுனை யெழின்முலை வாங்கமைத் திரடோள்
மலர்போண் மழைக்கண் மங்கையர் கணவன்
முனைபாழ் படுக்கு துன்னருந் துப்பி
னிசைநுவல் வித்தின் நசையே ருழவர்க்குப்
புதுநிறை வந்த புனலஞ் சாயல்
மதிமா றோரா நன்றுணர் சூழ்ச்சி
வின்னவி றடக்கை மேவரும் பெரும்பூண்
நன்னன் சேய் நன்னற் . . . . (மலை : 56 – 64)

மேலும் வாய்ப்பு கிடைக்கும் போதெல்லாம் நன்னனைப் புகழ் வதிலேயே குறியாக இருக்கிறார் பெருங்கௌசிகனார். தொடர்ந்து வரும் அடிகளில் இந்த போக்கினைக் காணலாம்.

தொலையா நல்லிசை யுலகமொடு நிற்பப்
பலர்புறங் கண்டவர் அருங்கலந் தரீ இப்
புலவோர்க்குச் சுரக்கும்அவ னீகை மாரியு
மிகழுநர்ப் பிணிக்கும் ஆற்றலும் புகழுநர்க்
கரசுமுழுது கொடுப்பினு மமரா நோக்கமொடு
தூத்துளி பொழிந்த பொய்யா வானின்
வியாது சுரக்குமவ நாள்மகி ழிருக்கையும்
நல்லோர் குழீஇய நாநவி லவையத்து
வல்லா ராயினும் புறமறைத்துச் சென்றோரைச்
சொல்லிக் காட்டிச் சோர்வின்றி விளக்கி
நல்லிதின் இயக்குமவன் சுற்றத் தொழுக்கமும்

(மலை : 70 – 80)

அவனுடைய அழியாத புகழ் உலகத்தில் நிலைத்துள்ளது. போரில் பலரை வெற்றிகண்டு கொள்ளையடித்த அருங்கலங்களை புலவர்க்குக் கொடையாக அளிக்கும் மழை போன்ற தனிமை மிகுந்தவன். தன்னை

இகழ்ந்தவர் அரசைக் கவர்ந்து நிற்கும் தன்மையும், புகழ்பவர்க்கு அரசு முழுவதையும் தரும் தன்மையும் அவனிடம் உண்டு. குறைதலில்லாது மழைபோல சொரியும் நாளோலக்கம் உண்டு. அவனுடைய உடன் கூட்டம். நல்லறிவுரை கூறி நல்லவழி படுத்தும் தன்மையுடையவர். அத்தகையது அவன் உடன் கூட்டத்துத் தன்மை. மேலும் புலவர் நன்னனைப் பற்றிக் கூறுவது எடுத்துக் காட்டத்தக்கது.

ஞாயி றன்னவவன் வசையில் சிறப்பு
மிகந்தன வாயினுந் தெவ்வர் தேஎம்
நுகம்படக் கடந்து நூழி லாட்டிப்
புரைத்தோல் வரைப்பின் வேனிழற் புலவோர்க்குக்
கொடைக்கட னிறுத்தவன் தொல்லோர் வரவு
மிரைதேர்ந் திவரும் கொடுந்தாள் முதலையொடு
திரைபடக் குழிந்த கல்லகழ் கிடங்கின்
வரைபுரை நிவப்பின் வான்றோ யிஞ்சி (மலை : 85 – 92)

அவனுடைய எதிரிகளை அழிக்கும் திறன், புலவர்களுக்கு கொடையளிக்கும் பண்பும், முதலைகள் திரியும் அகழிகள் மலை போல வானைத் தொட்டு நிற்கும் மதில் ஆகியவை பெற்ற உரிமையும் கொண்டவன்.

நன்னன் கூத்தர்க்கும், விறலியர்க்கும், புலவர்க்கும் கொடைக் கடன் இறுக்கும் கூறில் ஆண்மையைப் போற்றுகிறார் புலவர்,

நயந்தனிர் சென்ற நும்மினுந் தான் பெரி
துவந்த வுள்ளமோ டமர்ந்தினிது நோக்கி
யிழைமருங் கறியா நுழைநூற் கலிங்க
மெள்ளறு சிறப்பின் வெள்ளரைக் கொளீஇ
முடுவல் கந்த பைந்நிணத் தடியொடு
நெடுவெ ணெல்லி னரிசிமுட்டாது
தலைநா ளன்ன புகலொடு வழிசிறந்து
பலநா ணிற்பினும் பெறுகுவிர் நில்லாது
செல்வேந் தில்லவெந் தொல்பதிப் பெயர்ந்தென
மெல்லெனக் கூறி விடுப்பி னும் முட்
டலைவன் தாமரை மலைய விறலியர்
சீர்கெழு சிறப்பின் விளங்கிழை அணிய
நீரியக் கன்ன நிரைசெலல் நெடுந்தேர்

வாரிக் கொள்ளா வரைமருள் வேழங்
கறங்குமணி துவைக்கு மேறுடைப் பெருநிரை
பொலம்படைப் பொலிந்த கொய்சுவற் புரவி
நிலந்தினக் கிடந்த நிதிமொ டனைத்தும்
இலம்படு புலவர் ஏற்றகைந் நிறையக்
கலம்பெயக் கவிழ்ந்த கழறொடித் தடக்கையின்
வளம்பிழைப் பறியாது வாய்வளம் பழுநிக்
கழைவளர்நவிரத்து மீமிசை ஞெரேரென
மழைசுரந் தன்ன ஈகை நல்கித்
தலைநாள் விடுக்கும் பரிசின் மலைநீர்

(மலை : 559 – 581)

இந்த வரிகளில் அவன் கொடைத்திறம் விளக்கப் பெறுகின்றது. பரிசை விரும்பிச் செல்லும் உங்களைக் காட்டிலும் உங்களைப் பார்த்தவுடன் பெருமகிழ்ச்சி அடைவான். இழை பொலிந்த அழகிய புடவைகளை அளிப்பான். பெண் நாய் கடித்துக் கொண்டு வந்த தசைகளோடு நல்ல அரிசிச் சோற்றையும் கலந்து முதல் நாள் போல நாளும் விருந்தளிப்பான். நாங்கள் சொந்த ஊர் செல்ல விரும்புகிறோம் என்று தகவல் அனுப்பினால் உங்களில் தலைவன் தாமரைப்பூ பெறுவான். விறலியர் அழகிய அணிகலன்களைப் பெறுவர். பெரிய தேர்கள், யானைகள், குதிரைகள், அங்குக் குவிந்து கிடக்கும் செல்வங்கள் ஆகியவற்றை ஏற்று நிற்கும் புலவர் கைகளில் சொரிவான். நவிரத்தின் மேல் பெய்யும் மழையைப் போல வரையாது சொரியும் அவன் கை வன்மையை புலவர் வெகுவாகக் கூறியுள்ளார்.

குறிப்புதவி நூல்கள்

1. பத்துப்பாட்டு
2. அகநாநூறு
3. புறநாநூறு

8. கொங்கத்து வேளிர்

கொங்கு நாடு நாற்புறமும் மலைகள் சூழ்ந்த ஒருபீட பூமி. வடக்கே தலைமலை எல்லை. தெற்கே பழனி மலை எல்லை. மேற்கே வெள்ளியங்கிரி எல்லை. கிழக்கே குளித்தலை எல்லை. இந்த எல்லைகளுக்குட்பட்ட சமவெளிப் பகுதியே கொங்குநாடு. சங்க இலக்கியத்தில் கொங்கர் நாடு என்றும், கொங்கு என்றும் அழைக்கப் பெற்றது. பாண்டியர் செப்பேடுகளில் மழகொங்கம் (சேலம், கரூர்), கொங்கபூமி (ஈரோடு மாவட்டம், திருப்பூர் மாவட்டத்தின் கீழ்ப்பகுதி), மீ கொங்கு (கோவை மாவட்டத்தில் தென் பகுதி, திருப்பூர் மாவட்டத்தில் மேல்பகுதி) என்று மூன்று பிரிவுகளாக அழைக்கப்பெற்றது. சோழர்கால கல்வெட்டுகளில் வடகொங்கு (ஈரோடு மாவட்டம், பழனி வட்டம், திருப்பூர் மாவட்டத்தின் கீழ்ப்பகுதி, கோவை மாவட்டத்தின் வடபகுதி), தென் கொங்கு (கோவை மாவட்டத்தின் தென் பகுதி, திருப்பூர் மாவட்டத்தின் மேற்குப் பகுதி) என்று இரு பெரும் பிரிவுகளாக அழைக்கப் பெற்றது. சேலம் நாமக்கல் மாவட்டங்கள் அடங்கிய பகுதியும் வடகொங்கு என்று அழைக்கப் பெற்றது. கொங்கு வரலாற்றாசிரியர்கள் தருமபுரி, கிருஷ்ணகிரி மாவட்டங்களையும் கொங்கில் சேர்ப்பர். அது தவறு. கி.பி.13-ஆம் நூற்றாண்டு கல்வெட்டுகள் கொங்கு மண்டலம் என்று கூறும்.

கொங்கு நாடு முல்லையும் குறிஞ்சியும் சேர்ந்த நாடு. இங்கு குறிஞ்சி வளமும் முல்லை வளமும் நிறைந்திருந்தன. குறிஞ்சிக்கான வேட்டுவ வாழ்க்கையும், முல்லைக்கான ஆயர் வாழ்க்கையும் சிறந்திருந்தன. வேட்டுவ வாழ்க்கையை சிலப்பதிகாரம் விவரிக்கும். முல்லை வாழ்க்கையை பதிற்றுப்பத்தும், அகப்பாடல்களும் விவரிக்

கும். ஆ கெழு கொங்கர் நாடு என்று பதிற்றுப்பத்து (22) கூறும். செங்குட்டுவன் மலை வளம் காண வந்த போது மலை மக்கள் மலைபடு பொருட்களை அவனுக்குக் காணிக்கையாக அளித்த செய்தி கூறப் பெறுகின்றது.

கொங்கு அகழாய்வுகள்

சங்க இலக்கியத்தில் கொங்கு நாடு பற்றியும் கொங்கு மக்கள் பற்றியும் விரிவாகப் பேசப் பெறுகின்றன. ஆனால் இலக்கியச் சான்றுகள் குறைவாகவே கிடைக்கின்றன. 1970களிலிருந்து சென்ற ஆண்டு வரை பல அகழ்வுகள் கொங்கு நாட்டில் நிகழ்ந்து வருகின்றன. கரூர், அழகரை திருக்காம்புலியூர், கொடுமணல், போளுவாம்பட்டி, ஆனைமலை, பொருந்தில் ஆகிய ஊர்களில் அகழாய்வு நடந்துள்ளன. அந்த அகழாய்வுகள் கொங்குச் சமூகம் படிப்படியாக வளர்ந்த தன்மையைக் காட்டுகின்றன. ஒவ்வொரு அகழ்விலும் தொடக்கத்தில் குறியீடுகள் (*Grafitti*) பொறித்த பானை ஓடுகள் கிடைக்கின்றன. கி.மு.500லிருந்து எழுத்தையும் குறியீடுகளையும் பயன்படுத்தினர். கி.மு. மூன்றாம் நூற்றாண்டிலிருந்து குறியீடு பயன்பாடு குறைந்து போய் விட்டது.

கொடுமணலில் மட்டும் இருபது குறியீடுகள் பயன்படுத்தப் பெற்றுள்ளன. ஒரு குறியீடு ஒரு குடியைக் குறிக்கின்றது என்று தொல்லியலாளர்கள் கருத்து தெரிவித்துள்ளனர். அவ்வாறாயின் கொடு மணலில் இருபது குடிகள் வாழ்ந்தனர் எனலாம். கொடுமணலில் வாழ்விடத்தில் பல குறியீடுகள் கிடைத்தாலும், ஈமச்சின்னங்கள் ஒவ்வொன்றிலும் ஒரு குறிப்பிட்ட குறியீடு மட்டுமே கிடைக்கின்றது. அது பெருங்கல் சின்னம் ஒரு குறிப்பிட்ட குடிக்குரியது என்பதையே காட்டுகின்றது. ஐம்பது மட்பாண்டங்கள் ஓர் அகழ்வு குழியிலிருந்தால் ஐம்பதிலும் ஒரே குறியீடு பொறிக்கப் பெற்றுள்ளது. இது கொண்டு ஈமச்சின்னங்கள் ஒவ்வொரு குடியும் தனக்கென உருவாக்கிக் கொண்டது என்பர்.

குடி என்பது தான் என்ன?

கொங்கு நாடு முழுவதும் கிடைக்கின்ற குறியீடுகளைத் தொகுத்துப் பார்த்தால் சில உண்மைகள் புலப்படும். பேரூர், காளப்பட்டி, வெள்ளைலூர், கொங்கம் பாளையம், கொங்கல் நகரம், வெங்கல் பாளையம், ஆனைமலை போன்ற ஊர் அகழ்வில் ஈமச்சின்னங்களில் ஒரு குறியீடு மட்டுமே கிடைக்கின்றது. அதனால் இவ்வூர்களில் ஒரு குடி மட்டுமே வாழ்ந்தது என்று கருதலாம். ஒவ்வொரு குடிக்கும் ஒரு தலைவன் இருந்தான் அவன் அந்தை, குரிசில், அந்துவன், தந்தை,

ஆள், ஆடவன், தோன்றல், மருகன், மகன் (இதுவே மான் என்று திருந்தி விட்டது) ஆகிய பெயர்களால் அழைக்கப் பெற்றான். சங்க இலக்கியத்தில் பயின்று வரும் இச்சொற்களில் சில அகழ்வாய்வில் கிடைக்கின்ற ஓடுகளில் கிடைக்கின்றது. இவற்றில் பத்துக்கும் மேற்பட்ட ஓடுகளில் அந்தை என்ற சொல் பயன்படுத்தப் பெறுகின்றது. அந்தை என்பது தந்தை என்ற பொருளில் வழங்கியிருக்க வேண்டும் என்று தொல்காப்பிய விதிகளையும் காட்டி மொழியிலாளர்கள் முடிவு கூறுகின்றார்கள். ஆனால் ஓட்டுப் பொறிப்பிலும், தமிழ்ப் பிராமிக் கல்வெட்டுகளிலும் அச்சொல் பயின்று வரும் நிலையை வைத்து பார்க்கும் போது தலைவன் அல்லது மதிப்பிற்குரியவன் என்ற பொருளில் வழங்கியிருக்க வேண்டும் என்று கருத வேண்டியுள்ளது. குடியின் வளர்ச்சி நிலையில் தலைவன் உருவாகி விட்டான் என்பதை இச்சொல் சுட்டுகின்றது.

தமிழ்ப் பிராமிக் கல்வெட்டுகளில் பயின்று வரும் அந்தை என்ற சொல்லைப் பற்றி ஐராவதம் மகாதேவன் அவர்கள் விரிவாக ஆய்வு செய்துள்ளார். அவர் கூறுகிறார்: அந்தை என்ற சொல்லை தந்தை என்ற பொருளில் ஆளப்பட்டிருக்கும் என்று கருதினேன். ஆனால் அந்தச் சொல் பயன்படும் இடம் நோக்கிப் பொருள் கொண்டால் தந்தை என்ற பொருள் வராது. பிடந்தை குறுமகள் கீரன் கொற்றி என்று வரும்போது பிட்டனுடைய தந்தையின் இளையமகள் என்று பொருள் கொள்ள வேண்டும். அவ்வாறு பொருள் கொள்வது பொருத்தமாக இல்லை. பிற்கால (கி.பி.8-ம் நூற்றாண்டு) கல்வெட்டு ஒன்று இவ்வூர் அந்தை என்று கூறும் அங்கு இவ்வூர்த்தலைவன் என்று பொருள்படும். ஒவ்வொரு குடியிலும் தலைமைப் பொறுப்பிலிருந்தவர்கள் அந்தை என்று அழைக்கப் பெற்றனர். மேலும் கொடுமணல் ஓடு ஒன்றில் என்ற குறியீட்டுடன் கோவேத் என்று எழுதப் பெற்றுள்ளது அதில் ஒரு குறியீட்டுடன் கோன் என்ற சொல் பொறிக்கப் பெற்றுள்ளது. சங்க இலக்கியத்தில் கோன் என்ற சொல் பயின்று வருகின்றது. அங்கெல்லாம் அரசன் என்று பொருள்படும். ஆனால் கொடு மணல் ஓட்டுப் பொறிப்பில் கோன் என்ற சொல் தலைவன் என்ற பொருளில் வழங்கியிருக்க வேண்டும். காலப்போக்கில் அச்சொல்லுக்கு வேந்தன் பொருள் ஏற்பட்டிருக்க வேண்டும். மன்னன் என்ற சொல்லும் மிகுதியும் சங்க இலக்கியத்தில் பயின்று வருகின்றது. மன்னன் என்பவனும் சீறூர் தலைவன். சங்க இலக்கியத்தில் மன்னன் என்று கூறப் பெறுகின்றது. தொல்குடி மன்னன் என்ற புறப்பாடல் ஒன்று கூறும். அதனால் மன்னன் தொல் குடியின் தலைவனாக இருந்து பிறகு சீறூர்த் தலைவனாக எழுச்சி பெற்றான் எனலாம். பல மன்னர்களின் தலைவனாக வேள் எழுச்சி பெற்றான். புறப்பாடல்கள் சீறூர் மன்னர் களைப் பற்றி விவரமாகக் கூறுகின்றது. அந்த மன்னர்கள் ஒரு குடித் தலைவர்களாகவும், பழங்குடிப் பண்பாட்டினைப் பின்பற்றுபவர் களாகவும் விளங்கிய தன்மையை முனைவர் மாதையான் விரிவாக

ஆராய்ந்துள்ளார். சங்க இலக்கியச் சான்றுகளைத் தொகுத்து செய்துள்ள அவரது ஆய்வு குறிப்பிடத்தக்கது. சீறூர் மன்னர் வாழ்க்கை சங்க கால அரசியல் வாழ்வின் தொடக்கம் எனலாம். மன்னர் பெருமையினை மோசிகீரனார் பாடியுள்ளார்.

நெல்லும் உயிரன்றே நீரும் உயிரன்றே
மன்னன் உயிர்த்தே மலர்தலை உலகம்
அதனால் யானுயிர் என்பது அறிகை
வேல்மிகு தானை வேந்தற்குக் கடனே

(புறம். 186)

பெருங்கற்சின்ன காலத்தில் ஒவ்வொரு ஊரிலும் மன்னர்கள் ஆட்சி செய்திருக்க வேண்டும். அவர்கள் குறிஞ்சி நிலத்தில் வாழ்ந்த மக்கள் தலைவர்கள் பூசல் தலைவர்களாக அவர்கள் எழுச்சி பெற்றனர். இந்தப் பூசல்கள் ஆநிரைக்காகவும், மேய்ச்சல் நிலத்திற்காகவும் நிகழ்ந்திருக்கலாம், மேய்ச்சல் நிலத்தில் இச்சின்னங்களை குடிமக்கள் உருவாக்கினர். செயற்கரிய செய்தவர்களுக்குத்தான் நினைவுச் சின்னங்களை உருவாக்கினர். இடைவெளி ஐந்திலிருந்து பத்து கிலோ மீட்டர் தொலைவு வரை இருக்கும். அதனால் இந்த மக்கள் அரை நாடோடி வாழ்க்கையில் இருந்தார்கள் என்று கருதலாம். ஆனால் கொங்கில் அகழாய்வு மிகக் குறைவாக நடந்த நிலையில் ஊகத்தின் அடிப்படையில் சில முடிவுகளைக் கொள்ள வேண்டியுள்ளது. கொங்கு நாட்டுக் கல்வெட்டுகளில் மன்றம் பற்றிய குறிப்புகள் வருகின்றன. மன்றம் மக்கள் கூடிப் பேசும் இடமாக விளங்கியிருக்க வேண்டும். மன்றத்தின் தலைவன் மன்னன் நிலை பெற்றிருக்க வேண்டும். ஒவ்வொரு ஊரும் ஒரு மன்னன் ஆட்சியிலிருந்திருக்க வேண்டும்.

பாலக்காட்டுக் கணவாயின் அருகிலிருக்கும் பல ஊர்களில் வாழ்ந்த அரசியல் தலைவர்கள் வேளிராக எழுச்சி பெற்றனர். அவர்கள் பல குடிகளை உள்ளடக்கிய அமைப்பிற்குத் தலைவர்களாக விளங்கியவர்கள். கொங்கு நாட்டில் வாணிக வளம் பெற்ற நகரங்களில் தங்கி ஆண்டனர். பொதினியில் ஆவியர்கோ வேளாக விளங்கினான். வெள்ளலூர் பண்டை நாளில் வேளில் என்று அழைக்கப் பெற்றது. அதனால் வெள்ளலூர் வேளிர்களின் தலைவராக விளங்கியது எனலாம். கொடுமணலில் நான்கு ஓட்டுப் பொறிப்புகளில் வேள் என்ற பெயர் பொறிக்கப் பெற்றிருந்தது. அதனால் பண்டைய கொடுமணம் (இன்றைய கொடு மணல்) வேளிர் நகராக விளங்கியது எனலாம். கரூர் பண்டை நாளில் வேளிர் தலைநகரமாக விளங்கியது. அவ்வூர் கி.மு. மூன்றாம் நூற்றாண்டிலிருந்து வேளிர் நகரமாக விளங்கியது என்பதற்குப் பல சான்றுகள் கிடைத்துள்ளன. அதனால்

கொங்கு நாடு முழுவதும் பரவலாக வேளிராட்சி நடந்துள்ளது எனலாம். காமூர் கழுவுளை எதிர்த்தவர்கள் பதினான்கு வேளிர் என்று கூறப்பெறுகின்றது (அகம் 125).

வேளில் வேளிர்

வேளில் என்ற ஊர்ப் பெயர் சங்க இலக்கியத்தில் யாண்டும் குறிக்கப் பெறவில்லை. ஆனால் தொல்லியல் சான்றுகள் மிகுதியும் கிடைத்துள்ளன. இன்றைய வெள்ளலூர் என்ற ஊர்தான் பண்டைய வேளில் சங்க காலத்தில் இல் என்ற விகுதியுடன் குறிக்கப்பெறும் ஊர்கள் பல உண்டு. கள்ளில் பொருந்தில் விளங்கில் கிடங்கில் போன்ற ஊர்ப்பெயர்களைச் சான்றுக்குக் காட்டலாம். இல் என்ற விகுதி பல பொருட்களில் வழங்கியுள்ளது. குடி (Lineage) என்ற பொருளிலும் இல் என்ற சொல் வழங்கியுள்ளது.

ஆனால் வீடு என்ற பொருளில்தான் நூற்றுக்கணக்கான பாடல்களில் வழங்குகின்றது. தமிழ்ச் சமூகத்தில் குடும்பம் என்ற சிறு கூறு என்ற நிலை உருவான பின் இல் என்பது குடியையும் நிலை குறைந்த பின் மக்கள் குழு நிலையிலிருந்து தனிக்குடும்ப நிலைக்குப் போய் விட்டதையே நூற்றுக்கணக்கான பாடல்களில் வழங்குகின்றது. வீரர்கள் சார்ந்த குடி மட்டுமே நிலைத்துள்ளது. அரசியல் தலைவர் சார்ந்த குடி மட்டுமே நிலைத்துள்ளது. அரசியல் தலைவர் சார்ந்த குடும்பத்தையும் குடி என்றே கூறப் பெறுகின்றது. குடி, இல் ஆகிய சொற்கள் அரசியல் சார்ந்த மக்களைக் குறிக்கும் சொற்களாக நிலைத்து விட்டன. அந்த வகையில் வேள் என்ற அரசியல் தலைவனோடு தொடர்புடைய சொற்களாக நின்றுவிட்டன. அந்த வகையில் வேளில் என்ற சொல் வேளிர் நகர் என்று பொருள் கொள்ளலாம். அதற்கு இலக்கியத்தில் சான்று இல்லை. ஆனாலும் தொல்லியல் சான்றுகள் கிடைத்துள்ளன.

சிந்துவெளி நாகரிகத்தில் மதிப்புறு பண்டங்கள் அரசியல் நிலையை விளங்கிக் கொள்ள பயன்படுத்தப் பெறுகின்றன. ஷெரின் ரத்னாகர் மதிப்புறு பண்டங்கள் பற்றி விரிவாக ஆய்ந்துள்ளார். அவர் கருத்துபடி மதிப்புறு பண்டங்கள் மனிதனுடைய பசியைப் போக்கும் தன்மையுடையவை அல்ல. ஆனால் அந்தப் பொருட்களை வைத்திருப்பவன் மதிப்பிற்குரியவனாகிறான். அதனால் அந்தப் பொருட்களை இறந்த அரசியல் தலைவனோடு வைத்துப் புதைத் தனர். தன்னிடம் அந்தப் பொருட்கள் இல்லையானால் யாரிடம் உள்ளதோ அவரிடம் விலைக்கு வாங்கியோ, கொடுக்க மறுத்தால் பூசலிட்டு வலிந்து கவர்ந்தோ இறந்தவருடன் வைத்துப் புதைப்பர். மெசபடேமியாவில் கவர்ந்தே இறந்தவருடன் வைத்துப் புதைப்பர்.

மெசபடேமியா மன்னர்களுக்கு லபீஸ் லசுலி என்ற கல்மணிதான் மதிப்புறு பண்டம். அந்தக்கல்மணிதான் சிந்து மெசபடேமிய வாணிகத்தில் மையப் பொருள் அந்த வாணிகத்தால் தான் சிந்து வெளி நகரங்கள் வளங்கொழித்தன. அரசு எழுச்சி பெற்றது. அந்த நிலை தான் சங்க காலக் கொங்கு நாட்டில் நிலை பெற்றிருந்தது.

வெள்ளலூரில் பத்துக்கும் அதிகமான பொன் அணிகலன்கள் கிடைத்துள்ளன. இந்த அணிகலன் உரோமானியர்கள் வேளில் வேளிர்களுக்கு காணிக்கையாகத் தந்தவை. பெரும்பாலான அணிகலன்கள் உரோமானிய மரபில் செய்யப் பெற்றவை. 1500 உரோமானியக்காசுகள் தங்கம் வெள்ளி ஆகியவற்றால் செய்யப் பெற்றவை. இவ்வூரில் புதையல்களாகக் கிடைத்துள்ளன. அந்தக் காசுகள் கூட உரோமானியர்கள் வேளிர்களுக்குக் காணிக்கையாகக் கொடுத்தவை ஆகலாம். பாலக்காட்டுக் கணவாய் அருகில் நிலை பெற்றிருந்த வேளிர் ஊர்களில் உரோமானியக் காசுகளும் அணிகலன்களும் கிடைத்த வண்ணம் உள்ளன. இன்றைய ஆனைமலை பண்டை நாளில் நன்னனூர் என்று அழைக்கப் பெற்றது. அதனால் கொங்கானத்து நன்னன் வேளின் ஆட்சி ஆனைமலை வரை பரவியிருந்து எனலாம்.

கொடுமணத்து வேளிர்

1985 முதல் 2013 வரை கொடு மணத்தில் (இனி கொடுமணல்) அகழாய்வு நடைபெற்றது. இவ்வூரில் 400க்கும் அதிகமான எழுத்து பொறித்த ஓடுகள் கண்டறியப் பெற்றுள்ளன. அவற்றில் கூலந்தை சம்பன் அகல், வாருணி அகல், விஸாகி, சாத்தந்தை கண்ணன், கண்ணன் ஆதன், சாத்தந்தை வே(ள்), வேளாதன், பூதண் வேண்ணிராழிஈ பூத்தடா, குவிரன், பண்ணன் ஆகிய பெயர்கள் பொறிக்கப் பட்டிருந்தன. அண்மையில் நடந்த அகழாய்வில் ஸபா மகந்தை பம்மாதன் மகந்தை சுமணன் என்ற பொறிப்புகள் கிடைத்தன.

இந்தப் பெயர்களில் பல பண்டைய தமிழ் இலக்கியங்களில் பயின்று வருபவை. ஆதன், சாத்தன், கண்ணன், அந்தை, மகந்தை ஆகிய பெயர்களைக் குறிப்பிடலாம். இவற்றில் அந்தை பற்றி ஏற்கெனவே ஆய்வு செய்யப் பெற்றது. மகந்தை என்ற சொல் குறிப்பிடத்தக்கது. அதிலும் ஸபா மகந்தை என்ற சொற்றொடர் குறிப்பிடத்தக்கது. இத்தொடரினை ஸபா மகன் அந்தை என்று பிரித்துப் பொருள் கொள்ளலாம். சபை என்பது தலைமையையும் மகன் என்பது தலைவன் என்பதையும் அந்தை என்பது பெயரையும் குறிப்பதாகக் கொள்ளலாம். முதலில் கிடைத்த ஓட்டில் 17 என்று எழுதப் பெற்றிருந்தது. மற்றொன்றில் 117 என்று எழுதப்

பெற்றிருந்தது. இக்குறியீடுகளை மகதை என்றும் மந்தை என்றும் இருவிதமான வாசிப்புகள் தரப் பெற்றன. ஆனால் இது மகந்தை என்று வாசிக்க வேண்டி வந்தது. மகன் என்பதும் தலைவனைக் குறிக்கும், அந்தை என்பதும் தலைவனைக் குறிக்கும். இரட்டைக் கிளவியாக இச்சொற்களைக் கொள்ளலாமா வேறு பல சொற்களும் பயின்று வருகின்றன. ஈழத்துச் சிங்களக் கல்வெட்டுகளில் சுமணன் என்று சொல் பயின்று வருகின்றது.

கொடுமணலில் இச்சொல் பயின்று வருகின்றது. அதனால் ஈழத்திற்கும் கொடுமணலுக்கும் தொடர்பிருந்தது எனலாம்.

கொடுமணலில் பத்தாயிரத்திற்கும் மேற்பட்ட கல் மணிகள் கிடைத்துள்ளன. அந்த மணிகளில் கார்னீலியன் மணிகள் மதிப்புறு பண்டமாகக் கருதப் பெற்றது. ஏனெனில் அந்தக்கல் மணிகள் தான் ஈமச் சின்னங்களில் ஆயிரக்கணக்கில் வைக்கப் பெற்றுள்ளன. ஒரு சின்னத்தில் 2500 மணிகள் இருந்தன. மற்றொரு குழியில் 500 மணிகள் இன்னுமொரு குழியில் 900 மணிகள் இருந்தன. இவை அனைத்தும் கார்னிலியன் கல்லால் செய்யப் பெற்றவை. இந்தச் சான்றுகள் கொடுமணல் மக்கள் அந்தக்கல் மணியை மதிப்புறு பண்டமாகக் கருதப் பெற்ற தன்மையை உறுதிப்படுத்துகின்றன. இந்த மதிப்புறு பண்டங்கள் கொடுமணலில் ஆட்சி செய்த வேளிர்களின் மனைகளில் வைக்கப் பெற்றிருந்தவை. அவை காணிக்கையாகப் பெறப் பெற்றவை. கொடுமணல் பல கூறாக்கக் குடிகள் வாழ்ந்த ஊர் அந்தக் குடிகளை ஒரு குடையின் கீழ் வைத்து ஆட்சி செய்த பெருமை இந்த வேளிர்களையே சேரும். கொடுமணலில் நிகட என்று பொறிக்கப்பெற்ற ஓடு ஒன்று கிடைத்தது. அது அந்நாளில் நகரமாகத் திகழ்ந்த நிலையை உறுதிப்படுத்தும்.

கொடுமணலில் வேளிராட்சி குறைந்தது 400-500 ஆண்டுகள் நடைபெற்றிருக்க வேண்டும். வட நாட்டோடும் யவன நாட்டோடும் தொடர்ந்து தொடர்பு கொண்டிருந்த கொடுமணல் யவன வாணிகத்தின் வீழ்ச்சியால் செல்வாக்கிழந்து அழிந்து பட்டது. காலகதியில் இவ்வூர்ப் பெயரும் திரிந்து போயிற்று.

கொடுமணம் பற்றி கபிலர் பதிற்றுப்பத்தில் குறிப்பிட்டுள்ளார். கொடுமணம் என்ற ஊரில் செய்யப் பெற்ற அழகிய மணிகள் பற்றி அவர் புகழ்ந்துள்ளார். கொடு மணம் பட்ட விணைமான் நன்கலம் (67) என்று அவர் பாடுகிறார். இந்தப் பாடலடி நான்கு சொற்களைக் கொண்டுள்ளது. இந்த நான்கு சொற்களில் ஒரு நகரமே அமைந்துள்ளது. அந்தப் புலவன் செறுத்த செய்யுள் செய் செந்நாப் புலவன், முல்லை சார்ந்த வியன் புலம் ஆகும். அங்கு ஆயர்கள் வாழ்க்கையே மிகுந்திருந்தது. மழை பெய்த பின் மேல் கிளம்பும்

பளிங்குக் கற்களை ஆயர்கள் தொகுப்பார்கள் என்று கபிலரே வேறொரு பாடலில் குறிப்பிட்டுள்ளார். மேலும் கடல் நீலப் பச்சைக்கன் சுரங்கங்கள் படியூரில் நிறைந்திருந்தன. தட்சசீல அகழ்வில் இந்தக் கல்லில் செய்யப் பெற்ற மணிகள் கி.மு. நான்காம் நூற்றாண்டு பாஎ நிலையில் கிடைக்கின்றன. இவை கொங்கு நாட்டிலிருந்து சென்றவை என்பதை ஆய்வாளர்கள் உறுதி செய்துள்ளார். அதனால் கடல் நீலப் பச்சைக்கல் மணிகளாக்கப் பெற்றமை கி.மு.4ஆம் நூற்றாண்டிற்கு முன் நடந்திருக்க வேண்டும். மேலும் அண்மையில் கொடுமணலில் கிடைத்த ஓர் ஓட்டின் காலம் கி.மு.495 என்று கணக்கிடப்பட்டுள்ளது. அதனால் கொடுமணம் கி.மு.500க்கு முன்பிருந்தே நிலை பெற்றிருக்க வேண்டும் என்று கருதலாம். இந்த அடிப்படையில் கொடுமணத்து வேளிர்கள் கி.மு.500லிருந்து பெருமை பெற்றிருக்கலாம் என்று கருத முடியும்.

ஆவியர் வேளிர்

ஆவியர் வேளிர் பற்றி சங்க இலக்கியத்தில் விரிவாகப் பேசப் பெறுகின்றது. நெடு வேள் ஆவி என்று கூறப் பெறுவதிலிருந்து ஆவிய மரபிலும் வேளிர் எழுச்சி பெற்றனர் என்று கருதலாம். பத்துக்கும் மேற்பட்ட பாடல்களில் ஆவியர் மரபினைச் சேர்ந்த வேளிர் குறிக்கப் பெறுகின்றனர். பேகனுடைய நாடு குறிஞ்சி வளம் கொழிக்கும் மலைநாடு ஆகும். அது குறவர்களும் வேட்டுவர்களும் வாழ்ந்த மலைநாடு ஆகும். அங்கு குறவர்களும் வேட்டுவர்களும் வாழ்ந்தனர். கால்நடை வளர்ப்பும் அங்கு நிலை பெற்றிருந்தது. இந்தத் தொழில்களை வலியுறுத்தும் தொல் பழங்கால ஓவியங்களில் காணப்பெறும் கால்நடை உருவங்களே சிறந்த சான்று. சங்கப் பாடல் சிலவற்றைப் பார்ப்போம்.

மலைவான் கொள் கென உயிர் பலி தூஉய்
மாரி ஆன்று மழைமேக் குயர்கெனக்
கடவுள் பேணிய குறவர் மாக்கள்
பெயல்கண் மாறிய உவகையர்சாரல்
புனத்தினை அயிலும் நாட

(புறம். 143:1- 5)

இந்தப் பாடலடிகளில் குறவர்கள் மழை பொழிய வேண்டும் என்று உயிர்ப்பலி இட்டு இரத்தத்தைத் தூவுகின்றனர். அதுவும் மலைக் கடவுளுக்கு இந்தப் பலியை இட்டுள்ளனர். இது குறவர்கள்

மழை வேண்டிச் செய்யும் மந்திரச்சடங்கினை வலியுறுத்தும். இன்றும் அப்பகுதியில் வாழும் பழங்குடிகள் இந்தச் சடங்கினைச் செய்கின்றனர். மற்றொரு பாடலில் அவன் மலை வளம் குறிக்கப் பெறுகின்றது.

அருவி ஆர்க்கும் அயந்திகழ் சிலம்பில்
நுண்பல திவலை புதல் மிசை நனைக்கும்
வண்டு படு நறவின் வண் மகிழ்பேகன்

(அகம் 262:14- 15)

ஆவியர் நாடு உயர்ந்த மலைப் பகுதி என்பதை இந்தப் பாடலடிகள் விளக்குகின்றன. உயர்ந்த மலை என்பதைச் சுட்ட அருவி ஆர்க்கும் என்று பாடுகிறார். மேலும் குறிஞ்சித் தேன் பற்றியும் இங்குக் கூறப் பெறுகின்றது. பெருஞ்சித்திரனார் பாடிய புறப்பாட்டில் பெருங்கல் நாடன் பேகன் என்று கூறப் பெறுகின்றது. இங்கு பெருங்கல் உயர்ந்த மலையைக் குறிக்கும்.

புறநானூறு 141ஆம் பாட்டில் அவன் மயிலுக்குப் போர்வை அளித்தான் என்று கூறப் பெறுகின்றது. இது இன்றைய மனிதனுக்கு வியப்பை அளிக்கலாம். ஆனால் பண்டை நாளில் இது போன்ற செயல் புதுமையானது இல்லை. மயில் ஆவியரின் குலக்குறி (Totem) ஆகலாம். குலக்குறியை வழிபடுவது பண்டை மக்களுக்குப் புதுமையன்று. இன்றும் கொங்கு மக்களிடையில் ஆந்தைக் கூட்டத்தார் ஆந்தையை வழிபடுகின்றனர். காடை கூட்டத்தார் காடையை வழிபடுகின்றனர். இந்த வகையில் குலக்குறிக்கு ஊறு ஏற்பட்டாலும் அதனைப் போக்க நினைப்பார்கள். பேகன் மயிலுக்கு போர்வை அளித்ததும் இந்தப் பின்னணியில் தான் நோக்க வேண்டும். மேலும் பழனி முருகனுக்கு மயில் ஊர்தியாகக் காட்டப் பெறுவதும் இந்தப் பின்னணியில்தான்.

அகழ்வில் மயில் பொறிப்பு

பழனிக்கருகில் உள்ள பொருதல் என்ற ஊரில் அண்மையில் அகழாய்வு நடை பெற்றது. அந்த அகழ்வில் மயில் உருவம் பொறித்த ஓடு ஒன்று கிடைத்துள்ளது. இது பெரும்பாலும் ஆவியர்களின் குலக்குறியாகலாம்.

பொருந்தல் அகழ்வு

வேளாவியர் நகரமான பொதினிக்கருகில் பொருந்தில் என்ற ஊர் உள்ளது. இவ்வூரின் இளங்கீரனார் என்ற புலவர் வாழ்ந்துள்ளார். இடைக்காலக் கல்வெட்டுகளில் இவ்வூர் பொருந்தில் என்றே துறப்பெறுகின்றது. இன்று பொருந்தல் என்று கூறப் பெறுகின்றது. தொடர்ந்து இரு பருவங்கள் அகழ்வு நடந்தது. அந்த அகழ்வில் கி.மு. ஐந்தாம் நூற்றாண்டு முதல் மக்கள் வாழ்க்கை நிலை பெற்றிருந்த தன்மை உறுதிப்படுத்தப் பெற்றுள்ளது. கார்னீலியன் மணிகள், பளிங்குக் கல்மணிகள், கண்ணாடி மணிகள் போன்ற கல்மணிகள் அகழ்வில் கிடைத்தன. செங்கல் கட்டடம் ஒன்றும் கிடைத்துள்ளது. இரும்புக் கத்திகள் கிடைத்துள்ளன. ஒரு மட்கலத்தில் நெல் வைக்கப் பெற்றிருந்தது. இந்த நெல் கி.மு. 495ஆம் ஆண்டைச் சேர்ந்தது. இந்த நெல் இறந்தவனுக்கு வழிபடு பொருளாக வைக்கப் பெற்றிருந்தது எனலாம். நடுகல்லை நெல்லுகுத்துப் பரவும் கடவுள் என்று புறத்தில் (335) கூறப்பெறுகின்றது. ஊதுலைகள் கண்டறியப்பட்டுள்ளன. மலை அடிவாரத்தில் ஏராளமான கற்பதுக்கைகள் காணப் பெறுகின்றன. கற்பதுக்கைகளில் தொல் பொருட்கள் ஏதும் கிடைக்கவில்லை. மலை முகடுகளில் தொல் பழங்கால ஓவியங்கள் கண்டறியப் பெற்றுள்ளன. இந்த ஓவியங்கள் வேட்டுவ வாழ்க்கையைச் சுட்டுகின்றன.

பொருந்தில் வேளாவிக் கோமான்களின் கீழ் நிலை பெற்றிருந்த தொழில் வாணிக நகரமாக இருந்திருக்க வேண்டும். வயிர என்று எழுதப் பெற்றதுடன் பொறிப்பின் பக்கத்தில் வைரத்தின் உருவமும் பொறிக்கப் பெற்றிருந்தது. இது பெருங்கல் சின்னத்தில் கிடைத் துள்ளமையால் இதனைக் குலக்குறியீடாகவும் கொள்ளலாம். இங்கு உற்பத்தி செய்யப் பெற்ற மணிகள் பொதினி வழியாக வாணிகப் பண்டமாக விற்கப் பெற்றிருக்க வேண்டும். அதனால் பொதினி பொன்னுடை நகர் என்று அகநானூற்றில் (617) குறிக்கப் பெறுகின்றது. அது மட்டுமின்றி பழனிக்கருகில் உள்ள சி. கலையமுத்தூரில் நூற்றுக் கணக்கான உரோமானியக் காசுகள் கண்டறியப் பெற்றுள்ளன.

பாலக்காட்டுக் கணவாயிலிருந்து வந்த பெருவழியில் பொதினி அமைந்துள்ளது. ஆனைமலையிலிருந்து பழனி வழியாக மதுரை வரை சென்ற வணிகப் பெருவழியில் உள்ள பல ஊர்களில் உரோமானியக் காசுகள் கண்டறியப் பெற்றுள்ளன.

அதனால் இந்தப் பெருவழி பண்டைக்காலம் முதல் வழக்கத் திலிருக்கும் பெருவழி ஆகும். இந்தப் பெருவழி ஆவியர் குடியில் வேளிர் எழுத்திக்குக் காரணமாயிற்று.

வேளாவிக்கோமானை பரணர், கபிலர், அரிசில் கிழார் ஆகிய புலவர்கள் பாடியுள்ளனர். அவனுடைய கொடைத்திறன் பற்றி பரணர் விளக்கமாகப் பாடியுள்ளார்.

அறுகுளத்து உகுத்தும் அகல்வயல் பொழிந்தும்
உறுமிடத்துதவாது உவர் நிலம் ஊட்டியும்
வரையா மரபின் மாரி போலக்
கடாஅ யானைக் கழற்காற்பேகன்
கொடை மடம் படுதல் அல்லது
படைமடம் படான்பிறர் படைமயக் குறினே

(புறம் 142)

இந்தப் பாடலில் வஞ்சப் புகழ்ச்சியாக கொடை மடம் படுதல் அல்லது என்று பாடியுள்ளார். அவன் கொடைத்திறத்தைப் பற்றி பிறகும் பாடியுள்ளார். வேளிர் கொடைத்திறத்தைப் பற்றி பல புலவர்கள் பாடியுள்ளனர். கபிலர் மலையமான் திருமுடிக்காரியின் கொடைத் திறனைப் பற்றியும், பாரியின் கொடைத்திறனைப் பற்றியும் மோசிக்கீரனார் ஆய் அண்டிரனின் கொடைப் பற்றியும் விரிவாகப் பாடியுள்ளார்கள். அந்த வகையில் பேகன் கொடையிலும் சிறந்து விளங்கினான். புது வருவாய் வணிகத்தின் மூலம் கிடைத்து வந்தது. அந்த வருவாயைப் புலவர்களுக்குக் கொடையாக அளித்து மகிழ்ந்தான்.

காமூர்க் கழுவுள்

காமூர் இன்றைய காங்கயமாகலாம். காம் + கயம் என்பன காங்கயம் என்று வழங்கியிருக்கலாம். இன்றும் காங்கயம் கால் நடை சிறந்த வகை என்று கொள்ளப் பெறுகின்றது. கழுவுள் குடியினர் ஆன் பயன் வாழ்நர் என்று கூறப் பெறுகின்றனர்.

9. மகட்பாற் காஞ்சி ஒரு பழங்குடி மரபு

மகட்பாற் காஞ்சி, காஞ்சித்திணையின் துறைகளுள் ஒன்று. தொல் காப்பியர் இந்தத்துறையை விளக்கும் போது பின் வருமாறு குறிப் பிடுவார்.

நிகர்த்து மேல் வந்த வேந்தனொடு முதுகுடி
மகட்பாடு அஞ்சிய மகட்பா லானும்

(தொல். புறத்: 77: 14-25)

பொருள் வளத்திலும், பலத்திலும் மேன்மை பட்டிருக்கும் வேந்தன் முதுகுடியில் பிறந்த பெண்ணைக் கேட்கிறான். பெண்ணை வேந்தனுக்குத் தரமறுப்பதோடு அவளுக்காக பூசலிட்டு மடியவும் தயாராக நிற்கிறார்கள். புறநானூற்றில் இருபத்தியொரு செய்யுட் கள் காஞ்சித்திணையிலும், மகட்பாற் காஞ்சித் துறையிலும் அமைந்துள்ளன. பாரி பற்றி கபிலர் பாடிய மூன்று செய்யுட்கள் மகட்பாற் காஞ்சித் துறையில் தொகுக்கப் பெற்றுள்ளன. ஆக இருபத்தி நான்கு செய்யுட்கள் மகட்பாற் காஞ்சி பற்றியமைந்தவை. வேறெந்த துறைக்கும் இத்தனை செய்யுட்கள் உண்டா என்பது ஐயமே. இந்த அளவிற்கு மகட்பாற் காஞ்சி பெருமை பெற்று விளங்குகின்றது. மகட்பாற் காஞ்சி இன்று வரை நிலை பெற்றுள்ளது. ஆனால் அது வேறு வடிவில் அமைந்துள்ளது. சில தொல்குடியினர் வேந்தர்க்கு மகட் கொடை அளிப்பவர்களாக மாறிய நிலையில் பல தொல் குடியினர் மகள் மறுப்பவர்களாகவே வாழ்ந்தனர் என்பது புறப்பாடல்களால் விளங்கும்.

வேந்தர் X தொல்குடி முரண்

தமிழகத்தில் வேந்தர் எழுச்சி பொ.ஆ.மு.500க்கு முன்பின் காலங்களில் தொடங்கி இருக்க வேண்டும். அந்த எழுச்சியின் உச்சகட்டம் பொ.ஆ. முதல் நூற்றாண்டிலிருந்து ஆகலாம். சேரர்கள் மேலைக் கடற்கரையிலிருந்த தொல்குடிகளை தங்கள் கீழ்க் கொண்டு வந்த பின் கொங்கு நாட்டு வேளிர்களைத் தங்கள் கீழ்க் கொண்டு வர முயற்சி செய்து வெற்றியும் கண்டனர். அவர்கள் கொங்கு நாட்டு வேளிர் குடும்பங்களில் மணவினை வைத்துக் கொண்டு தங்கள் கீழ்க் கொண்டு வந்தனர். அதற்குச் சிறந்த சான்று ஆவியர் குடியிலிருந்து மகட்கொடை பெற்றதாகும். மையூர் கிழானும் சேரர்களுக்கு மகட் கொடை நேர்ந்துள்ளான்.

பூசலிட்டு வேளிர்களை தங்கள் கீழ்க் கொண்டு வந்துள்ளார்கள். அதற்குச் சிறந்த சான்று காமூரில் ஆட்சி செய்த கழுவுளை அடக்கியமையே ஆகும். அகப்பாடல் ஒன்று கழுவுளை பதினான்கு வேளிர் தோற்கடித்தனர் என்று கூறும். பதிற்றுப் பத்து எட்டாம் பத்தில் பெருஞ் சேரலிரும் பொறையைப் பற்றி பாடும் போது கழுவுளை அவன் வென்ற செய்தியைப் பாடுகிறார்.

.............................யேறொடு
கன்றுடை யாயந் தரீஇப்புகல் சிறந்து
புலவுவில் விளைய ரங்கை விடுப்ப
மத்துக்கயி றாடா வைகற் பொழுது நினையூஉ
ஆன்பயன் வாழ்நர் கழுவுள் தலைமடங்கப்
பதிபா ழாக வேறுபுலம் படர்ந்து
விருந்தின் வாழ்க்கையொடு பெருந்திரு அற்றென

(பதிற். *71 : 13-19)*

அகப்பாடல் ஒன்றில் பதினான்கு வேளிர் கழுவுளின் காமூரை வென்ற செய்தி கூறப் பெறுகின்றது.

வீயா விழுப்புகழ் விண்தோய் வியன்குடை
ஈரெழு வேளிர் இயந் தொருங் கெறிந்த
கழுவுள் காமூர் ....

(அகம். *135 : 11-13)*

இவ்விரு செய்திகளும் ஒரே போரைக் குறிப்பதாகலாம். சேரர்கள் கொங்கு நாட்டின் பெரும் பகுதியை வென்றபின் கழுவுள் குறும்பு செய்திருப்பானோர் குறுநில மன்னனாவான். அவனை ஒடுக்க

பெருஞ்சேரலிரும்பொறை தன் கீழிருந்த ஏவல் வேளிர்களை கழுவுள் போரில் ஈடுபடுத்தியிருக்க வேண்டும். பெருஞ்சேரலிரும்பொறை இறுதியில் அதியமான் மீது படையெடுத்துத் தகடூரைப் பிடித்திருக்க வேண்டும். நாடு பிடி சண்டை சங்க கால வாழ்வில் மையப் பொருளாகத் திகழ்ந்தது. கொங்கு வேளிர்களையும், ஓரியையும், அதியமானையும் வென்று தன் கீழ்க் கொண்டு வந்ததற்குக் காரணம் இப்பகுதி கனிம வளமும் வாணிக வளமும் ஆகும். இந்த நாடு பாவுதல் மணவினை மூலமாகவும் நிகழ்ந்தது.

வம்பவேந்தன் தொல்குடி மன்னன் முரண்பாடு

வேந்தர்களைப் பற்றி புலவர்கள் பாடும் போது வம்பவேந்தர் என்றே குறிப்பிட்டனர். காரணம் அவர்கள் சங்ககால சமுதாயத்தில் புதிதாக எழுச்சி பெற்றவர்கள். எந்த நேரமும் தொல்குடிகளை ஒடுக்க முற்பட்டவர்கள். இந்த ஒடுக்குமுறை குடிகளுக்கிடையிலான மாடுபிடி சண்டையில் தொடங்கி பின்னாளில் நாடுபிடி சண்டையாக எழுச்சி பெற்றது. எழுச்சி பெற்ற நிலையில் வேந்தர் எழுச்சி மேலோங்கி நின்றது. இந்த வேந்தர்கள் குறுநிலப் பகுதிகளில் வாழ்ந்த வேளிர்களையும், சீறூர் மன்னர்களையும் தம் கீழ்க் கொண்டு வந்தனர். சங்க காலத்தில் ஓயாத போர்களும் பூசல்களும் மக்களை அல்லலுறச் செய்தன. வேறுபுலம் பெயரச் செய்தன. இத்தகைய சூழ்நிலையில் தொல்குடிப் பண்பாட்டிற்கும் வேந்தர் பண்பாட்டிற்குமிடையில் முரண்பாடு உருவாயிற்று. வேந்தர் பண்பாட்டினை ஏற்றுக் கொண்ட தொல்குடிகள் அவர்களுக்கு மாமன்மாராயினர், மைத்துனராயினர். ஏற்க மறுத்தவர்கள் துடைத்தெறியபட்டனர்.

நாடுபிடி சண்டையின் ஓரங்கமாகவே மகட் கொடை வேண்டிப் போருக்குச் சென்றனர். இந்த நிலையில் மகட் கொடை நேர்ந்தவர் களும் உண்டு, மறுத்தவர்களும் உண்டு. பெண் கொடுக்க மறுத்தால் பழங்குடிகள் அழிக்கப் பெறுவார்கள் என்பது உறுதி. ஆனால் மகட்பாற் காஞ்சிப் பாடல்கள் ஊர் அழியும் என்று கூறப்படுகின்றதே தவிர ஊர் அழிந்து போயிற்று என்று கூறவில்லை. சில பாடல்கள் ஊரழிந்தமை பற்றிக் குறிப்பாலுணர்த்தி நின்றன. இது இளம்பூரணர் உரையால் உறுதிப்படுகின்றது. “நிகர்த்து மேல் வந்த வேந்தனொடு முதுகுடி மகட்பாடு அஞ்சிய மகட்பாற் காஞ்சி” யென்னும் துறைக்கு மேற்கோள் காட்டி ‘இது பெருஞ்சிக்கல் கிழான் மகட் கொடை மறுத்தது’ என்று அவர் கூறுவார் (தொல்பொருள். புறத். நூ.19, இளம் பூரணர் உரை). சங்க காலத்தில் பெருஞ்சிக்கல் கிழான் மகட்கொடை மறுத்த வரலாறு செவி வழியாக வந்து இளம் பூரணர் மூலம் வெளிப் பட்டுள்ளது. ஆக வேளிரைப் போலவே பெருஞ்சிக்கல் கிழானும் மகள் மறுத்து அதனால் கொல்லப்பட்டிருக்க வேண்டும். இதைப்

போலவே பல வேளிர் மகள் மறுத்து மாண்டிருக்க வேண்டும். இதே கதி வடபுலத்தில் நிலை பெற்றிருந்த சாக்கிய குடிக்கு நேர்ந்தது. கோசலம் தான் சாக்கிய குடியைத் துடைத்தெறிந்தது. கோசம்பி கூறுகிறார்.

''இதே கோசலம் தான் புத்தரது வாழ்நாளில் சாக்கியர்களைத் தாக்கி ஆண் பெண் குழந்தைகள் அனைவரையும் படுகொலை செய்தது. இதற்குக் காரணம் திருமணத்தில் ஏற்பட்ட ஏமாற்றம் என்று கூறப்பட்டது. கோசல அரசன் பசேநதி பிரசேனன் புத்தர் காலத்தில் பலம் பொருந்திய அரசனாவான். அவன் சாக்கிய குலப்பெண்ணை திருமணம் செய்து கொள்ள விரும்பினான். எனவே ராஜதந்திர நிலையில் திருமண உறவு கொள்ள விரும்பினான். (அர்த்த சாஸ்திரத்தைக் காணவும்). ஆனால் அவர்களது பாரம்பரியப்படி சாக்கியர்கள் இதனை ஏற்றுக் கொள்ளவில்லை. தொல்லினப் பழங்குடி மக்கள் அமைப்பிற்கு வெளியே திருமணம் செய்வது அந்த அமைப்பு விதிகளுக்கு எதிரானது. இருப்பினும் அரசனது கோரிக்கையைப் புறக்கணிக்க சாக்கியர்கள் அஞ்சினர். அவர்களது சபையில் இது பற்றி நடைபெற்ற விவாதத்தில் இரண்டு ஆலோசனைகள் கூறப்பட்டன. "நாம் கோசல அரசனின் ஆட்சியில் இருக்கிறோம். நமது குலப் பெண்ணை அவருக்குத் திருமணம் செய்து கொடுக்காவிட்டால் அரசனது பகையைச் சம்பாதிக்க வேண்டும். ஆனால் அவ்வாறு திருமணம் செய்தால் நமது விதிகளை மீற வேண்டியிருக்கும் என்ன செய்வது? இரண்டாவது, அரசன் நமது எதிரி. அவன் கேட்டதைக் கொடுக்காவிட்டால் நம்மை அழித்துவிடுவான். மேலும் அவன் பிறப்பால் நமக்குச் சமமானவன் அன்று என்ன செய்வது?"

சாக்கியனுக்கு நாகமுண்டா குலத்து அடிமைப் பெண் மூலம் பிறந்த அழகிய பெண்ணான விசபா காத்தியா என்பவளை மணம் முடித்து அவனை ஏமாற்றுகின்றனர். அந்தத் தாயின் பெயரில் இரு தொல்லினப் பழங்குடிக் கூட்டங்களின் பெயர்கள் உள்ளன. பசனேதிக்கு அந்தப் பெண்ணின் பிறப்பு பற்றி ஒன்றும் கூறாமல் அவனை ஏமாற்றுகின்றனர். அவளை அவன் பட்டத்து ராணியாக்குகிறான். இந்த அவமானத்தினை அவன் கண்டுபிடிக்கிறான். ஆனால் புத்தரது தலையீட்டால் சாக்கியர்களை மன்னிக்கிறான்.

ஆனால் அந்தப் பெண்ணிற்கும் பசேநதிக்கும் பிறந்த விதுதபா பட்டத்திற்கு வந்ததும் இதனை ஒரு காரணமாகக் கொண்டு சாக்கியர் களை அழித்தான். வடநாட்டு நிலைமை சங்க காலத் தமிழகத்திலும் நிலை பெற்றிருந்தது. பாரியின் நாட்டை மூவர் முற்றியிருந்த நிலையை கபிலர் மூன்று பாடல்களில் [109, 110, 111 (புறம்)] பாடியுள்ளார். இந்த மூன்று பாடல்களும் நொச்சித்திணை பாடபேதம் காஞ்சித்திணை மகள் மறுத்தல் துறை என்று குறிக்கப் பெற்றுள்ளது.

மு. இராகவையங்கார் பாரிக்காதை என்ற காவியத்தை எழுதியபோது இந்தப் பாடல்களின் அடிப்படையில் மகட்பாற் காஞ்சி என்று கருதி பாரி மகள் மறுத்ததால் கொல்லப்பட்டான் என்று பாடினார். இந்தக் கருத்தினை செ. வேங்கடராமசெட்டியார் அவர்கள் அந்த மூன்று பாடல்களும் மதில் மறுத்தல் துறையைச் சேர்ந்தது என்றும் மகள் மறுத்தல் துறையைச் சேர்ந்ததல்ல என்றும் வாதிட்டார். இந்த மூன்று பாடல்களிலும் மகள் மறுத்தல் பற்றிய குறிப்பே இல்லை என்பது உண்மையே.

புறநானூற்றின் பிற்பகுதியில் (336-356) இருபத்தியொரு பாடல்கள் மகட்பாற் காஞ்சித் துறையில் அமைந்தவை. அவை மறக்குடி மக்களின் பண்பைப் போற்றுபவை. குடிப் பொருள் உரைக்கும் தன்மையுடையவை. இந்தப் பாடல்களில் சிலவற்றை பரணர், கபிலர், அரிசில் கிழார் போன்ற புலவர்கள் பாடியுள்ளனர். இதே புலவர்கள் சேரவேந்தர் மூவரைப் பற்றியும் பாடியுள்ளனர். இது முரண்பட்ட நிலை. சங்ககாலம் வேந்தர் எழுச்சியையும் வீழ்ச்சியையும் கண்ட காலம். பழங்குடியிலிருந்து வேந்தர் வரை வாழ்ந்த காலம் அது. அந்தக் காலத்தில் வாழ்ந்த புலவர்கள் வேளிர்களையும் வேந்தர்களையும் சீறூர் மன்னர்களையும் பாடினர். அரசியல் தலைவர்களைப் பாடும் போது அவர்கள் வேற்றுமை பாராட்டியதில்லை. மாறிவரும் அரசியலை நேரடியாகக் கண்டார்கள். அவை அவர்களைப் பாதித்தன. தொல்குடிச் சமூகங்கள் அழிவதைக் கண்டு இரக்கப்பட்டனர். இந்த மனநிலை மகட்பாற் காஞ்சிப் பாடல்களில் தெளிவாகவே புலப்படுகின்றது.

ஊர் அழிவு உறுதி

மகட்பாற் காஞ்சிப் பாடல்கள் சிலவற்றில் இந்தப் பெண்ணுக்காக ஊர் அழிவது உறுதி என்று கூறப் பெறுகின்றது. பரணர் பாடலில் இந்தக் குறிப்பைக் காணலாம்.

களிறு பெரக் கலங்கிய தண்கயம் போலப்
பெருங்கவி னிழப்பது கொல்லோ
மென்புனல் வைப்பினித் தண்பனை யூரே

(புறம். *341: 1719*)

மற்றொரு பாட்டில்

கழாஅத் தலையர் கருங்கடை நெடுவேல்
இன்ன மறவர்த் தாயினு மன்னோ
என்னா வதுகொல் தானே
பன்னல் வேலியிப் பனைநல் லூரே

(புறம். *345: 17-20*)

அண்டர் மகன் குறுவழுதி பாடலில்

அழிந்தோ ரழிய வொழிந்தோ ரொக்கற்
பேணுநர்ப் பெறாஅது விளியும்
புன்றலைப் பெரும்பாழ் செயுமிவ ணலனே

(புறம். 346: 5-7)

மருதனிள நாகனார் பாடிய பாடல் ஒரு வரலாற்று நிகழ்வைக் கூறுகின்றது.

நுதிவேல் கொண்டு நுதல்வியர் துடையாக்
கடிய கூறும் வேந்தே தந்தையும்
நெடிய வல்லது பணிந்து மொழியலனே
இஃதிவர் படிவமாயின் வையெயிற்
றரிமதர் மழைக்க ணம்மா வரிவை
மரம்படு சிறுதீப் போல
அணங்கா யினடான் பிறந்த வூர்க்கே

(புறம். 349)

பரணர் பாட்டிலும் (புறம் 345) ஊரழிவு பற்றிய குறிப்பு உண்டு.

ஊரழிவு உறுதி என்று புலவர்கள் பாடுதற்குக் காரணம் பெண் கேட்டு வந்தவர்கள் நால்வகைப் படைகளையுடையவர் என்பதாகும்.

களிறணைப்பக் கலங்கின காஅ
தேரோடத்துகள் கெழுமின தெருவு
மாமறுகலின் மயக்குற்றன வழி
கலங்கழாஅலிற் றுறை கலக்குற்றன
தெறன் மறவ ரிறைகூர்தலிற்
பொறைமலிந்து நிலனெளிய
வந்தோர் பலரே வம்ப வேந்தர்

(புறம். 345: 1-7)

இந்தப் பாடலடிகளில் நான்குவகைப் (யானை, தேர், குதிரை, காலாட்படை) படைகள் குறிக்கப் பெறுகின்றன. மதுரைப் படமங் கமன்னியார் பாடிய பாடலில் மகள் கேட்டு வந்த வேந்தர் நான்கு வகைப் படைகளுடன் வந்துள்ளனர் என்று பாடுகிறார்.

> படுமணி மருங்கின பணைத்தாள் யானையும்
> கொடிநுடங்கு மிசைய தேரு மாவும்
> படையமை மறவரொடுதுவன்றிக் கல்லெனக்
> கடல்கண் டன்ன கண்ணகன் றானை
> வென்றெறி முரசின் வேந்த ரென்றும்

(புறம். 351: 2-5)

இன்னும் சில மகட்பாற் காஞ்சிப் பாடல்களில் பெரும் படை வேந்தர் பற்றிய குறிப்பு உள்ளது. வேந்தரைச் சுற்றியுள்ள தொல் குடிகள் செருப்பிடை சிறுபரலைப் போன்றவர்கள். அவர்களைக் கொல்லப்பட வேண்டிய குறும்புகளாகக் கருதப் பெற்றனர். அவர்களைக் துடைத்தெறிய வேண்டும் என்பது வேந்தரது கொள்கை. மகட்கொடை வேண்டி செல்வதும் தொல்குடிகள் மேல் படை எடுப்பதற்கு ஒரு காரணமாயிற்று. காரணம் அந்த ஊர்கள் மருதவளம் மிக்கவை.

மறவர் தொல்குடி

புறநானூற்றில் மறவர்களின் பல திறம்பட்ட பண்புகளும், மரபுகளும் பேசப் பெறுகின்றன. வேந்தர்களுக்குக் கீழ் வாழ்ந்த மறவர்களின் பண்பு மரபு ஆகியவை ஒருவிதமாக இருந்தன. வேந்தர் கீழ் வராத மறவர்களில் பண்பும் மரபும் வேறு விதமாகவிருந்தன. சுதந்தரமாக வாழ்ந்த மறவர் தொல்குடிகள் தொன்மைப் பண்புகளை விட்டுத்தர விரும்பவில்லை. வேந்து விடுமுனைஞராக மாறியவர்கள் பழங்குடிப் பண்புகளை விட்டு மாறிப் போயினர். ஆனால் வேந்தர் ஆட்சிக்கு மாறாத பழங்குடிகள் தொல் பழங்கால மரபுகளை விட்டுத் தராமல் மறக்குடிகளாகவே வாழ்ந்தனர். பழங்குடி மறவர் தலைவன் தன் மகளை மறக்குடிக்குள்ளேயே தர விரும்புவான். உடைப் பெரும் செல்வம் உடையவரே யாயினும் வேந்தர்களுக்கு மகளை மணம் முடிக்க விரும்பார்.

> அளியர் தாமேயிவ டன்னை மாரே
> செல்வம் வேண்டார் செருப்புகல் வேண்டி
> நிரலல் லோர்க்குத் தரலோ வில்லென
> கழிப்பிணி பலகையர் கதுவாய் வாளர்

(புறம். 345: 12-15)

வந்த வேந்தரை நிரலல்லோர் (தங்களுக்குச் சமமானவர் அல்லர்) என்று கூறுகின்றனர். இதே போல சாக்கியர் சபையில் பிரசேனஜித்தைப்

பற்றிக் கூறும் போது பிறப்பால் நமக்குச் சமமானவன் அன்று என்று கூறுவது இங்கு ஒப்பிடத்தக்கது. அவன் (பிரசேனஜித்) பேரரசன், ஆனால் சாக்கியர்கள் அவன் பிறப்பால் சமமானவன் அல்லன் கூறுவது பழங்குடிக் கொள்கையைக் காட்டுகின்றது. மற்றொரு புறப் பாட்டில் (343) "புரைய ரல்லோர் வரையல ளிவளென" என்று கூறப்பெறுகின்றது. மற்றொரு புறப்பாட்டில்,

திருநயத்தக்க பண்பினிவ ணலனே
பொருநர்க் கல்லது பிறர்க்காதே

(*புறம்*. 342: 5-6)

என்று கூறுவதும் மேலே காட்டிய பாடல்களில் கூறப் பெற்றதைப் போன்றதே. பழங்குடியிலும் கூட மறக்குடிகளிடையில் மட்டும் இந்தப் பண்பு மேலோங்கி நிற்கின்றது. அரசு அமைப்புடன் இணைந்து விட்ட மறவர்கள் வேந்தர்களுக்குத் துணையாக நின்று போரிட்டனர். அரசு அமைப்பிலிருந்த மறவர்களுடன் எதிர்த்துப் போரிட்டனர். தொல்குடிப் போர் வீரர்கள் எண்ணிக்கையில் குறைவாக இருந்தமையால் தோற்றனர் உயிர்விடவும் தயாராய் இருந்தனர். காரணம் அவர்கள் பழங்குடி மரபுகளுக்காக உயிர்த் தியாகம் செய்யவும் தயாராயிருந்தமையே.

தொல்குடி மன்னன் மகள்

புறநானூற்றுப் பாடல் ஒன்றில் (353) இந்தச் சொற்கள் பயின்று வருகின்றன. மகட்பாற் காஞ்சி பாடல்கள் அனைத்தும் தொல் மக்கள் மரபினைப் பற்றியே என்று கொள்ளும் வகையில் அமைந்துள்ளன. மற்ற பாடல்களிலும் தொல்குடி வாழ்க்கையும், மரபும் போற்றப் பெறுகின்றன. தொல்குடி மன்னன் மகள் பெருந்தகை மன்னர்க்கு மணம் முடிக்க வைத்திருந்தான்.

அணித்தழை நுடங்க வேடி மணிப் பொறிக்
குரலங்குன்றி கொள்ளு மிளையோள்
மாமகள் . . . .
. . . . லென வினவுதி கேணீ
வெடுப்ப வெ . . . .
. . . . மைந்தர் தந்தை
இரும்பனை யன்ன பெருங்கை யானை
கரந்தையஞ் செறுவிற் பெயர்க்கும்
பெருந்தகை மன்னர்க்கு வரைந்திருந் தனனே

(*புறம்*. 340)

இந்த பாடலின் தொடக்கத்தில் தழையாடை பற்றிக் கூறப் பெறு கின்றது. தழையாடை குறிஞ்சி நிலத்திலும் முல்லை நிலத்திலும் வழக்கத்திலிருந்த ஆடை. இது பழங்குடி பற்றிய புறப் பாடல் (248-356) கள் சிலவற்றில் தழையாடை பற்றிய குறிப்புகள் உள்ளன.

புறப்பாட்டு ஒன்றில் மகளிர் அணிந்த தழையாடை பற்றிக் கூறப் பெறுகின்றது.

நீரற வறியா நிலமுதற் கலந்த
கருங்குர னொச்சிக் கண்ணார் குரூ உத்தழை
மெல்லிதழ் மகளி ரைதக யல்குற்
றொடலை யாகவுங் கண்டனம் . . . .

(புறம். 271: 1-4)

மற்றொரு புறப்பாட்டு

வேந்துகுறை யுறவுங் கொடாஅ னேந்துகோட்
டம்பூந் தொடலை யணித்தழை யல்குல்

(புறம். 341: 1-2)

இவ்விரு பாடல்களினடிகளும் தொல்குடிப் பெண்கள் தழையா டையை அணிந்தனர் என்பதை உறுதிப் படுத்துகின்றது. மேலும் பண்டை நாளைய காதல் தலைவன் தலைவிக்கு தழையாடையைக் கையுறை (பரிசு) யாகத் தருவான். இது போன்ற பல பழங்குடி மரபுகள் இந்தப் பாடல்களில் பேசப் பெறுகின்றன.

வாராவுலகம் : பழங்குடி நம்பிக்கை

புறம் 341ஆம் பாடலில் வாராவுலகம் புகுதல் என்று கூறப் பெறுகின்றது. இங்கு வாராவுலகம் என்பது வீரசுவர்க்கம் என்று பொருள்படும்.

ஆரம ருழக்கிய மறங்கிளர் முன்பின்
நீளிலை யெஃக மறுத்த வுடம் பொடு
வாராவுரலகம் புகுதல் . . . . . .

(புறம். 341: 13- 15)

இந்தச் சிந்தனை பழங்குடி மரபில் இல்லாத ஒன்று. இருவேறுலகத் தியற்கை அறியாதவர்கள். இவ்வுலக வாழ்க்கை மட்டுமே உண்மை. செத்தபின் சிவலோக மடையலாம் என்ற கருத்து உருவாகாத நிலை.

இந்த நிலையில் பரணர் வாராவுலகம் என்று கூறுவது வியப்பிற்க்குரிய ஒன்று. பெரும்பாலும் பரணர் வேந்தர் சமூகத்திலிருந்த நம்பிக்கையை பழங்குடி மரபின் மேல் ஏற்றிக் கூறுகிறார் எனலாம்.

உறவுமுறை

தமிழகத்தில் பண்டைக் காலம் முதல் அண்மைக் காலம் வரை மாமன் மகளை அல்லது அத்தை மகளை மணக்கும் வழக்கம் இருந்துள்ளது. மாமன் மகள் அல்லது அத்தை மகள் ஆகியோரை உரிமைப் பெண் என்று கூறும் வழக்கம் இருந்துள்ளது. இதற்குத் தெலுங்கில் மெனரிகம் என்று பெயர். ஜியார்ஜ் எல். ஹார்ட் அவர்கள் சங்க இலக்கியத்தில் இந்த மரபு நிலை பெற்றிருப்பதை எடுத்துக் காட்டியுள்ளார். இந்த மரபு தென்னிந்திய பிராமணர்களிடையிலும் நிலை பெற்றிருந்தது. இந்த மணமுறையை ஆதரித்த வடநாட்டு தர்ம சாத்திரங்களும் உண்டு, கடுமையாக எதிர்த்த தர்ம நூலாசிரியர்களும் உண்டு. ஆதரித்த நூல்களில் ஒன்று பிரகஸ்பதி எழுதியதாகும். இது பற்றி கானே அவர்கள் கூறுவது எடுத்துக் காட்டத்தக்கது.

பிரகஸ்பதியின் நூலொன்றில் நாடுகள், ஜாதிகள், குடும்பங்கள் ஆகியவற்றின் பழக்க வழக்கங்களை அரசன் பாதுகாக்க வேண்டும் என்று கூறப்பட்டுள்ளது. ஏனென்றால் அவை மிகப் பழங்காலத்தில் இருந்தே இடம் பெற்றுள்ளவை. அவ்வாறு செய்யாவிட்டால் மக்கள் கோபமடைவார்கள். அத்தகைய பழக்கங்களில் ஒன்றாக அவர் பின்வரும் உதாரணத்தைக் காட்டுகிறார். தென்னிந்தியாவில் உள்ள பிராமணர்கள் தாய் மாமன் பெண்ணைத் திருமணம் செய்து கொள்கிறார்கள்.

மாமன் மகள், அத்தை மகள் திருமணத்தை ஆபஸ்தம்ப தர்ம சூத்திரம் பெரிய பாவம் என்று கண்டிக்கிறது. பௌதயானர் இதனை ஏற்றுக் கொள்கிறார் தந்தையின் சகோதரி மகளை அல்லது தாயின் சகோதரன் மகளை அணுகுவது என்ற பாவத்திற்குக் கன்ராயணம் என்ற தண்டனையை மனு விதித்தார்.

“அறிவுள்ளவன் இவ்வாறு திருமணம் செய்து கொள்ளக் கூடாது. ஏனென்றால் அவர்கள் உறவினர், இதனால் அவர்கள் தாழ்ந்தவர் களாகிறார்கள். (நரகத்திற்குச் செல்கிறார்கள் அல்லது ஜாதியை இழக்கிறார்கள்)”.

இத்தகைய திருமணங்களை எழுதப்பட்ட சட்டங்களின் ஆசிரியர் கள் கண்டிப்பாகத் தடை செய்தார்கள். அதே சமயத்தில் இந்தியாவின் சில பகுதிகளில் குறிப்பாகத் தென்னிந்தியாவில் பழக்க வழக்கங்களில்

ஒரு பகுதியாக இத்தகைய திருமணங்கள் இடம் பெற்றுள்ளன என் பதையும் அவர்கள் ஏற்றுக் கொண்டுள்ளனர். தென்னிந்தியாவில் மாமன் மகள் அல்லது அத்தை மகள் ஆகியோரைத் திருமணம் செய்து கொள்வது தவறாகக் கருதப் பெறவில்லை.

"தக்காணத்திலும் சென்னை மாகாணத்திலும் தாய்மாமன் மகளுடன் திருமணம் என்பது அனுமதிக்கப்படுவதோடு மட்டுமல்லாமல் அது அதிகமாகவே பரிந்துரைக்கப்படுகிறது. பிராமணர்களிடையே குறிப் பாக கர்நாடகத்தின் தேசல்த பிராமணர்கள், கர்ஹடா பிராமணர்கள் ஆகியோரிடையே இந்த வழக்கம் இன்றும் உள்ளது".

இந்த மேற்கோள் மாமன் மகள், அத்தை மகள் திருமணம் தென்னிந்தியாவில் தடை செய்யப் பெறவில்லை என்பதை உறுதிப் படுத்துகின்றது. மேலும் இந்த மணமுறை தாய் வழிச் சமுதாயங்களில் போற்றப் பெறும் முறையாகும். தந்தை வழிச் சமுதாயங்களில் இந்த முறை பின்பற்றப் படவில்லை. எங்கெங்கு தாய்வழிச் சமுதாயங்கள் உள்ளனவோ அங்கெல்லாம் இந்தத் திருமண முறை வழக்கத்திலிருந்தது. புத்தரும் தன் மாமன் மகளையே மணந்தார். சாக்கியர் குடியிலும் தாய் வழிமுறையே பின்பற்றப்பட்டது.

மகள் மறுத்தவர்கள் மருதத்திணை மன்னர்

மகட்பாற் காஞ்சிப் பாடல்களில் பெரும்பாலானவை மருதநிலத்து மன்னர்களைப் பற்றியே பேசப் பெறுகின்றது. புறம் 342 ஆம் பாட்டு இதற்குச் சிறந்த சான்று.

பைங்காற் கொக்கின் பகுவாய்ப் பிள்ளை
மென்சேற் றடைகரை மேய்ந்துண்டதற்பின்
ஆர லீன்ற வையவி முட்டை
கூர்ந லிறவின் பிள்ளையொடு பெறூஉம்
தண்பணைக் கிழவனி விடந்தையும் வேந்தரும்
பெறாஅ மையிற் பேரமர் செய்தலின்

(புறம். *342: 7-12*)

மற்றொரு பாட்டில்

மென்புனல் வைப்பினித் தண்பணை யூரே

(புறம். *341: 18*)

புறம் 344 ஆம் பாட்டு கூறுவது எடுத்துக் காட்டத்தக்கது.
செந்நெ லுண்ட பைந்தோட்டு மஞ்ஞை
செறிவளை மகளி ரோப்பலிற் பறந்தெழுந்து
துறைநணி மருதத் திறுக்கு மூர் ....

(புறம். 344: 1-3)

புறம் 345 ஆம் பாட்டு

என்னா வதுகொ றானே
பன்னல் வேலிப் பணைநல் லூரே

(புறம். 345: 19-20)

புறம் 348 ஆம் பாட்டு

நிழறொறு நெடுந்தேர் நிற்ப வயின்றொறும்
செந்நுதல் யானை பிணிப்ப
வருந்தல மன்னெம் பெருந்துறை மரனே

(புறம். 348: 8-10)

புறம் 351 ஆம் பாட்டு

என்னா வதுகொ றானே தெண்ணீர்ப்
பொய்கை மேய்ந்த செவ்வரி நாரை
தேங்கொள் மருதின் பூஞ்சினை முனையிற்
காமரு காஞ்சித் துஞ்சும்
ஏமஞ்சால் சிறப்பினிப் பணைநல் லூரே

(புறம். 351: 8-12)

புறம் 353 ஆம் பாட்டு

குன்றுகண் டன்ன நிலைப்பல் போர்பு
நாட்கடா வழித்த நனந்தலைக் குப்பை
வல்லிளையர்க் கல்குபத மாற்றாத்
தொல்குடி மன்னன் மகளே ....

(புறம். 353: 8-11)

புறம் 354 ஆம் பாட்டு

வயலமர் கழனி வாயிற் பொய்கைக்

கயலார் நாரை யுகைத்த வாளை
புனலாடு மகளிர் வளமனை யொய்யும்
ஊர் . . . .

(*புறம். 354: 4-7*)

மேலே காட்டிய சான்றுகள் மகள் மறுத்தலில் முனைந்து நிற்பவர்கள் மருத நிலத்தலைவர்களே. இந்த மருத நிலத்தலைவர்கள் யார்? தொன்று தொட்டு மருத நிலத்தில் வாழ்பவர்களா? அல்லது வேந்தன் போரிடும் போது அவனுக்குத் துணையாக நின்று வேந்தனுக்கு வெற்றி தேடித் தந்து தண்ணடைகளைக் கொடையாப் பெற்ற சீறூர் மன்னர்களா? காரணம் சீறூர் மன்னர் வேந்து விடுமுனைஞராக செயல்பட்டுள்ளனர் என்பது புறம் 285, 283, 297, 299 ஆகிய பாட்டுகளால் அறிய முடிகின்றது. மேலும் புறம் 312 ஆம் பாடல் 'தண்ணடை நல்கல் வேந்தர்க்குக் கடனே' என்று கூறுகின்றது. புறம் 248 முதல் 356 வரையுள்ள பாடல்கள் தொல்குடி மன்னர்களையும், தலைவர்களையும் பற்றியவை. பெயர் தெரியாத போர் மறவர்களைப் பற்றியவை. இருப்பினும் உரையாசிரியர்கள் சில தலைவர்களை சுட்டிக் காட்டியுள்ளனர். ஒரு சீறூர்த் தலைவனுக்குத் தண்ணடை அளித்த செய்தி கூறப் பெறுகின்றது.

ஓடல் செல்லாப் பீடுடை யாளர்
நெடுநீர் பொய்கைப் பிறழிய வாளை
நெல்லுடை நெடுநகர்க் கூட்டுமுதற் புரளும்
தண்ணடை பெறுதல் யாவது படினே

(*புறம். 287: 7-30*)

மற்றொரு புறப்பாட்டு (297) எடுத்துக்காட்டத் தக்கது.

பெருநீர் மேவற் றண்ணடை யெருமை
இருமருப் புறழு நெடுமா ணெற்றின்
பைம்பய றுதிர்த்த கோதின் கோலணைக்
கன்றுடை மரையாத் துஞ்சுஞ் சீறூர்க்
கோளிவண் வேண்டேம் புரவே நாரரி
நனைமுதிர் சாடி நறவின் வாழ்த்தித்
துறைநனி கெழீஇக் கம்பு ளீனும்
தண்ணடை பெறுதலும் முரித்தே வைந்நுதி
நெடுவேல் பாய்ந்த மார்பின்
மடல்வன் போந்தையி னிற்கு மோர்க்கே

(***புறம். 297***)

இந்தப் பாடலில் வீரர் சீறூரைக் கொடையாகப் பெறுதலை

விரும்பவில்லை என்பதும் மருதநிலத்துத் தண்ணடைகளைக் பெற விரும்பினார்கள் என்பதும் கூறப் பெறுகின்றது.

புறம் 299ஆம் பாட்டு இரண்டு வகையான மன்னர் (சிற்றரசர்) களைப் பற்றிக் கூறுகின்றது.

பருத்தி வேலிச் சீறூர் மன்னன்
உழுத்தத ருண்ட வோய்நடைப் புரவி
கடன்மண்டு தோணியிற் படைமுகம் போழ
நெய்ம்மிதி யருந்திய கொய்சுவ லெருத்திற்
றண்ணடை மன்னர் தாருடைப் புரவி
அணங்குடை முருகன் கோட்டத்துக்
கலந்தொடா மகளிரி னிகழ்ந்துநின் றனவே

(புறம். 299)

மேலே காட்டிய பாடலில் சீறூர் மன்னரின் ஊர் வளமற்றிருப் பதையும் வேந்தனிடம் தண்ணடை பெற்ற சீறூர் மன்னரின் ஊர் வளம் பெற்றிருப்பதையும் சுட்டிக் காட்டப் பெறுகின்றது. சங்க காலத்தில் வளமற்ற முல்லை நிலத்தில் சீறூர் மன்னர்களும் வாழ்ந்தனர். வேந்தன் வெற்றியெய்த துணை நின்று வளம்மிக்க மருதநிலத்தூர்களைப் படைவிருத்தியாகப் பெற்ற சீறூர் மன்னர்களும் வாழ்ந்தனர். வேந்தர் எழுச்சி சீறூர் மன்னர்களில் இரண்டு பிரிவினரை உருவாக்கிவிட்டது. இரண்டாவதாகக் கூறப் பெற்ற தண்ணடை மன்னர்தாம் மகட்பாடு அஞ்சினர். சீறூர் வாழ்க்கையிலிருந்து வெகுதூரம் வந்துவிட்டாலும் மறக்குடிக்குள்ளேயே பெண் கொடுப்பதும் எடுப்பதுமாகிய மரபினை மீற விரும்பவில்லை (இன்று சாதியற்ற திருமணத்திற்கு எதிர்ப்பும் கொலையும் இந்தப் பின்னணியில் தான் என்று கொள்ள முடியாது). வேந்தன் செல்வத்திலும் பலத்திலும் உயர்ந்தவனாயிருந்தாலும் தங்கள் குடிக்குரிய வரிசையில் அவன் இல்லை என்பதில் உறுதியுடன் நிற்கின்றனர். இந்த மன்னர்கள் வளமிக்க ஊர்கள் அழிவதை ஏற்றுக் கொள்ளத் தயாராயிருந்தார்களே யொழிய தங்கள் குடிப் பெண்களை மணம் முடித்துக் கொடுக்க விரும்பவில்லை. இது தொல்குடித் தன்மையைக் காட்டுகின்றது.

இன்றும் பல பழங்குடிகள் தங்கள் பெண்ணை மாற்றார்க்கு மணம் முடித்துத்தரும் மரபை ஏற்றுக் கொள்வதில்லை. புலையப் பெண் புலையனையே மணக்க வேண்டும், முதுவப் பெண் முதுவனையே மணக்க வேண்டும், காடர்குடிப் பெண் காடனையே மணக்க

வேண்டும். அவ்வாறில்லாமல் வேற்றுக் குடி ஆணை மணந்தால் அவள் ஒதுக்கி வைக்கப் பெறுவாள் அல்லது இறந்தவளாகக் கருதப் பெறுவாள். இருபத்தியோராம் நூற்றாண்டிலும் பழமை போற்றும் போக்கு நேற்று இன்று தோன்றியதல்ல, ஆயிரக்கணக்கான ஆண்டுகள் இந்த மரபு போற்றப் பெறுகின்றது. அந்த மரபினை மீறினால் தெய்வக் குற்றமாகி விடும் என்று கருதப்பெறும்.

வேந்தரைப் பாடிய புலவர் மகட்பாற் காஞ்சியையும் பாடினர்

பரணர், கபிலர், அரிசில்கிழார் ஆகியோர் சங்கப் பதிற்றுப்பத்தில் வரும் வேந்தர்களை (செங்குட்டுவன், செல்வக் கடுங்கோ வாழி ஆதன், பெருஞ்சேரலிரும்பொறை) ப் பாடியுள்ளார். இந்தப் புலவர்கள் மகட்பாற் காஞ்சியையும் தங்கள் பாடல்களில் போற்றியுள்ளனர். இது முரண்பட்ட நிலை. பாரி மாய்ந்த பின்னர் கபிலர் செல்வக் கடுங்கோவாழியாதனைச் சந்தித்துப் பரிசில் வேண்டி நிற்கிறார்.

புலர்ந்த சாந்தின் புலரா வீகை
மலர்ந்த மார்பின் மாவண் பாரி
முழவு மண் புலர இரவலர் இனைய
வாரா சேட் புலம் படர்ந்தோன் அளிக்கென
இரக்கு வாரேன் எஞ்சக் கூறேன்
ஈத்த திரங்கான் ஈத்தொறு மகிழான்
ஈத்தொறு மாவள் ளியனென நுவலும்நின்
நல்லிசை தரவந் திசினே ....

(பதிற். *61: 7-14*)

இந்தப் பாடலில் பாரியைப் புகழ்ந்து பாடுவது வியப்பிற்குரியது. பாரி மூவேந்தரால் கொல்லப்பட்டான் என்ற கருத்து நிலை பெற்றுள் ளது. பாரியின் சமகாலத்தவனாக செல்வக் கடுங்கோ வாழ்ந்திருந்தால் அவனும் அந்தக் கொலையில் சம்பந்தபட்டிருக்க வேண்டும். அது உண்மையாயின் தன் நண்பனைக் கொன்றவனைப் பாடியிருக்க முடியுமா? அந்தப் போரில் பங்கேற்றவர் பல வேந்தர்களில் யாரோ மூவரா? (சோழர்களில் பத்து வேந்தர், பாண்டியர்களில் ஐந்து வேந்தர் ஒரே சமயத்தில் ஆண்டனர் என்று இராகவையங்கார் கூறுவார்). பாரியைக் கொன்ற மூவர் சோழவேந்தர்களில் மூவராகவோ, பாண்டிய வேந்தர்களில் மூவராகவோ இருந்திருக்க வாய்ப்புண்டு. அவர்கள் பெண் கேட்டும் வரவில்லை.

மகட்பாற் காஞ்சியில் கபிலர் பாடியதாக இரண்டு பாடல்கள்

(337, 347) உள்ளன. இவ்விரு பாடல்களில் முதல் பாடல் பாரியோடு வாழ்ந்த காலத்தில் பாடியிருக்க வேண்டும்.

ஆர்கலி யின்னே சோணாட் டண்ணல்
கவிகை மண்ணாள் செல்வ ராயினும்
வாள்வலத் தொழியப் பாடிச் சென்றாஅர்
வாறொ கமலர . . . .
ஈத லானா விலங்கு தொடித் தடக்கைப்
பாரி பறம்பிற் பனிச் சுனைபோலக்
காண்டற் கரிய ளாகி மாண்ட
பெண்மை நிறைந்த பொலி வொடு மண்ணிய
துகில் விரி கடுப்ப நுடங்கித் தண்ணென
அகிலார் நறும்புகை யைதுசென் றடங்கிய
கபில நெடுநகர்க் கமழு நாற்றமொடு
மனைச்செறிந் தனளே வாணுத லினியே
அற்றன் றாகவிற் றெற்றெனப் போற்றிக்
காய்நெற் கவளந் தீற்றிக் காவு தொறும்
கடுங்கண் யானை காப்பன ரன்றி
வருத லானார் வேந்தர் தன்னையர்
பொருசமங் கடந்த வுருகெழு நெடுவேற்
குருதி பற்றிய வெருவரு தலையர்
மற்றிவர் மறனு மிற்றாற் றெற்றென
யாரா குவர்கொ றாமே நேரிழை
உருத்த பல்சுணங் கணிந்த
மருப்பிள வளமுலை ஞெமுக்கு வோரே

(புறம். 337)

இந்தப் பாடல் பாரி, கபிலநெடுநகர் ஆகிய சொற்கள் பாரி, கபிலர் ஆகியோரோடு தொடர்புடைய பெயர்கள் ஆகும். பாரியின் பறம்புமலையில் உள்ள சுனையைப் போல காண்டற்கரியவள் என்று கூறும்போது அவர் பாரிமகளிரை மனதில் வைத்துப் பாடினாரா? கபில நெடுநகர் என்ற பெயர் கபிலரை மனதில் வைத்துப் போற்றிய பெயரா? ஏனென்றால் கபிலருக்கும், பாரிக்கும் இடையில் இருந்த நட்பு அத்தகையது. தன் ஆருயிர்த் தோழனுடைய பெயரை தன் அரண்மனைக்கு வைத்திருக்க வேண்டும். இந்தப் பாடல் மகள் மறுத்தல் துறையைச் சேர்ந்ததாக இந்தப் பாடல் பாரி மகளிர் மணமகன் தேடிய நிலையில் பாடப்பட்டதாகலாம். எது எப்படி இருப்பினும் கபிலர் வேந்தருக்கெதிராகப் பாடிய பாடலாகவே இதனை எடுத்துக் கொள்ளமுடியும்.

பரணர்

மகட்பாற் காஞ்சித் துறையில் பரணர் ஆறு பாடல்களைப் பாடியுள்ளார். அவர் செங்குட்டுவனுடன் நெருக்கமாக இருந்தார் என்பதற்குச் சான்று புறம் 343ஆம் பாட்டு இப்பாடலில்

புனலங் கள்ளின் பொலந்தார்க் குட்டுவன்
முழங்குகடன் முழவின் முசுறி யன்ன
நலஞ்சால் விழுப் பொருள் பணிந்து வந்து கொடுப்பினும்
புரைய ரல்லோர் வரையல ளிவளெனத்
தந்தையுங் கொடாஅன்

(புறம். *343: 9-13)*

முசிறியின் வளங்களைக் கூறி முசிறிக்கு சமமான பொருளை தந்தாலும் வரிசையல்லோர்க்குத் தரமாட்டான். மற்ற பாடல்களிலும் இந்தக் கருத்து குறிப்பிடத்தக்கது. பரணர் செங்குட்டுவன் பற்றி பதிற்றுப்பத்தில் பத்துப் பாட்டுகளைப் பாடியுள்ளார்.

பரணர் பாடிய மற்றொரு பாட்டில் வேந்தனும் மன்னனும் பெண்ணுக்காகப் போரிடத் தயார் நிலையில் நிற்பதைப் பற்றிப் பாடுகிறார்.

வேந்துகுறை யுறவுங் கொடாஅ னேந்து கோட்
டம்பூந் தொடலை யணித்தழை யல்குல்
செம்பொறிச் சிலம்பி னிளையோ டந்தை
எழுவிட் டமைந்த திண்ணிலைக் கதவின்
அரைம ணிஞ்சி நாட் கொடி நுடங்கும்
. . . . .
புலிக்கணத் தன்ன கடுங்கட் சுற்றமொடு
மாற்ற மாறான் மறலிய சினத்தன்
பூக்கோ ளென வேஎய்க் கயம்புக் கனனே
விளங்கிழைப் பொலிந்த வேளா மெல்லியற்
சுணங்கணி வனமுலை யவளொடு நாளை
மணம்புகு வைக லாகுத லொன்றோ
ஆரமருழக்கிய மறங்கிளர் முன்பின்
நீளிலை யெஃக மறுத்த வுடம்பொடு
வாரா வுலகம் புகுத லொன்றெனப்
படைதொட் டனனே குரிசி லாயிடைக்
களிறுபொரக் கலங்கிய தண்கயம் போலப்
பெருங்கவி னிழப்பது கொல்லோ

மென்புனல் வைப்பினித் தண்பணை யூரே.

(புறம். *341*)

இப்பாட்டில் வேந்தன் தொல்குடிப் பெண்ணை மணக்காமல் விடமாட்டான். தொல்குடி மன்னன் தன் மகளை வேந்தனுக்குத் தரமாட்டான். மகளுக்காக உயிர்விட்டு வீரசுவர்க்கம் அடையவும் தயாராகி விட்டான். "காமத்திற் சிறந்தது காதற் காமம்" என்ற தமிழ் மறபிற்கெதிராக உள்ளது. பெண்ணை வலிமை மூலம் கவர்ந்து சென்று மணப்பது தமிழ் மரபிற் கொவ்வாதது. அன்பின் ஐந்திணைக்கு மாறானது. பரணர் அமைதியான பார்வையாளராக நிற்கிறார். நலங்கிள்ளி, நெடுங்கிள்ளி போரிலும் மலையமான் மக்களை யானைக் காலால் இடறிக் கொல்ல முற்பட்ட போதும், நலங்கிள்ளியிடமிருந்து உறையூர் வந்த இளந்தத்தன் என்ற புலவனை நெடுங்கிள்ளி கொல்ல முற்பட்ட போதும் கோவூர்கிழார் சந்து செய்வித்துக் காப்பாற்றினார். ஆனால் மகட்பாடு அஞ்சிய மன்னர்களுக்காக எந்தப் புலவரும் சந்து செய்ய விரும்பவில்லை. இது முரண்பட்ட நிலை. மகட்கோள் வேந்தர்க்குரியது என்று கருதினார்களா? இந்த மகட்கோளால் நிகழும் போர் நாடுபிடி சண்டையின் பாற்பட்டதா? புலவர்கள் தொல்குடிகளைப் பாதுகாக்கவோ அல்லது முற்றுகையிட்ட வேந்தர் பால் தூது சென்று சந்து செய்யவோ இல்லை. தொல்குடிகள் அழிக்கப் படுவது காலத்தின் விதி என்று கருதிவிட்டார்களா இத்தனை கேள்விகள் நம் மனத்தில் எழுகின்றன. ஒரு வேறுபாட்டை மட்டும் சுட்டிக் காட்டியுள்ளனர். வேந்தர்கள் அச்சமுற்று கோட்டைக்குள் முடங்கிக் கிடந்தனர். ஆனால் மகட்பாடு அஞ்சிய மன்னர்கள் மகளுக்காகப் போரிட்டு "உயிர்விடவும் தயாராக நின்றனர்" என்று வேந்தர்க்கும் மன்னர்க்கு மிடையிலான வேறுபாட்டைப் பதிவு செய்தனர். அவர்கள் பழங்குடி அழிவிற்காக இரக்கம் கொண்டார்களே தவிர அழிவினைத் தடுத்து நிறுத்த எந்த முயற்சியும் செய்யவில்லை.

அரிசில் கிழார் பாடிய பாட்டிலும் பழங்குடி ஊர் அழிவு பற்றியே பாடியுள்ளார். பிணக்குவியலாகிய வைக்கோல் போர் மீது யானையாகிய எருது கொண்டு போர் அடிப்பர் என்று பாடுகிறார்.

தன்பணைக் கிழவனிவன் தந்தையும், வேந்தரும்
பெறாஅ மையிற் பேரமர் செய்தலிற்
கழிபிணம் மிறங்கு போர் பழிகளி றெருதா
வாடக வைகலு முழக்கும்
மாட்சி யவரிவ டன்னை மாரே

(புறம். *342: 11-15*)

தொல்குடி மன்னின் மகளுடைய அண்ணன்மார் வேந்தனுடைய

வீரர்களைக் கொன்று குவித்தனர்.

மறக்குடி

சங்க இலக்கியத்தில் மறக்குடி மக்களைப் பற்றி மிகுதியாவே பயின்று வரக் காணலாம். மறக்குடியிற் பிறந்த ஆணும், பெண்ணும் போரில் உயிர் விடுவதையே பெரும்பேறாகக் கருதினர். ஒக்கூர் மாசாத்தியார் பாட்டு இதற்குச் சிறந்த சான்று.

கெடுக சிந்தை கடிதிவ டுணிவே
மூதின் மகளி ராத றகுமே
மேனா ளுற்ற செருவிற் கிவடன்னை
யானை யெறிந்து களத்தொழிந் தனனே
நெருந லுற்ற செருவிற் கிவள் கொழுநன்
பெருநிரை விலங்கி யாண்டுப்பட் டனனே
இன்றும், செருப்பறை கேட்டு விருப்புற்று மயங்கி
வேல்கைக் கொடுத்து வெளிது விரித்து டீஇக்
பாறுமயிர்க்குடுமி யெண் ணெய் நீவி
ஒருமக னல்ல தில்லோள்
செருமுக நோக்கிச் செல்கென விடுமே

(புறம். 279)

இந்தப் பாடலில் தந்தை கணவன் ஆகியோர் மாய்ந்த நிலையிலும் தன்னுடைய ஒரே மகனை போர் பறை கேட்டவுடனே சீவிமுடித்துச் சிங்காரித்து போர்க்களம் நோக்கிச் செல்க என்று அனுப்புகிறாள். இவளுடைய மறக்குடி வீரத்தைப் போற்றுகின்றார் புலவர்.

போரில் விழுப்புண்பட்ட நிலையிலும் மகட்பாடு அஞ்சிய போரில் பெண்ணின் அண்ணன்மார் ஈடுபடுகின்றனர்.

. . . . யுழுக்கிக் குருதியோட்டி
கதுவாய் போகிய துதிவா யெஃக மொடு
பஞ்சியுங் களையாப் புண்ணர்
அஞ்சுதக வுடையரிடன்னை மாரே

(புறம். 353: 14-17)

மகள் மறுத்தலால் உண்டான போருக்கு முன் நடைபெற்ற

போரில் புண்பட்டுப் பஞ்சினை வைத்திருந்தனர். இருப்பினும் மகள் மறுத்தலால் ஏற்பட்ட போரிலும் முன்னே நிற்கின்றனர். இதனை மறக்குடித்தாயம் என்று கொள்ளலாம்.

சந்து செய்து எதிரிகளை இணைத்து வைக்கும் நிலையிலிருந்த பெரும் புலவர்கள் பார்வையாளர்களாக நிற்கின்றனர். ஒரு சமூகம் மாறிக் கொண்டிருக்கும் சூழ்நிலையில் பழங்குடிகளை அழிக்கும் அல்லது ஒடுக்கும் போக்கே மிஞ்சி நின்றது. அந்தப் போக்கினைத் தடுத்து நிறுத்த பெருமுயற்சி எடுத்துக் கொண்ட நிலை தோல்வியுறும் போது வெறும் பார்வையாளர்களாக நிற்கின்ற நிலைக்குத் தள்ளப் பெறுகின்றனர். இதே நிலைதான் வடநாட்டில் நிலவியது.

கங்கைப்பள்ளத்தாக்கில் கோசலமும் மகதமும் பேரரசுகளாக எழுச்சி பெற்றன. பிறகு அருகில் உள்ள குடியரசுகளைத் துடைத்தெறிய முயன்றன. பல தொல் குடியரசுகளை அடக்கித் தங்கள் கீழ்க் கொண்டு வந்தன. அவ்வாறு ஒடுக்கப்பட்ட குடியரசுகளில் ஒன்று வஜ்ஜியர்கள் கூட்டமைப்பாகும். வஜ்ஜியர்களின் கூட்டமைப்பில் லிச்சவியர்கள் தலையாயவர்கள். அஜாதசத்ரு லிச்சவிகளைத் தாக்கினான். கொடுமை யான போர் நடந்தது. வஜ்ஜியர்கள் அழிக்கப்பட்டார்கள்.

வஜ்ஜியர்களைப் போன்ற பல பழங்குடிகள் ஏற்கெனவே அடக்கி ஒடுக்கப்பட்டார்கள். அதற்குப் புத்த ஜாதக கதைகளில் நிறைய சான்றுகள் உள்ளன. பகவதி சூத்திரம் என்ற நூல் இது பற்றி "இதன்படி மகாசிலகண்டே ரகமசூலே என்னும் இடத்தில் சண்டை நடந்தது. அவரது படை பின் வாங்குகிறது என்ற செய்தி கிடைத்ததும் அஜாதசத்ரு முதல் போர்க் களத்திற்குச் சென்றார். செகதாவின் அம்பு களுக்கு அஜாதசத்ருவின் பத்து சகோதரர்கள் ஏற்கெனவே பலியாகி விட்டிருந்தனர். செகதாவிற்கு வெற்றி கிட்டுவது உறுதி என்னும் நிலை இருந்தது. ஆனால் பதினோராவது நாளில் இந்திரன் அஜாதசத்ரு (ஞனியா) விற்கு ஒரு பெரிய போர் இயந்திரத்தை வழங்கினான். இது கற்களை வீசி லிச்சராவியர்களை அழித்தது".

கற்களைக் கொண்டு செய்த போர் ஆசிவகர்களின் இறுதி உண்மை களுக்குத் தூண்டு கோலாய் இருந்திருக்கலாம். மற்கலி கோசாலரது இறுதி நாட்கள் பற்றி பகவதி சூத்திரம் கூறுவது எடுத்துக் காட்டத்தக்கது. அவரது பித்த நிலையில் கோசாலர் எட்டு இறுதிகளைக் கூறினர். அவற்றில் ஆறாவது இறுதிகள் வருமாறு கடைசியாகத் தெளிக்கும் வாசனை யானைகள், பெரிய கற்களைக் கொண்டு நடத்தும் கடைசிப் போராட்டம் ஆகியவை. கோசாலர் இந்தப் போரினை ஏன் இறுதியானது என்று கருதினார். இதற்கு ஒரே விடைதான் உண்டு. வஜ்ஜியர்களது அழிவினை எல்லாமே முடித்து விட்டதாகக் கோசலர் கருதினார் என்பது தான் அவர் காக்க விரும்பிய தொல்லினப் பழங்குடி பாரம்பரியம் அழிவதாக அவர் மிகுந்த வருத்தத்துடன் கண்டார். அந்தப் போரை மனித குலத்தின்

விமோசனத்திற்கான எல்லாவற்றையும் அழித்த பெரும்புயலாக அவர் கருதினார். கோசாலரது பித்த நிலையில் தோன்றிய இறுதி உண்மைகளுக்கான ஆதாரம் இதில் உள்ளது. (1) கடைசியாகக் குடித்தது (2) கடைசிப் பாடல் (3) கடைசி நடனம் (4) கடைசி வெற்றி.

தொல்லினப் பழங்குடி மக்கள் அமைப்பின் பாரம்பரியத்தின் மீது அவர் மிகப் பெரிய மரியாதை கொண்டிருந்தார். எனவே பாடல்கள், நடனம் ஆகியன அவருக்கு மிக முக்கியமானவையாக இருந்தன. இவை அவர் கொள்கையின் இருபாதைகள் அல்லது மக்காகள் ஆகும். அவரது கடைசி வெற்றி நிலையில் குயத்தியான ஹலாஹலா என்பாள் வீட்டில் கோசாலர் பாடி ஆடிக் கொண்டிருந்தார். அத்தகைய நிலையில் அவரது சீடர்களில் ஒருவன் (அயம்புளி) சில ஐயங்களுக்குப் பதில் வேண்டினார். அவருக்குக் கோசாலர் அளித்த அறிவுரை ஒன்றே ஒன்று தான் “சீடனே வீணையை வாசி சீடனே வீணையை வாசி”. அவர் விரும்பிய உலகம் அவரது கண்முன்னாலேயே சுக்கு நூறாகிக் கொண்டிருக்கும் போது இந்தப் பாணர் என்ன அறிவுரை கூறமுடியும். கோசாலர் வரலாற்று நியதிகளை மீறி எதார்த்தத்தினைச் சந்திக்க முயன்றார். அவர் காலத்தில் மிகப்பெரிய மாறுதல்களான தொல்லினப் பழங்குடி அமைப்பின் மறைவு அரசு இயந்திரம் தோன்றிய பின்னர் இடம் பெற்ற புதிய மதிப்புகளின் தோற்றம் ஆகியவற்றை புரிந்து கொள்ள அவர் முயன்றார். அதில் அவர் தோல்வி அடைந்தார். மிகவும் வலுவான அசுரத்தனமான கட்புலனாகாத ஆழம் காணமுடியாத நமக்குத் தெரியாத ஒன்றால் எல்லாமே தீர்மானிக்கப்படுவதாக அவர் கண்டார். அது தான் நியதித் தத்துவமாகும். அஜீவிகத் தத்துவத்தை ஏ.எல். யாஷாம் அவர்கள் கூறுவது எடுத்துக்காட்டத்தக்கது.

அஜீவிகத் தத்துவத்தின் அடிப்படைக் கொள்கை நியதி எனப் படும் விதி என்பதாகும். பௌத்த சமண நூல்கள் கோசாலரை ஒரு நிர்வாணவாதியாகக் காண்கின்றன. உலகம் முழுவதையும் இயக்கும் சக்தியாகவும் எல்லா மாறுதல்களுக்கும் காரணமாகவும் அவர் விதியைக் கண்டார் என்று அவை கூறுகின்றன. சுதந்தரமான செயல் என்பதில் நம்பிக்கை கொள்வது ஒரு பிழையாகும். பலசாலி, வன்முறையாளன், தைரியசாலி ஆகியோரும் பலவீனமானவன், சோம்பேறி, கோழை ஆகியோரும் எல்லாவற்றையும் கட்டுப்படுத்தும் ஒற்றைக் கொள்கையால் தீர்மானிக்கப்படுகின்றனர். ஒரு நூற்கண்டை எறிந்த உடன் அந்நூற்கண்டு பிரிந்து நூல் அதன் விருப்பம் போல செல்வது போல அறிவாளியும் முட்டாளும் அவரவர் பாதையில் செல்வர். இறுதியில் துன்பத்தில் முடிவர்.

இந்தக் கோட்பாடுகள் தமிழகத்திலும் பரவி நின்றது என்பதற்கு கனியன் பூங்குன்றனார் பாட்டே சிறந்த சான்று.

பூங்குன்றனாரின் பாட்டு அடுதலும் தொலைதலும் நியதித் தத்துவப் படியே நிகழ்கிறது. தீதும் நன்றும் பிறர் தர வாரா என்று கூறுவது எல்லாம் ஏற்கெனவே விதிக்கப்பட்ட விதியின் படியே நடைபெறுகின்றது. அவை பிற(எதிரி)ரால் வருவனவல்ல. வேதனைப் படுவதும் இன்பம் அடைவதும் அதைப்போன்றே நியதியால் ஏற்படுவன. நியதி வலிமையானது.

பரணர் போன்ற பெரும் புலவர்கள் கூட பழங்குடி அழிவு கண்டு வருந்தினர். இரக்கப் பட்டனர். ஆனால் பூங்குன்றனார் நியதிக் கொள்கையின்படி பழங்குடிகள் பல்வேறு காரணங்களால் அழிக்கப் படுவது தவிர்க்க முடியாது என்று அமைதி கண்டார்.

யாது மூரே யாவருங் கேளிர்
தீதும் நன்றும் பிறர்தர வாரா
நோதலுந் தணிதலு மவற்றோ ரன்ன
சாதலும் புதுவ தன்றே வாழ்தல்
இனிதென மகிழ்ந்தன்று மிலமே முனிவின்
இன்னா தென்றலு மிலமே மின்னொடு
வானந் தண்டுளி தலைஇ யானாது
கல்பொரு திரங்கு மல்லற் பேரியாற்று
நீர்வழிப் படூஉம் புனைபோ லாருயிர்
முறைவழிப் படூஉம் மென்பது திறவோர்
காட்சியிற் றெளிந்தன மாகலின் மாட்சியிற்
பெரியோரை வியத்த லுமிலமே
சிறியோரை யிகழ்த லதனினு மிலமே

(புறம். 192)

பூங்குன்றனார் பாட்டில் நியதிக் கொள்கை மேலோங்கி நிற்பதால் வேந்தர் எழுச்சியும் பழங்குடி அழிவும் தவிர்க்க முடியாதது என்று கருதுகிறார் எனலாம். வடநாட்டில் புத்தர், மற்கலி கோசாலர் ஆகியோர் காலத்தில் பேரரசு எழுச்சியும், அதனால் ஏற்பட்ட பழங்குடித் துயரங்களும் அவர்களை எந்தக் காரணமும் கண்டுபிடிக்காத நிலையில் விதி (நியதி) கொள்கையை உருவாக்கினர். கூடக்குறைய அதே நிலை சங்க காலத் தமிழகத்தில் நிலை பெற்றிருந்ததால் நியதிக் கொள்கையைக் கொண்டு அமைதி கண்டார் பூங்குன்றனார்.

காஞ்சித்திணைப் பாடல்கள் நிலையாமையைப் பற்றியவை.

வாழ்க்கை நிலையாமை, செல்வம் நிலையாமை, அரசியல் நிலையாமை எனப் பலவகையான நிலையாமை நிலைப்பேறுடையதாகக் காட்சி அளித்த காலம் அது. அப்போது பல்வேறு பழங்குடி மரபுகள் வீழ்த்தப் பெற்றன. வேந்தரை எதிர்த்த தொல்குடி மன்னர்கள் கொல்லப் பெற்றனர். மக்கள் வேறு புலம் படர்ந்தனர். வேந்தர் எழுச்சிக்கும் பழங்குடி அழிப்புக்கும் கண்ணுக்குப் புலப்படாத நியதியே காரணம் என்று அமைதி கண்டனர்.

குறிப்புதவி நூல்கள்

1. புறநானூறு
2. டி. டி. கோசாம்பி. பண்டையகால இந்தியா (NCBH)
3. உ.தே. பி. பிரசாத் சட்டோபாத்யாயா உலகாயுதம்: பண்டைய இந்திய பொருள்முதல் வாதம்.